Biết ngày sinh biết ngay cách thao túng

Thành công là khi bạn biết nắm bắt bản chất tâm lý con người

Copyright 2024 by Chí Tâm

All right reserved

No part of this book maybe reproduced in any form or by any mechanical means, including information storage and retrieval systems, without written permission from the author, except for the use of brief quotations in a book review

Đừng **đọc sách này** nếu bạn chưa đủ tuổi

Ebook **có trên** Facbook

Sách giấy **mua** smashwords.com

- *Làm gì khi cá tính của bạn bị xã hội Việt phủ định*

- *Thể hiện bản thân bị xã hội Việt coi là kiêu ngạo: làm sao đây*

- *Keo kiệt nhưng vẫn không bị chỉ trích*

- *Cần cù quan trọng hơn thông minh: sai lầm cực lớn của giáo dục Việt*

- *Người Việt có phải Song Tử lai Kim Ngưu*

Giai mã lý do khiến nhiều người ngoại tình.

Ebook có trên Facbook

Sách giấy mua trên   smashwords.com

#1 Best Seller
Self Improvement Book

LÀM ƠN CHIA SẺ SÁCH NÀY CHO 20
NGƯỜI...THÔI ĐƯỢC RỒI! CHỈA CẦN 1 NGƯỜI
LÀ TÁC GIẢ VUI RỒI. CẢM ƠN

6

Kính thưa quý đọc giả

Bên cạnh cung hoàng đạo, thuật số cũng là một phương tiện khác giúp các bạn tra tính cách cũng như định hướng nghề nghiệp cho mình. Đây là công cụ rất hữu hiệu, giúp bạn biết được điểm mạnh, điểm yếu, mục tiêu, và gợi ý nghề nghiệp cho bạn.

Để tính được con số của bạn, bạn cần tính từ ngày sinh của mình. Ví dụ bạn sinh ngày 12-1-1998. Số của bạn được tính như sau: 1+2+1+1+9+9+8 = 31 = 3+1= 4

Bạn cộng cho đến khi không cộng được nữa. tuy nhiên khi đến số 11, 22, 33 thì ngưng không cộng nữa nhé. Sẽ có các con số cuối cùng là:
1,2,3,4,5,6,7,8,9,11,22,33

Tính cách của từng con số như sau:

Số 1

 Số 1 tượng trưng cho nguyên tắc của sự KHỞI ĐẦU. Nó thể hiện rằng một người phải học để tự đứng trên đôi chân của mình, trở nên quyết đoán và dành được sự công nhận cho tài năng bản thân. Vì vậy số 1 nhiều tham vọng, sẽ dành được thành không khi được thể hiện ý tưởng của mình. Số 1 độc lập, sáng tạo, bướng bỉnh và có tính cách chi phối. Nguồn năng lượng của số 1 mang tính dương, tập trung và lí trí.

Tài năng: Độc lập, sáng tạo, tinh tường, tiên phong, mãnh liệt, cương quyết, thống lĩnh.

Thử thách: Ngoan cố, tự cao tự đại, không ý tứ, tham vọng, muốn chinh phục, ương ngạch, bốc đồng, độc đoán, vị kỷ.

Mục tiêu cá nhân: Khẳng định bản thân, gây dựng được tên tuổi.

Sợ hãi: Bị bỏ qua, không được sử dụng tài năng.

Nghề nghiệp: Sẽ thành công với nhà văn, nhà sáng chế, đạo diễn, lãnh đạo, giám đốc, nhà thiết kế.

Ưu Điểm:

Những người mang con số Định Mệnh này có tài năng thiên bẩm để trở thành lãnh đạo, có xu hướng luôn muốn giành được quyền kiểm soát trong mọi tình thế, ngay cả khi đó là điều không phù hợp hoặc không nên làm. Số 1 rất tham vọng, luôn muốn dành được sự chú ý và mong muốn trở thành một cá nhân vượt trội hơn những người khác. Số 1 là những người lãnh đạo bẩm sinh, có tính cương quyết và hoàn toàn kiểm soát được bản thân và hoàn cảnh. Cái tôi cá nhân của Số 1 rất lớn, được khắc họa bởi những khát khao riêng tư, mong muốn được độc lập và được khẳng định bản thân.

Số 1 luôn ý thức được và coi trọng những nhu cầu và mong muốn của mình. Sự độc lập cả trong cuộc sống và từ trong tư tưởng khiến đối với mọi sự việc số 1 đều muốn tự xây dựng quan điểm cá nhân vững chắc. Niềm tin và quan điểm về những khía cạnh khác nhau của cuộc sống rất mạnh mẽ, và số 1 luôn sẵn sàng bảo vệ chúng tới cùng. Tính kiên định và lấn át của số 1 giúp họ vươn lên những vị trí quyền lực và lạnh đạo, từ vị thế này họ được tôn trọng và khâm phục. Xu hướng của người mang con số Định Mệnh 1 là hành động và độc lập. Bướng bỉnh và có cá tính mạnh, số 1 luôn muốn tự giải quyết lấy các vấn đề gặp phải bằng cách tự đứng trên đôi chân của mình và theo hướng giải quyết của riêng mình.

Số 1 luôn muốn bắt tay vào việc hơn là trần trọc suy nghĩ về các rắc rối và trở ngại mình đang gặp phải. Càng đối diện với khó khăn và thử thách, số 1 càng có cơ hội để tỏa sáng, nhờ dám đối đầu một cách mạnh mẽ và táo bạo và giữ được lòng quyết tâm đạt tới mục đích bất kể điều gì đang chặn đường mình. Số 1 có tính cách năng động, sẵn sàng làm việc cực nhọc và hoàn tất mọi việc. Người mang con số Định Mệnh 1 có được cảm hứng sáng tạo dạt dào, động lực và lòng nhiệt huyết để xây dựng nên nghiệp lớn. Sức sống và sự đam mê của họ trong công việc cũng như sở thích luôn khiến người khác phải ngạc nhiên.

Nhờ sự sáng tạo, Số 1 dễ dàng bắt tay vào các dự án mới. Đồng thời nhờ dám táo bạo đi theo những con đường mới lạ dù không chắc chắn, Số 1 thường tìm được những hướng giải quyết vấn đề độc nhất vô nhị hoặc rất tài tình. Con số Định Mệnh 1 còn chứng tỏ họ có thể có tài năng để trở thành một nhà sáng chế hoặc một nhà cải cách. Dù số 1 có theo đuổi công việc gì thì cũng có thể thành công vì sự độc lập và quyết tâm cao độ. Các công việc đều đặn mang tính thói quen, hoặc những công việc đòi hỏi sự chi tiết cao sẽ khiến số 1 nhanh chóng thấy buồn chán. Trong quan hệ, số 1 có tinh thần trách nhiệm với người mà mình yêu mến và rất quảng đại đối với thân hữu. Họ không có xu hướng ghen tuông, nhưng nếu phát hiện ra mình bị phản hội, số 1 có khuynh hướng rất nhẫn tâm theo cách thức họ kiểm soát hoàn cảnh.

Nhược Điểm:

Số 1 thiếu sự kiên nhẫn, và ghét phải chờ đợi. Sự quyết tâm mạnh mẽ và động lực cũng có nghĩa là số 1 dễ dàng cảm thấy bực bội và mệt mỏi khi mọi việc không được như ý muốn. Dù đôi khi không thể hiện ra do các mối quan hệ xã hội, Số 1 thường coi mình là trung tâm, và muốn mọi thứ đều theo ý muốn. Vì vậy dù có tài năng để trở thành lãnh đạo, Số 1 lại dễ thất bại khi phải làm việc nhóm cần tới sự hợp tác. Người mang con số Định Mệnh 1 có tài năng để trở thành người lãnh đạo, nhưng lại dễ dàng thất bại nếu phải làm kẻ phục tùng. Tuy nhiên để trở thành người lãnh đạo, đôi khi bạn phải trải qua một giai đoạn làm việc dưới quyền người khác, đây chính là một điểm khó khăn cho số 1.

Số 1 gặp khó khăn trong việc đối diện với sự phê bình, và thường lảng tránh sự đối lập công khai với mình. Số 1 không thích tranh luận và ít khi nghe theo ý kiến của người khác. Điều này không tốt cho một người lãnh đạo, vì như vậy sự sáng tạo trong công việc của những người cấp dưới bị dập tắt, và họ rất dễ sinh bất mãn.

Tuy bản tính rất độc lập, nhưng nếu đi trệch đường và những ước muốn và tham vọng bị sụp đổ, số 1 dễ rơi vào trạng thái đối lập, trở nên phụ thuộc vào người khác và sinh lòng bất mãn với cuộc sống. Ngược lại, nếu quá bị lôi cuốn bởi những tham vọng của mình, nếu không biết dừng đúng lúc thì Số 1 sẽ khiến người khác cảm thấy mình là một kẻ chỉ biết quan tâm tới bản thân, đòi hỏi và không thể chịu đựng nổi. Tham vọng và xu hướng lấn át của người mang con số Định Mệnh 1 thường bị hiểu thành sự thù địch, ích kỷ, cố chấp và kỳ quặc. Con số Định Mệnh 1 thường phải trả giá đắt để có được bài học về sự tế nhị và khéo léo trong ứng xử.

Lời Khuyên. Lưu ý: lời khuyên này chỉ mang tính tương đối, góp ý, nó không đúng trong mọi trường hợp.

Số 1 cần kiểm soát được tình cảm của mình. Con số Định Mệnh 1 có xu hướng luôn khăng khăng cho rằng mình luôn là đúng, vì vậy số 1 cần hạn chế những hành động quá khích, tránh giận dữ hoặc tỏ ra công kích, nếu không số 1 rất dễ trở thành một người độc đoán, hà khắc, không biết khoan dung và thậm chí là thô lỗ.

Đừng để mình bị điều khiển bởi lòng kiêu hãnh và sự tự tin quá mức. Tài năng cần phải đi kèm với sự khiêm nhường chứ không nên nuôi dưỡng bằng sự kiêu căng tự phụ.

Cách thao túng số 1

Số 1 có đặc điểm là muốn mình là trung tâm, luôn muốn kiểm soát mọi thứ xung quanh. Bạn có thể thao túng số 1 bằng sự nịnh hót. Ví dụ:

Số 1 là venus Kim Ngưu. Kim Ngưu nhiều khi sở hữu người mình yêu, hay ghen tuông. Nếu bạn là người yêu của Kim Ngưu, bạn có thể nói: em nghe bạn anh nói anh giỏi nhìn thấy sự việc lắm mà, chắc không dễ ghen tuông đâu nhỉ. Bạn nói như thế, nhiều khả năng kim ngưu sẽ cân nhắc kĩ lưỡng trước khi ghen tuông bạn với ai.

Tuy nhiên, số 1 có lập trường rất vững và không dễ bị bạn thao túng làm những việc bất lợi cho số 1 hoặc trái với lương tâm. Do đó, bạn chỉ nên dùng cách này để thao túng số 1 làm những việc có lợi cho đôi bên.

Số 2

♥Số 2 tượng trưng cho nguyên tắc đến với nhau và sự cộng tác. Nó thể hiện rằng một con người phải biết thông cảm và sự thân tình và ngoại giao cần trong công việc. Số 2 luôn để ý tới người khác cũng như chính bản thân mình và luôn mong muốn thể hiện sự thân thiện, cảm thông và tế nhị. Số 2 nghệ sĩ, nhút nhát, kỹ tính và biết phân tích. Nguồn năng lượng của số 2 mang tính âm và cuốn hút.

Tài năng: Hấp dẫn, biết cảm thông, giúp đỡ người khác, đằm thắm, dịu dàng, nội tâm cân bằng.

Thử thách: Quá hiểu rõ bản thân, sợ hãi, do dự, quá chi tiết, quá tận tâm

Mục tiêu cá nhân: Những mối quan hệ thân tình, sự an toàn

Sợ hãi: Những thay đổi bất ngờ, sự cô đơn, phạm sai lầm

Nghề nghiệp: Sẽ thành công với nghệ sĩ, kỹ thuật viên, nhà tâm lý, bạn đời, bác sĩ, kế toán.

Ưu Điểm:

Người mang con số Định Mệnh 2 có khả năng trở thành một người hòa giải tốt. Sức mạnh của số 2 đến từ khả năng lắng nghe và thấu hiểu. Số 2 sắc sảo và nhạy cảm, đồng thời dễ dàng đồng cảm với người khác và thường đặt lợi ích của người khác lên trên lợi ích của mình. Số 2 thường có suy nghĩ sâu sắc, và luôn muốn tìm hiểu về những bí ẩn của cuộc sống và những khía cạnh phức tạp của cuộc đời.

Số 2 có thể nhìn đời bằng con mắt công bằng và trung lập. Đặc điểm này khiến số 2 có thể nhìn bao quát được điểm tốt và xấu trong những quan điểm khác nhau ở mọi cuộc tranh luận. Đồng thời số 2 quan tâm tới người khác một cách thật lòng, suy nghĩ về người khác một cách tốt đẹp nhất, và mong muốn những điều tốt đẹp nhất cho người khác. Vì điều này mà nhiều người tìm đến số 2 để xin lời khuyên hoặc nhờ hòa giải.

Khi hòa giải, số 2 thường có khả năng giải quyết xung đột một cách không thành kiến nhất, lắng nghe cả hai bên để tìm một con đường hợp tác chung. Số 2 có suy nghĩ và hành động rất cởi mở, có thể chấp nhận nhiều luồng tư tưởng, đồng thời cũng rất trung thực, khiêm tốn và nhã nhặn. Số 2 hơn những con số khác ở mọi hoạt động mang tính cộng đồng, vì có thể tiếp xúc và hòa đồng rất tốt. Phong cách ứng xử tế nhị và khéo léo là điểm nổi bật của số 2 trong các mối quan hệ, và nhờ vậy, số 2 không phải là người nắm vai trò lấn át hoặc chi phối một nhóm người mà là người bảo vệ sự hài hòa và hợp tác của nhóm.

Ở vị trí lãnh đạo, số 2 không bao giờ đòi hỏi sự ca ngợi hoặc danh tiếng, thậm chí vẫn vui vẻ kể cả khi người khác dành lấy kết quả nỗ lực của mình. Dù không kiêu căng, tự phụ và cũng không chủ đích, số 2 lại thường thu hút được sự chú ý và có được danh tiếng nhờ họ khơi dậy được sự nhiệt tình và đem đến cảm hứng cho những người xung quanh. Người mang con số Định Mệnh 2 là những người chú trọng tới sự chi tiết. Họ rất kiên nhẫn, ghét phải gấp rút hoàn thành công việc và luôn tìm được thời điểm chính xác để giải quyết vấn đề.

Số 2 có tính dịu dàng, thích nghệ thuật, có óc tưởng tượng phong phú và lãng mạn. Phẩm chất của họ thiên về trí óc hơn là thể lực. Cách sống của số 2 thường tuân theo các thói quen. Khả năng phân tích và đưa ra các quyết định chính xác giúp số 2 trong nhiều công việc, đặc biệt là kinh doanh. Số 2 luôn mong muốn đạt được sự chính xác, và thậm chí là sự hoàn hảo trong mọi việc mình làm. Số 2 có trực giác tốt, suy nghĩ cấp tiến, có lý tưởng và biết nhìn xa.

Số 2 có tài ngoại giao nhờ biết sử dụng khả năng thuyết phục hơn là tìm mọi cách để đặt được mục đích của mình. Những rắc rối khó khăn được số 2 giải quyết một cách uyển chuyển và dựa nhiều vào tài ngoại giao hơn là sức mạnh tiền tài, địa vị. Số 2 sinh ra là để phục tùng, cộng tác và hòa hợp. Có thể số 2 không phải là một người lãnh đạo, nhưng số 2 lại là một người tài.

Về cuộc sống cá nhân, số 2 ứng với những bậc cha mẹ luôn hy sinh để đem lại mái ấm cho mọi thành viên trong gia đình. Họ thích bạn tình của mình biểu lộ yêu thương bằng cử chỉ âu yếm, chiều chuộc và luôn tìm sự trấn an và khích lệ. Số 2 trung thành, ân cần và không để trí tưởng tượng phong phú của mình dựng lên những lý do vô căn cứ để ghen tuông. Số 2 không ưa tranh luận và thường luôn là người đầu tiên muốn làm lành khi có xung đột xảy ra.

Nhược Điểm:

Sự tinh tế và nhạy cảm của Số 2 vừa là điểm mạnh, vừa là điểm yếu bởi trong khi nó giúp số 2 hiểu và cảm thông được với người khác, nó cũng có thể khiến anh ta không vận dụng được hết năng lực của mình. Nó khiến số 2 nhút nhát, ngại đối đầu thực tế và không có tính quả quyết, khó đi đến quyết định. Nó khiến lòng tự tôn của số 2 vừa mỏng manh vừa dễ vỡ trước ánh mắt và những lời nhận xét tiêu cực của người khác. Vì dễ bị tổn thương, số 2 có khuynh hướng che dấu, không để lộ những suy nghĩ thầm kín và không dám nói lên ý kiến của mình.

Một nhược điểm khác số 2 có thể có là thường chìm đắm trong những ảo mộng và nhập nhằng giữa lý tưởng, mơ mộng và thực tế. Số 2 có óc sáng tạo nhưng thiếu ý chí để thực hiện ý tưởng của mình. Nhiều người có con số Định Mệnh 2 không phù hợp với thương trường và hợp với những môi trường hiền hòa, ít tính cạnh tranh.

Số 2 cũng có thể quá nhạy cảm và khi làm việc nhóm số 2 gặp khó khăn để có được tiếng nói riêng. Số 2 thường có tài và là người chủ chốt trong một cộng việc nào đó, nhưng những nỗ lực của số 2 lại không mấy khi được tán thưởng bởi số 2 luôn sẵn lòng bước xuống bục vinh quang nếu điều đó là cần thiết. Tuy vậy, số 2 lại có khuynh hướng cảm thấy khó chịu và thất vọng trước những gì mình đã đạt được. Một mặt, số 2 khó thể hiện ý tưởng, quan điểm. Mặt khác, sự quan tâm và tính dễ cảm thông khiến số 2 thường đặt lợi ích của người khác lên trên lợi ích của mình. Sự thất vọng, giận dữ dồn nén lại từng chút một có thể khiến nhiều khi số 2 rất bi quan. Khi rơi vào trạng thái tiêu cực đó, số 2 dễ rơi vào trạng thái chán nản, thờ ơ, lãnh đạm khiến khó đạt được điều mình thực sự muốn.

Lời Khuyên. Lưu ý: lời khuyên này chỉ mang tính tương đối, góp ý, nó không đúng trong mọi trường hợp.

Số 2 cần phát triển khả năng cảm thông và hòa giải, học cách nói lên quan điểm của mình trong giao tiếp và trong khi làm việc nhóm. Số 2 cũng cần học cách nhường ánh hào quang cho người khác và không để điều đó làm mình quá bận tâm. Với số 2, không chấp nhận chịu sự lãnh đạo của người khác và nhất quyết phải là người đứng đầu chỉ đem lại những bất cập và sự không hiệu quả cho công việc.

Cách thao túng số 2

Số 2 có đặc điểm là rất nhạy cảm và tìm kiếm sự an toàn. Bạn có thể sử dụng điểm này để thao túng số 2. Ví dụ:

Số 2 là venus Nhân Mã. Nhân Mã có thể yêu nhiều người mà bạn chẳng biết nhân mã yêu bạn thực sự hay không. Nếu bạn yêu Nhân Mã, bạn có thể nói là: "em muốn giới thiệu anh với anh trai của em. Anh trai của em nghiêm khắc lắm, nếu thấy anh không nghiêm túc với em, anh trai em sẽ buộc chia tay. Nhưng anh yêu em thật lòng mà phải không, có gì đâu phải sợ." Nếu Nhân Mã thật lòng thì họ sẽ đến gặp anh trai bạn. Nếu nhân mã không thật lòng thì họ sẽ rút lui.

Tuy nhiên bạn nên dùng cách này thao túng số 2 để làm những việc có lợi cho bạn và số 2. Số 2 nhìn mọi thứ bằng con mắt công bằng, không dễ gì để bạn lừa gạt làm những chuyện bất lợi cho số 2 hoặc trái với lương tâm.

Số 3:

 Số 3 tượng trưng cho nguyên tắc của sự phát triển. Khi động lực khởi đầu của số 1 hòa nhập với nguồn năng lượng nảy nở của số 2, chúng ta được số 3. Số 3 thể hiện rằng sự kết hợp giữa trí tưởng tượng và nguồn năng lượng dạt dào đang hoạt động. Số 3 lạc quan và vui vẻ, luôn muốn làm sáng lạng và tô màu cho môi trường xung quanh mình. Nguồn năng lượng của số 3 tươi sáng, trẻ trung và nhiệt tình.

> **Tài năng**: Nhiệt huyết, nhiều trí tưởng tượng, linh hoạt, tháo vát, năng động, may mắn, thân tình.

> **Thử thách**: Thiếu phương hướng, cường điệu, không kết thúc được công việc, không chịu được chỉ trích, lười biếng, nông nổi, xu nịnh.

> **Mục tiêu cá nhân**: Hưởng thụ cuộc sống, vui chơi, giữ sự trẻ trung.

> **Sợ hãi**: Tuổi trẻ trôi qua, bị bó buộc, sự buồn chán.

> **Nghề nghiệp**: Sẽ thành công với nhà văn, nhạc sĩ, huấn luyện viên, nghệ sĩ, phụ huynh, người bán hàng, người truyền tin.

Ưu Điểm:

Con số Định Mệnh 3 mang tới sức sáng tạo dồi dào và những kỹ năng giao tiếp tuyệt vời. Số 3 thường có nhiều sáng kiến, dễ học hỏi và thích thể hiện mình, thường trong những lĩnh vực liên quan tới xã hội như nói, viết, diễn xuất, âm nhạc, hội họa… Số 3 thường sống hết mình trong hiện tại, luôn yêu đời và ít lo lắng về tương lai. Một phần vì số 3 không có ý thức cao về trách nhiệm, mặt khác vì số 3 lạc quan và tự tin vào bản thân tới mức luôn nghĩ rằng dù có chuyện gì xảy ra thì cuối cùng mọi điều cũng sẽ kết thúc tốt đẹp. Nguồn năng lượng đầy nhiệt huyết của số 3 có thể truyền cảm hứng cho người khác và thậm chí là truyền cả sự lạc quan. Đi cùng với số 3 trên đường đời là sự hài hòa, cái đẹp, cảm hứng và niềm vui được chia sẻ tài năng của mình với thế giới.

Thường thì số 3 bướng bỉnh và không chấp nhận đầu hàng. Số 3 đã quyết tâm làm gì thì nhất định sẽ làm điều đó bằng được dù phải trả giá thế nào. Sức sống mãnh liệt này khiến số 3 dễ đứng dậy sau vấp ngã hơn người khác. Số 3 mong muốn nhận được sự tán thưởng xứng đáng cho những gì mình làm, nhưng lại không huênh hoang và sẵn sàng thừa nhận sai lầm nếu phạm phải. Số 3 có khát vọng tiến thân trên trường đời và thường đạt được sở nguyện vì họ khôn khéo, có tư tưởng mới lạ, biết nhận xét và sẵn sàng lao động cực nhọc.

Nồng hậu, thân thiện, cởi mở và biết giao tiếp, số 3 thích kết giao với bạn bè, sống hòa đồng và ưa là trung tâm của sự chú ý. Số 3 biết cách thích nghi với mọi loại tình huống xã hội và có thể làm ngay cả người mới gặp cũng cảm thấy nhẹ nhõm, thoải mái như đang nói chuyện với bạn bè. Người xung quanh thường có thiện cảm với số 3 vì số 3 biết cách ăn nói, biết lắng nghe, hào phóng và rộng lượng. Tuy luôn vui vẻ và nhiệt tình, tự sâu trong lòng số 3 là con người nhạy cảm. Khi bị tổn thương, số 3 có khuynh hướng tự thu mình vào vỏ ốc trong một thời gian dài. Nhìn chung số 3 thường tự vượt qua được vì số 3 sẵn sàng thừa nhận mình đang có những điều bất ổn và tìm cách thay đổi nó. Vì sự nhạy cảm này, số 3 thường nhận thức tốt được tình cảm và thái độ của người xung quanh.

Trong tình ái, số 3 nồng nàn và thủy chung. Số 3 dễ cảm động, dễ hết lòng vì đối phương và nếu tình cảm đổ vỡ, vết thương lòng thường mất rất lâu để được chữa lành. Trong các mối quan hệ khác, số 3 rộng lượng, hăng hái, nồng nhiệt và trung thành. Họ là những người bạn tốt, hóm hỉnh và vui vẻ, dù nếu đã quyết định cắt đứt quan hệ thì họ sẵn sàng làm mà không chút luyến tiếc nào.

Nhược Điểm:

Trong quan hệ, số 3 thường không ngần ngại 'cho' và vì vậy lại hay thu hút đối phương là những người ưa 'đòi hỏi'. Số 3 thường thấy mình vất vả tìm cách giữ cân bằng cho các mối quan hệ của mình.

Số 3 dễ tổn thương, và khi bị tổn thương thường che dấu tình cảm thật bằng những câu đùa giỡn, và vì vậy khiến số 3 dù luôn luôn có bạn bè nhưng lại có những lúc cô độc, và sự suy sụp tinh thần kéo dài lâu hơn bình thường. Khi phiền muộn, số 3 cũng có thể quay sang chế nhạo, mỉa mai. Điều này vừa dễ làm lây truyền sự tổn thương ra những người xung quanh, vừa dễ làm sự tổn thương trong lòng số 3 càng thêm sâu sắc.

Sức sống mãnh liệt và khả năng tưởng tượng của số 3 có thể khiến cuộc sống của số 3 trở nên hời hợt và hư ảo. Đáp ứng lòng nhiệt tình không đúng cách có thể khiến năng lực bị dàn trải quá rộng mà không thực sự có mục đích. Cảm xúc có thể sớm nắng chiều mưa, thay đổi mà không thực sự có lý do rõ rệt nào. Nhiều người mang số 3 có khuynh hướng xa rời thực tế và khó đạt được sự ổn định trong cuộc sống và công việc. Số 3 sống hết mình, nhưng vì vậy dễ rơi vào trạng thái mất phương hướng và dễ buồn chán. Số 3 luôn luôn cần phải làm một điều gì đó, khi làm thì hấp tấp mà khi chưa làm thì lại trì hoãn, chần chừ. Vì dễ học hỏi mà lại cố chấp, nếu gặp khó khăn để nắm bắt một điều gì đó, số 3 dễ rút lui vào thế giới của riêng mình, tránh giao tiếp và hục hặc với mọi người.

Tài chính là một vấn đề rắc rối vì số 3 ít quan tâm tới những vấn đề liên quan tới tiền bạc. Tiền vào tay là được tiêu xài ngay mà không có nhận thức nhiều về việc phải tiết kiệm cho tương lai. Số 3 có thể là người xu nịnh, giả dối, hoang phí và nông nổi.

Sai lầm lớn nhất mà số 3 có thể mắc phải là từ bỏ giấc mơ và tài năng của mình. Trong cuộc sống, nhiều người mang số 3 chối bỏ tiếng gọi của lòng nhiệt tình và sự sáng tạo vì nhiều lí do như gia đình, nghiện ngập, hoàn cảnh… Trong những trường hợp này, bản tính cố chấp không chịu bỏ cuộc và nguồn năng lượng dồi dào của họ thường khiến người mang số 3 có cuộc sống khổ sở và đè nén.

Lời Khuyên. Lưu ý: lời khuyên này chỉ mang tính tương đối, góp ý, nó không đúng trong mọi trường hợp.

Số 3 cần biết cách phát triển sức sáng tạo và nuôi dưỡng lòng nhiệt huyết của mình qua sự tập trung và tính kỷ luật. Số 3 cũng cần khắc phục tính hấp tấp và thái độ sớm nắng chiều mưa. Trong môi trường bị quản lý chặt chẽ và nghiêm khắc, số 3 cần học cách kiềm chế mình và phát huy tính thân thiện, cởi mở để hòa nhập được.

Cách thao túng số 3

Số 3 rất tự tin về bản thân mình đến mức tin rằng chuyện gì xảy ra rồi sẽ có kết cuộc tốt đẹp. Để thao túng số 3, bạn có thể nói như thế này.Ví dụ:

Số 3 là venus xử nữ. Xử nữ nhút nhát, không dám tỏ tình. Bạn là bạn của xử nữ bạn có thể nói: "bạn cứ tỏ tình đi, tất nhiên là có chút rủi ro, nhưng vì đó là bạn nên tôi nghĩ sẽ ổn thôi". Nhiều khả năng, số 3 sẽ làm theo.

Tuy nhiên số 3 tràn đầy nhiệt huyết và rất khôn ngoan, do đó bạn đừng nên thao túng số 3 làm việc gì bất lợi cho số 3 hoặc những việc trái lương tâm.

Số 4:

♥ Số 4 tượng trưng cho nguyên tắc của việc đưa tư tưởng vào thực tiễn. Nó thể hiện công việc và năng suất. Số 4 có tính xây dựng, thực tế, truyền thống và cẩn trọng. Nó là con số của hệ thống, trật tự và sự quản lý.

Tài năng: Tập trung, thực tiễn, hệ thống.

Thử thách: Cứng nhắc, quá thận trọng, có tầm nhìn hẹp.

Mục tiêu cá nhân: Thành đạt, an toàn.

Sợ hãi : Sự thay đổi đột ngột, bị tước đoạt hoặc mất mát.

Nghề nghiệp: Dễ thành công với nhà kinh doanh, người phát triển, luật sư, quản trị, nhân viên công sở .

Ưu Điểm:

Người ứng với số 4 là nhà tổ chức hiệu quả, siêng năng, có khả năng lên kế hoạch tốt. Số 4 thẳng thắn, thực tế, kiên định, điềm tĩnh, đáng tin cậy và ít khi mơ mộng hão huyền. Số 4 tin rằng chỉ có sự nỗ lực và chăm chỉ mới đem lại kết quả và ít khi nào đi tìm những cách dễ dàng để hoàn thành công việc. Có thể nói rằng số 4 là những con ong chăm chỉ của xã hội. Nếu thực sự muốn và quyết tâm, số 4 có thể biến những kế hoạch tưởng chừng như viễn tưởng nhất trở thành hiện thực.

Thường thì số 4 hạnh phúc với việc nhận mệnh lệnh và thực thi chúng một cách bền bỉ và hết mình. Cũng có những người mang số 4 đứng ở vai trò lãnh đạo. Dù ở vị thế nào, số 4 cũng luôn đòi hỏi cao ở người khác và ở chính mình. Số 4 hay rơi vào trường hợp bị yêu cầu hoàn thành những việc mà người khác đã bắt đầu. Dù điều này có vẻ như không công bằng, với số 4 đây có thể là con đường để dẫn tới thành công.

Số 4 có ý chí rất mạnh mẽ tới mức dễ bị hiểu nhầm là cố chấp. Số 4 có ý thức rất rõ ràng cái gì là đúng, cái gì là sai, và một khi đã quyết tâm làm điều gì, số 4 sẽ theo điều đó tới cùng, cho dù kết quả có thế nào. Số 4 luôn đi theo con đường mà mình cho là cần phải đi, từng bước vững chắc một, với một mục đích rõ ràng và với sự bền gan sắt đá tới mức gần như là ám ảnh.Tài năng của số 4 nằm ở việc sắp xếp, tổ chức và lên kế hoạch nhờ có thể nhìn nhận mọi điều một cách thực tế và hợp tình hợp lý. Điều này khiến nhiều số 4 là những người luôn hướng tới sự hoàn hảo. Cuộc sống của số 4 là một cuộc sống được tổ chức cẩn thận với những ý tưởng và hoạt động được kiểm soát chặt chẽ. Số 4 sẽ dễ dàng đón nhận với thách thức hơn nếu mình được chuẩn bị kỹ càng và gặp khó khăn trong những tình huống bất ngờ.

Số 4 ít khi nào mạo hiểm trừ phi đã suy nghĩ và tính toán kỹ lưỡng. Đối mặt với áp lực, số 4 thường hoạt động tốt hơn người khác và không bị áp lực làm hỏng việc.Với tiền bạc, số 4 rất cẩn thận và muốn mọi thứ luôn được đảm bảo. Trong quan hệ, số 4 yêu cuộc sống gia đình. Họ tận tâm, chung thủy, luôn luôn muốn lo lắng và chăm sóc cho người khác. Số 4 có thể không có nhiều bạn bè, nhưng tình bạn của số 4 là thứ tình bạn khăng khít và gắn kết nhất.

Nhược Điểm:

Số 4 cẩn thận và có tổ chức, nhưng nhiều khi điều này làm số 4 quá cẩn trọng và dè dặt trước những cơ hội mới. Sự thay đổi trong nếp sống được tổ chức chặt chẽ có thể khiến số 4 vấp ngã. Nếp sống có tổ chức này cũng dễ khiến số 4 quá tập trung vào công việc trước mắt mà bỏ qua bức tranh tổng thể hay không nhìn thấy cơ hội khi nó tới.

Số 4 đòi hỏi người khác quá cao nên nhiều khi bị nghĩ là cứng nhắc, quá đáng và hách dịch. Ý chí mạnh mẽ của số 4 hay bị coi là tham vọng và ích kỷ. Điều này làm nhiều người mang số 4 mất phương hướng vì ý định ban đầu của họ thường là tốt đẹp. Sự bền bỉ của số 4 thường khiến số 4 làm việc quá sức và có những tác động tiêu cực tới sức khỏe và đời sống xã hội của họ.

Khi làm việc nhóm, số 4 có thể quá cố chấp trong quan điểm của mình và đôi khi đi đến kết luận quá dễ dàng và quá nhanh chóng về người khác. Công việc của số 4 cần được xác định rõ ràng, và số 4 hoạt động tốt nhất khi trách nhiệm của mình không bị nhập nhằng với trách nhiệm của người khác. Tính kỷ luật và sự bền bỉ của số 4 rất cao, người khác khó theo kịp nên nếu không cẩn thận những nỗ lực của số 4 có thể lạc lõng với mọi người.

Sức sáng tạo của số 4 không cao vì thường thì số 4 không đủ tin tưởng vào những ý tưởng mới của mình. Những năm đầu của cuộc đời thường khó khăn với số 4 cho tới khi những nỗ lực và sự chăm chỉ cuối cùng cũng đến lúc ra hoa kết trái.Trong quan hệ, những điều khiến sự cân bằng bị phá vỡ như chia tay, ly dị, phản bội… có thể làm số 4 sụp đổ. Số 4 là mẫu người dễ bị những đổ vỡ trong tình cảm ám ảnh, thậm chí là oán hận và tìm cách trả thù để làm thỏa mãn cảm nhận của mình về công lý. Số 4 dễ trở thành cố chấp, bảo thủ, hà khắc và dễ dàng để lộ những suy nghĩ thật của mình cho người khác. Điều này khiến số 4 nhiều khi khó gần. Ở phía tiêu cực của con số Định Mệnh này, số 4 có thể rất gàn bướng, yếu đuối và bất cẩn, bi quan và hoài nghi, thường trải qua nhiều giai đoạn sa sút về tinh thần.

Lời Khuyên. Lưu ý: lời khuyên này chỉ mang tính tương đối, góp ý, nó không đúng trong mọi trường hợp.

Số 4 cần học cách chấp nhận những điều không ổn định trong cuộc sống và biết đón nhận thay đổi một cách chủ động. Học cách chấp nhận những giới hạn của mình sẽ giúp số 4 vượt qua nỗi sợ hãi về sự bất ổn, mở rộng đầu óc hơn và có thể thừa nhận những sai lầm của mình nếu phạm phải.

Cách thao túng số 4

Số 4 cẩn thận, dè dặt với những cái mới. Do đó để thao túng số 4 làm việc gì, bạn nên nói việc này đã từng có nhiều người làm rồi. Ví dụ:

Sô 4 là venus Song Ngư nữ, thích một người mà không dám thổ lộ. Nếu bạn là bạn của Song Ngư, bạn có thể khuyên Song Ngư rằng: bạn thích người ta nhưng chưa dám tỏ tình, nhưng bạn có thể tặng một tấm thiệp cho chàng kia nhân ngày 14/2. Mình ngày trước cũng từng làm vậy, mà những người bạn nữ của mình cũng từng làm vậy hết.

Tuy nhiên, số 4 rất cẩn trọng, dè dặt và không bao giờ làm điều gì bất lợi cho bản thân. Do đó bạn chẳng thể nào thao túng số 4 làm những việc bất lợi cho số 4, cũng chẳng thể nào thao túng số 4 làm những việc trái lương tâm.

Số 5

 Số 5 tượng trưng cho nguyên tắc của sự tiến bộ và nhiệt huyết. Nó thể hiện mong muốn thay đổi, đa dạng hóa và phát triển mới. Nó cũng thể hiện sự tò mò, ham hiểu biết và tạo dựng thông tin. Số 5 thoải mái, tiến nhanh và lanh lợi. Số 5 tích cực, táo bạo, không câu nệ lễ nghi, khó tiên đoán và bị cuốn hút bởi sự đam mê và các ham muốn xác thịt. Thực dụng, cơ hội và có khả năng thuyết phục. Tuy nhiên có thể khó dựa dẫm.

>**Tài năng**: Tháo vát, lôi cuốn, có động lực, có tinh thần tranh đua.

>**Thử thách**: Thiếu nghỉ ngơi, chần chừ, mất phương hướng.

>**Mục tiêu cá nhân**: Chiến thắng, sống hết mình.

>**Sợ hãi**: Già đi, không được khám phá thế giới, buồn chán.

>**Nghề nghiệp**: Sẽ thành công với người phát triển, người thiết kế, nhà báo, diễn viên, kẻ đầu cơ, nhân viên kinh doanh.

Ưu Điểm:

Người mang số Định Mệnh 5 có suy nghĩ và thái độ rất tích cực. Số 5 có nhiều tài năng trong các lĩnh vực khác nhau. Thường thì số 5 thông minh, can đảm và có đời sống tinh thần phong phú.Số 5 luôn khao khát và theo đuổi tự do, vì vậy số 5 thường linh hoạt, tháo vát, phiêu lưu và có suy nghĩ sâu sắc. Số 5 có bản tính tò mò, luôn muốn trải nghiệm tất cả mọi điều, thích mạo hiểm, ưa thử những gì mới và gay cấn. Nhìn chung số 5 thuộc tuýp người luôn muốn đi tìm ý nghĩa cuộc sống và những điều bí ẩn của nó.

Số 5 luôn vươn tới sự tiến bộ và luôn tìm sự thay đổi, vì vậy số 5 thích phiêu lưu, thích đi tới những vùng đất mới, gặp những con người mới và tiếp cận với những khía cạnh mới trong công việc. Sự mạo hiểm không làm số 5 chùn bước mà chỉ là một nguồn cảm hứng nữa trong cuộc sống mà thôi. Thận trọng tiếp cận vấn đề không phải là phong cách của số 5. Số 5 thường có khả năng phản ứng nhanh, dễ thích nghi và ăn nói đâu ra đấy. Môi trường cạnh tranh cao phù hợp với số 5, và số 5 có thể làm việc tốt dù phải chịu nhiều sức ép.

Số 5 có khuynh hướng điều khiển người khác và ghét bị người khác điều khiển. Số 5 luôn muốn thành công, và thường tìm cách nhanh nhất để hoàn thành công việc dù cho cách đó chưa chắc là cách tốt nhất. Trước những vấn đề phức tạp, số 5 có thể suy nghĩ sâu và phân tích một cách nhanh chóng, nhưng lại dễ bị thu hút bởi những vấn đề mới mẻ. Người ứng với số 5 siêng năng, nhanh nhạy cả về thể xác lẫn trí óc. Đôi lúc họ có vẻ khắc khe, nhưng đây chỉ là sự phản ánh cuộc đấu tranh nội tâm mong đạt được sự thành công và hoàn thiện.

Số 5 có thể nhanh chóng đứng dậy sau những lần vấp ngã trên đường đời. Những người mang số 5 thường có lòng trắc ẩn cao, sẵn sàng lo lắng cho lợi ích của người khác và thậm chí là lợi ích của cộng đồng. Số 5 có khả năng giao tiếp tốt và có thể thể hiện bản thân một cách thoải mái và linh động, vì vậy có thể truyền cảm hứng và là động lực thúc đẩy người xung quanh. Số 5 thường vui vẻ, có khiếu hài hước và nhiệt tình, sống vì ngày hôm nay thay vì lo lắng cho ngày mai. Với khả năng phân tích cao, số 5 thường nhìn nhận được bản chất con người và chấp nhật người khác như chính bản chất của họ. Nhiều người bị số 5 cuốn hút chính bởi những đặc điểm này. Số 5 là dạng người thường được người xung quanh ủng hộ và giúp đỡ.

Nhược Điểm:

Những công việc buồn tẻ và đơn điệu, những thói quen đều đều, lặp đi lặp lại là điều mà số 5 căm ghét. Vì vậy mà số 5 thường gặp rắc rối những việc phải kết thúc vào một thời điểm nhất định hàng ngày.Số 5 ít tính kỷ luật và trật tự, có thể có những hành động bốc đồng trong một giây khiến mình phải hối hận nhiều giờ về sau. Số 5 ghét lập kế hoạch và thường làm việc theo cảm hứng, tới đâu thì đến nên với những công việc cần lập kế hoạch tốt, số 5 dễ gặp khó khăn.

Sự nhiệt tình, ham khám phá và ưa thay đổi có thể dẫn tới một cuộc sống mất phương hướng vì không xác định được mong muốn, tham vọng của mình hay phải sống một cuộc sống đều đều, đơn điệu. Bất mãn, bồn chồn không yên, bốc đồng không phải là cảm xúc hiếm ở số 5. Một số khác luôn mang tâm trạng bất an, dễ nóng giận và không ổn định. Nếu không khắc phục được, số 5 có thể thấy mình cứ thay đổi công việc xoành xoạch mà không thực sự thu lại được gì.

Trong quan hệ, số 5 ghét bị trói buộc và phải gánh quá nhiều trách nhiệm. Điều này không có nghĩa là số 5 có bản tính lăng nhăng, mà là số 5 cần tìm được người bạn đời hiểu được tính cách của mình và tránh người quá nghiêm túc hoặc quá đòi hỏi. Những mối quan hệ dựa trên sự ghen tuông và gò bó lẫn nhau với số 5 hầu như chắc chắn sẽ đổ vỡ. Số 5 thường vô tâm không để ý tới cảm xúc của người khác và có khuynh hướng đặt những gì người khác cho là quan trọng nhất xuống dưới cùng và ngược lại. Họ có thể có thói quen mỉa mai, trách móc, dễ làm tổn thương tự ái người khác. Dù không cố ý, nhưng số 5 dễ làm người khác cảm thấy mình bị đối xử tệ hại hoặc bị lừa, vì vậy các mối quan hệ của số 5 thường hay trục trặc.

Số 5 thiếu sự kiên nhẫn, không nhạy cảm và ít cẩn trọng, có xu hướng mạo hiểm quá mức. Số 5 cũng dễ sa ngã vào những rắc rối tiêu cực như chìm đắm vào quan hệ xác thịt, ăn uống quá nhiều, rượu chè hay nghiện ngập. Nếu rơi lạc đường sang những khía cạnh xấu này, số 5 dễ bị kẻ khác lợi dụng hoặc trở nên phụ thuộc vào người thân, bạn bè vì không tự đứng dậy được sau cú ngã. Số 5 ghét thất bại và thường khó chấp nhận được nó.

Lời Khuyên. Lưu ý: lời khuyên này chỉ mang tính tương đối, góp ý, nó không đúng trong mọi trường hợp

Số 5 có nhiều tài năng trong những lĩnh vực khác nhau tuy nhiên chìa khóa thành công thật sự chỉ có thể là tính kỷ luật và tập trung. Đây là điều mà số 5 phải luyện tập để tránh bỏ dở công việc không hoàn thành. Số 5 cần hiểu những ưu và nhược điểm của mình, học cách đạt được sự bình lặng và cân bằng nội tâm để đón nhận những cơ hội trong cuộc sống.

Cách thao túng số 5

Số 5 có đặc điểm là có tinh thần tranh đua và không muốn thua cuộc. Bạn có thể sử dụng điểm này để thao túng số 5. Ví dụ:

Số 5 là Venus Song Tử. Song Tử nhiều khi yêu hai người và bạn chẳng biết họ yêu bạn thật lòng hay không. Bạn chỉ cần nói với Song Tử là có một chàng trai khác cũng đang theo đuổi bạn. Nếu Song Tử nghiêm túc yêu bạn, máu tranh đua của Song Tử sẽ nổi lên và không dễ gì từ bỏ cuộc tình này. Nhưng nếu Song Tử không nghiêm túc, họ có thể từ bỏ bạn để tránh những cuộc đối đầu không cần thiết.

Tuy nhiên lưu ý rằng, số 5 xem việc tranh đua là để bản thân tốt lên chứ không phải để làm những việc bất lợi cho bản thân. Do đó đừng dùng cách này mà thao túng số 5 bắt số 5 làm những việc lợi cho bạn mà hại cho số 5 hoặc làm những việc trái với lương tâm. Ví dụ như trường hợp trên, nếu Song Tử không thực sự yêu bạn, họ sẽ bỏ chứ không phải tranh đua với người đàn ông kia.

Số 6

♥ Số 6 tượng trưng cho nguyên tắc của sự nuôi dưỡng, chăm sóc và hài hòa. Nó thể hiện mong muốn ổn định và sự ấm cúng của một mái nhà vững chắc. Nó là dấu hiệu của người thầy, người chỉ dẫn và người nuôi nấng. Nó hạnh phúc nhất khi ở trong những môi trường truyền thống hoặc thân thuộc, và ngoan cố, tần tiên hoặc lo lắng khi không cảm thấy an toàn. Số 6 ít khi ích kỷ và thường có xu hướng đón nhận gánh nặng của người khác một cách không cần thiết. Số 6 yêu truyền thống và quan tâm nhiều tới sức khỏe.

> **Tài năng**: Quan tâm, thấu hiểu, đáng tin cậy, chân thật, chung thủy.

> **Thử thách**: Lo lắng, dễ bị điều khiển, hay hối lỗi.

> **Mục tiêu cá nhân**: Giúp đỡ người khác, xây dựng sự an toàn và hài hòa, yêu và được yêu.

> **Sợ hãi**: Không được yêu thương, thế giới đi xuống địa ngục hết.

> **Nghề nghiệp**: Sẽ thành công với phụ huynh, giáo viên, chủ khách sạn hoặc nhà hàng, y tá, tư vấn sức khỏe, các nghề truyền thống, luật sư, huấn luyện viên, lính cứu hỏa.

Ưu Điểm:

Con số Định Mệnh 6 tượng trưng cho sự nuôi dưỡng, sự thật, công lý, tính ngay thẳng và đời sống nội tâm. Có tính sáng tạo và yêu nghệ thuật, số 6 biết tán thưởng cái đẹp, nhất là cái đẹp xung quanh mình. Người ứng với số 6 có óc tưởng tượng phong phú và có cảm nhận xuất sắc về nghệ thuật. Số 6 khiêm tốn nhưng lại có lòng tự hào sâu sắc về bản thân.Ngay từ khi còn nhỏ, số 6 đã thường tỏ ra can đảm, thông minh và có vẻ lớn trước tuổi.

Nguyên tắc, ôn hòa và tin tưởng, đó là những điểm nổi bật nhất trong tính cách của số 6. Số 6 sống lý tưởng và cảm thấy hạnh phúc khi giúp đỡ được mọi người. Những lời khuyên, sự lắng nghe, sự hỗ trợ, đó là những thứ mà số 6 luôn sẵn sàng đem cho người khác mà không nghĩ tới việc mình nhận lại được điều gì. Số 6 luôn muốn đưa vai đỡ gánh nặng của người khác và sẵn lòng giúp đỡ bất cứ khi nào có người cần. Thông thái, dễ thấu hiểu và luôn có mặt khi cần thiết khiến số 6 thường có được tiếng nói đáng kể khiến người khác phải nghe theo. Số 6 dễ cảm thông và tốt bụng, hào phóng trong điều kiện của mình. Dù là ở nhà hay ở công sở, số 6 thường là người đi đầu về văn hóa và đóng vai trò 'anh nuôi' đối với mọi người. Số 6 có thể giữ những trọng trách quan trọng trong xã hội, nhưng đối với họ, cuộc sống thực sự xoay quanh gia đình và bè bạn.

Trong tình cảm, dù là tình bạn hay tình yêu thì số 6 cũng cống hiến hết mình và là mẫu người chung thủy. Thường thì số 6 bị cuốn hút bởi mẫu người yếu hơn mình và cần tới sự hỗ trợ của mình, một người mà số 6 có thể chăm sóc và bảo vệ. Số 6 không hợp với những mối quan hệ căng thẳng, thiếu mất sự hài hòa. Người xung quanh thường thấy số 6 đáng tin cậy, dù đôi khi số 6 có khuynh hướng áp đảo và điều khiển người khác. Trong gia đình, số 6 dễ trở thành những người cha, người mẹ tuyệt vời, quan tâm tâm tới con trẻ.

Cuộc sống của số 6 đi đôi với sự hài hòa, số 6 lảng tránh sự hỗn loạn và thái độ gây hấn, hung hăng. Với số 6, công việc mang lại hiệu quả nhất khi số 6 không phải làm một mình mà làm cùng người khác hoặc hoạt động theo nhóm. Số 6 là mẫu người có trách nhiệm, thích sử dụng những phương pháp công bằng, không gian lận và dễ chấp nhận vị thế thua thiệt hay phải hy sinh những gì quan trọng với mình vì lợi ích chung. Nhiều khi số 6 cảm thấy gánh nặng trên vai mình là quá lớn, nhưng bù lại, số 6 thường được mọi người tin yêu.

Nhược Điểm:

Số 6 có khuynh hướng quá quan tâm tới người khác mà bỏ quên nhu cầu của bản thân. Cuộc sống của số 6 vì thế mà có thể thiếu đi sự cân bằng.Nếu lựa chọn bạn đời sai lầm, số 6 dễ bị trói buộc vào đối tượng có tâm lý yếu đuối hay sa ngã vào nghiện ngập hoặc các thói quen xấu khác. Với tính cách muốn bảo vệ, chăm sóc đối phương, trong trường hợp này nỗ lực của số 6 đem lại tác dụng tiêu cực thay vì có ích, vì số 6 nuông chiều và dẫn dắt đối phương từng bước một thay vì buộc đối phương phải tự đứng trên đôi chân của mình.

Trách nhiệm và việc luôn phải quan tâm tới mọi người có thể khiến số 6 nhiều khi cảm thấy mệt mỏi và quay sang chỉ trích người xung quanh. Điều này có thể dẫn tới sự cường điệu hóa, thái độ muốn áp đảo đối phương, tính tự cao tự đại hay muốn áp đặt suy nghĩ của mình lên người khác. Với một số trường hợp, số 6 quay lưng lại trách nhiệm, và điều này khiến số 6 thấy cắn rứt và bồn chồn, gây ra những tác động tiêu cực lên các mối quan hệ của số 6.

Lời Khuyên. Lưu ý: lời khuyên này chỉ mang tính tương đối, góp ý, nó không đúng trong mọi trường hợp

Số 6 cần cảm thấy mình được cần tới, nhưng nên biết phân biệt giữa những người thực sự cần mình, những người muốn lợi dụng mình và những người mà sự giúp đỡ của mình chỉ khiến họ trở nên yếu đuối và phụ thuộc hơn. Số 6 cũng cần biết cách trân trọng mình hơn và hiểu rằng mình không thể cứu được thế giới này, và chỉ nên gách vác trách nhiệm phù hợp với sức lực của bản thân.

Cách thao túng số 6

Số 6 luôn muốn có mối quan hệ hài hoà. Để thao túng số 6, bạn có thể nói : " nếu anh thực sự yêu em, thì anh phải…", " nếu anh thực sự là bạn tôi, thì anh phải…". Ví dụ:

Số 6 là venus Ma Kết. Ma Kết có đặc điểm là có thể yêu một người nhưng chưa chắc đã lấy người đó. Ma Kết phải tính toán đến các yếu tố công danh, sự nghiệp trước khi cưới. Nếu bạn là người yêu của Ma Kết, bạn có thể nói với Ma Kết: "nếu anh thực sự yêu em, anh phải hứa là sẽ cưới em". Ở đây, một là Ma Kết phải cưới bạn, hai là ma kết không thực sự yêu bạn.

Tuy nhiên số 6 sống có nguyên tắc, do đó không dễ gì bị lay chuyển, thao túng làm những việc bất lợi cho số 6 hay những việc trái với lương tâm. Do đó, bạn chỉ nên dùng cách này để thao túng số 6 làm những việc có lợi cho đôi bên.

Số 7

 Số 7 tượng trưng cho mong muốn sâu xa của con người đi tìm mối kết nối tâm linh sâu sắc và ý nghĩa. Số 7 thích tìm đến cội nguồn của vấn đề, sáng tạo và thích ở một mình để tìm ra tiếng nói bên trong bản thân mình. Số 7 thường lập dị, khách thường, cô độc và sáng suốt trong mọi lĩnh vực.

Tài năng: Giỏi tâm lý, biết phân tích, tìm đến sự hoàn hảo.

Thử thách: Kiêu hãnh, nhỏ nhen, khó gần, cứng nhắc, hay hướng về quá khứ, thích tranh luận, dễ cáu giận, ít nói.

Mục tiêu cá nhân: Điều khiển được cuộc đời, thấu hiểu.

Sợ hãi: Không đạt được tiêu chuẩn, phạm lỗi.

Nghề nghiệp: Sẽ thành công với nhà tư vấn, giáo sư, nhà phân tích, người theo chủ nghĩa cá nhân, quan sát viên, nhà huyền bí.

Ưu Điểm:

Con số Định Mệnh 7 tượng trưng cho sự phân tích, quan sát và tìm tòi. Số 7 là người biết suy nghĩ, có thể nhanh chóng đánh giá tình huống chính xác đến kinh ngạc. Trong công việc, số 7 luôn tìm đến sự hoàn hảo và mong muốn điều đó ở tất cả những người mà mình cùng làm việc. Số 7 yêu vẻ đẹp của tư duy. Thông minh, thích học hỏi, có sức tập trung cao, có óc phân tích và cái nhìn tổng quát, số 7 đi tìm sự thật và câu trả lời cho tất cả mọi vấn đề.

Nếu gặp phải một điều gì đó khúc mắc, số 7 có khuynh hướng không chấp nhận các giả thuyết không chắc chắn mà sẽ tìm kiếm, phân tích cho tới khi đi đến kết luận của riêng mình. Và trên con đường đi tìm câu trả lời đó, một khi đã có đầy đủ thông tin, số 7 có thể tìm được những phương án có tính sáng tạo và thực tiễn cao.

Nhìn chung, số 7 là những người luôn khát khao học hỏi những điều mới mẻ bằng trải nghiệm của bản thân trong cuộc sống. Suy nghĩ của số 7 sâu sắc, và có xu hướng lên kế hoạch cho các vấn đề chậm và lâu, tuy nhiên khi hành động, số 7 luôn nhanh chóng và quả quyết. Với số 7, điều quan trọng là thật chuyên sâu về một số vấn đề chứ không phải là giỏi mỗi thứ một ít. Số 7 có trực giác tốt nhưng lại ưa phân tích vấn đề bằng logic hơn là ngay lập tức nghe theo trực giác.

Với số 7, mọi việc đều nên làm một cách hoàn hảo, và số 7 tin rằng những người khác cũng nên đi tìm sự hoàn hảo như mình. Vì vậy, số 7 rất ghét khi bị giục phải hoàn thành một công việc hay không đủ thời gian để làm mọi thứ cẩn thận theo ý mình.

Số 7 cũng không thích bị ra lệnh, và thường ít khi tìm kiếm lời khuyên từ người khác. Số 7 làm việc tốt nhất khi có thể tự chủ động về thời gian, ý tưởng và các vấn đề khác trong công việc. Những thành quả mà số 7 đạt được trong cuộc đời đôi khi rất đáng kinh ngạc và đi theo những ngã rẽ bất ngờ. Người mang số 7 có thể thấy mình thành công ở những lĩnh vực mà trước đây mình chưa bao giờ nghĩ tới. Đôi khi điều đó làm chính số 7 cũng phải tự thấy ngạc nhiên.

Đời sống tinh thần của số 7 rất phong phú. Những vấn đề tâm linh lôi cuốn số 7 và một khi đã chú tâm hoặc tin tưởng vào một vấn đề tâm linh, số 7 sẵn sàng cống hiến hết mình cho nó. Không hiếm người mang con số Định Mệnh 7 bị cuốn hút vào những điều huyền bí, vào phép thuật, những vấn đề tôn giáo hay ngoại cảm. Đôi khi họ tạo lập tôn giáo của riêng mình dựa trên những tín điều huyền học. Tuy vậy, số 7 là những người ưa tư duy, và hệ thống thế giới quan của họ có thể rất đa dạng và không hạn hẹp, nhiều khi những gì họ tin tưởng lại hoàn toàn khác những gì mà họ đã được dạy từ bé.

Hội hè, đám đông không phải là những điều số 7 thích, nhìn chung số 7 cần có nhiều thời gian riêng tư cho những suy nghĩ, những ý tưởng, những mơ mộng của mình. Tình cảm của số 7 thuộc dạng 'sớm nắng chiều mưa', hay thay đổi bất chợt. Người khác có thể nghĩ số 7 là người lập dị. Tâm hồn của số 7 hòa nhã và đầy tình yêu thương. Tuy nhiên số 7 lựa chọn những người xung quanh rất kỹ. Số 7 có thể nhận ra những người không chân thành hay có ý định lừa gạt, lợi dụng mình, và tuy không thân quen rộng, những người số 7 đã gọi là bạn thì đều là bạn tốt và thân thiết.

 Số 7 là những người kín tiếng, thường không để lộ cảm xúc của mình cho những người mà mình không tin tưởng. Số 7 ưa tìm hiểu về người khác thật rõ trước khi có thể mở lòng mình với họ. Trong tình ái, số 7 thường đam mê mãnh liệt, biết bảo vệ mối quan hệ bằng hiểu biết, lòng tốt và sự chân tình. Số 7 là người độc lập, ưa thích sống với những quan điểm riêng, mục tiêu riêng và phương cách riêng không bị người khác xâm phạm. Điều này khiến mới nhìn qua thì số 7 có vẻ khó tiếp cận và xa cách, tuy nhiên những người đã tiếp xúc nhiều với số 7 sẽ nhanh chóng bị thu hút bởi sự thông minh, hiểu biết và sâu sắc mà số 7 thể hiện.

Nhược Điểm:

Số 7 không thích lao động tay chân và có khuynh hướng mơ mộng quá nhiều. Số 7 dễ gặp rắc rối trong công việc vì thường không chịu lắng nghe lời khuyên, thậm chí là hay làm ngược lại chỉ để thể hiện mình. Khi đã đi tới kết luận nào đó về một vấn đề, số 7 ít khi thay đổi quan điểm. Điều này làm nhiều người nghĩ số 7 là những người bảo thủ, khó thích nghi và ghét sự thay đổi.

Số 7 dễ trở thành người bi quan, logic cứng nhắc, ủy mị, giữ kẽ, dễ đi tới tranh cãi và quá tự tin vào bản thân mình mà nghĩ rằng thế giới này thật may mắn được có họ. Một người sống ở phía tiêu cực của con số Định Mệnh 7 là một người khó sống cùng vì anh ta sẽ là một người rất ích kỷ và có xu hướng cho rằng cuộc đời thật bất công với mình. Số 7 chỉ có thể thực sự phát triển được ưu điểm của con số Định Mệnh này nếu anh ta có thể vượt qua được những trở ngại trong chính bản thân mình. Những khoảng thời gian riêng tư, đơn độc rất cần cho số 7.

Ở giữa đám đông, số 7 là người thân thiện, sẵn sàng chia sẻ nguồn năng lượng và tư tưởng của mình với mọi người, nhưng số 7 lại ngần ngại để lộ những cảm xúc trong lòng và có khuynh hướng muốn rút lui khỏi sự ồn ào để trở về với thế giới riêng tư của mình. Thái độ của số 7 dễ bị coi là tách biệt, xa cách, tuy nhiên đó chỉ là vỏ bọc cho cảm giác thiếu tự tin, không yên trong lòng.

Ngay cả trong tình ái, số 7 thường thấy mình vất vả để giữ cân bằng giữa nhu cầu ở một mình và đòi hỏi cần dành thời gian cho đối phương. Sự riêng tư mà số 7 luôn mong muốn dễ trở thành cô đơn. Một số người luôn trầm tư mặc tưởng đến độ trở nên những người mơ màng, xa thực tế và có xu hướng sống trong thế giới kỳ ảo mà họ tự tạo ra.

Hay suy nghĩ và sâu sắc, số 7 là những người dễ nhận thức được khoảng trống trong lòng mình, khoảng trống được sinh ra vì nhu cầu có người khác ở bên cạnh không được đáp ứng đầy đủ. Với những người mà sự cô lập này lên tới mức nghiêm trọng, số 7 có thể trở thành người bất nhẫn, luôn nghi ngờ, có những mục đích ích kỷ cá nhân gây ảnh hưởng tiêu cực tới người xung quanh.

Lời Khuyên. Lưu ý: lời khuyên này chỉ mang tính tương đối, góp ý, nó không đúng trong mọi trường hợp

Số 7 cần biết cách xây dựng một cuộc sống hài hòa, không độc lập quá mức, không rút sâu vào vỏ ốc và đóng cửa quay lưng lại tình cảm nồng ấm của mọi người, khiến mình không thể có được tình bạn và tình yêu thực sự. Số 7 cần tránh trở nên quá ích kỷ và coi mình là trung tâm thế giới, giao tiếp với người khác cũng có thể là cái gương phản chiếu lại chính mình và quá cô lập sẽ khiến góc nhìn lẽ ra phải rộng mở của số 7 trở nên hạn hẹp và tách biệt khỏi cuộc sống. Số 7 cũng cần học cách lắng nghe tốt hơn trực giác của mình và hiểu rằng nhiều khi logic không đem lại kết quả. Số 7 nên tập trung năng lượng vào sự yên bình nội tâm, niềm tin, tri thức và đời sống tinh thần hơn là vật chất.

Cách thao túng số 7

Số 7 có đặc điểm là không muốn làm theo lời (khuyên) của người khác, thậm chí còn làm ngược lại để khẳng định mình. Bạn có thể sử dụng điểm này để thao túng số 7. Ví dụ:

Ví dụ số 7 là venus Xử Nữ. Xữ Nữ rất nhút nhát, nhiều khi yêu một người mà không dám thổ lộ. Bạn có thể nói với Xử Nữ: em nghĩ là cho dù anh có yêu thật lòng ai, anh cũng chả dám thổ lộ tình cảm đâu. Xử Nữ sẽ làm ngược lại để khẳng định mình.

Tuy nhiên, lưu ý rằng số 7 rất khôn ngoan và giỏi phân tích, cho nên họ sẽ không dại dột mà để bạn thao túng làm những việc bất lợi cho họ hoặc trái với lương tâm đâu. Ví dụ như trường hợp trên nếu xử nữ không thích bạn, bạn chả thể nào thao túng mà bắt họ tỏ tình với bạn được.

Số 8

♥ Số 8 tượng trưng cho nguyên tắc của sự chi phối, điều khiển, thành đạt và quyết định chính. Số 8 thường lễ nghi, nghiêm khắc và cứng đầu. Thoải mái trong sự đầy đủ về vật chất và những sự thật hữu hình. Số 8 có thể trở thành cực kỳ tài giỏi nếu phát triển được mối liên kết giữa tinh thần và trực giác của mình. Số 8 là một nhà lãnh đạo bẩm sinh với khả năng đạt được mục tiêu rất tốt. Số 8 cần biết cách cảm thông.

Tài năng: Kiên quyết, can đảm, tập trung và có thể tin cậy.

Thử thách: Hiếu chiến, thích chi phối, dễ nổi giận, hay phán xét, kiêu ngạo, nhẫn tâm.

Mục tiêu cá nhân: Muốn điều khiển môi trường xunh quanh, muốn được công danh và quyền lực.

Sợ hãi: Mất uy tín, bị hoàn cảnh chi phối hoặc phải ở dưới quyền những người kém tài hơn.

Nghề nghiệp: Sẽ thành công với chuyên gia, nhà kinh doanh, nhà xuất bản, người đấu thầu, kỹ sư, chuyên gia tài chính, thẩm phán.

Ưu Điểm:

Người mang con số Định Mệnh 8 có tài năng lãnh đạo, tổ chức và hướng dẫn. Số 8 nhìn xa trông rộng và có phần hơi liều lĩnh. Thực tế và ít mơ mộng, số 8 luôn bận rộn để chứng tỏ tài năng của mình trên con đường tìm kiếm giàu sang và danh vọng. Số 8 rất tham vọng và luôn có mục đích rõ rệt trong tất cả những công việc mình làm.

Ở phía tích cực, số 8 có năng lực tốt để hình thành những kế hoạch và ý tưởng có tầm nhìn xa, và cũng có sự tự tin, sức mạnh tinh thần, sự kiên quyết và khả năng độc lập để theo đuổi những kế hoạch, ý tưởng đó cho tới tận cùng. Số 8 thường tự đặt ra cho mình nhiều thử thách, rồi cố gắng hết mình để vượt qua những thử thách đó. Số 8 năng động và tự chủ, ghét phải dựa dẫm vào người khác để đạt được thành công. Với số 8, thành công là những gì mà mình phải vất vả để đạt được bằng nỗ lực, và nếu không thành công thì sẽ là thất bại, không có sự nhập nhằng giữa hai trạng thái.

Số 8 biết cách chi phối ngoại cảnh và làm tốt những công việc của mình. Số 8 có khả năng đánh giá đúng tiềm năng của người khác, và thường thì khả năng này đem lại nhiều thuận lợi cho công việc. Sự chăm chỉ của số 8 đáng được nể phục, và nó góp một phần lớn và thành công của số 8. Số 8 thực tế, luôn theo đuổi mục tiêu chính của mình một cách kiên định, và dám nắm bắt lấy cơ hội khi nó tới. Những đặc điểm này khiến số 8 có thể truyền cảm hứng công việc cho người khác, và có khả năng trở thành một người lãnh đạo giỏi.

Tiền tài và danh vọng rất quan trọng với số 8. Số 8 là mẫu người tìm mục tiêu cuộc đời cho mình ở thế giới vật chất với những mối quan ngại tập trung chủ yếu ở tiền bạc và thứ quyền lực mà nó đem lại. Với số 8, danh vọng là thứ quan trọng nhất để chứng tỏ thành công và số 8 luôn muốn những nỗ lực và thành tích của mình được công nhận. Nhiều người với con sốĐịnh Mệnh này trở thành những người tự tin, giàu có và quyền thế. Số 8 cũng dành nhiều thời gian cho ngoại hình và sức khỏe của mình, thường có khuynh hướng là những người ưa thích và giỏi thể thao.Trong quan hệ, số 8 thẳng thắn, trung thực và trước sau như một. Số 8 là người có thể và luôn sẵn sàng đảm bảo cuộc sống tốt cho bạn đời của mình.

Nhược Điểm:

Số 8 có thể yêu say mê, nhưng không phải lúc nào cũng đủ thời gian để thể hiện tình cảm của mình. Nhiều khi số 8 quá bận rộn để nhận ra rằng đối phương cần nhiều điều hơn chỉ là vật chất. Số 8 dễ quá sa đà vào tham vọng của mình mà không quan tâm đầy đủ tới những những người thân thiết xung quanh. Số 8 cũng thường kìm nén tình cảm của mình làm cho chính mình phải thấy cô độc. Người ứng với số 8 dễ bị ghen tuông hành hạ và cần tới sự trấn an thường xuyên về sự chung thủy và tận tụy. Họ là những người ẩn chứa hai thái cực tình cảm: khi thì lạnh lùng xa vắng, khi thì dịu dàng, tử tế và cảm thông.

Với những lợi ích chung của xã hội, số 8 thường thờ ơ. Ở phía tiêu cực của con số Định Mệnh này, số 8 có khuynh hướng quá gắn bó với những gì mà vật chất có thể đem lại. Những số 8 không hiểu được giá trị thực sự của tiền bạc và ý nghĩa của những điều phi vật chất dễ bị cuốn vào vòng danh lợi và nếu không cẩn thận có thể mất tất cả. Số 8 là những người dễ thành công, nhưng cũng dễ gặp phải những thất bại lớn như khuynh gia bại sản, gia đình tan vỡ…Con đường mà số 8 đi là con đường có thể dẫn tới quyền lực và giàu sang, và vì vậy cũng là con đường dễ dẫn tới sự sa ngã vì quyền lực và giàu sang là những thứ dễ cám dỗ con người.

Số 8 có thể trở thành người kiêu ngạo, nhẫn tâm, hống hách, độc đoán, cố chấp, chỉ cho mình là đúng. Số 8 có thể truyền cảm hứng, nhưng cũng có thể quá độc tài mà dập tắt đi những nỗ lực, nhiệt tình và sự sáng tạo của những người xung quanh. Điều này chỉ dẫn tới sự cô lập trong công việc, hoặc những xung đột mà những người chịu tổn thương thường là những người mà số 8 yêu quý như gia đình, người yêu, bè bạn…

Lời Khuyên. **Lưu ý**: lời khuyên này chỉ mang tính tương đối, góp ý, nó không đúng trong mọi trường hợp

Số 8 cần biết cách coi trọng suy nghĩ của người khác và không áp đặt quan điểm của mình lên mọi người. Số 8 cũng cần chú ý và quan tâm tới những người mình yêu thương. Chu cấp đầy đủ về vật chất thường không đủ để giữ được trái tim của họ. Thử thách của số 8 nằm ở việc phải giữ cân bằng giữa mục tiêu đạt được danh vọng tiền tài và sống gần gũi, hài hòa với người khác.

Cách thao túng số 8

Số 8 lễ nghi, cứng đầu, sợ mất uy tín. Chính vì vậy, số 8 đã nói A thì rất khó để số 8 nói B. Bạn có thể sử dụng điều này để thao túng số 8. Ví dụ:

Ví dụ số 8 là venus ma kết. Venus Ma Kết có đặc điểm là họ có thể yêu bạn nhưng chưa chắc họ sẽ cưới bạn. Nếu bạn yêu Venus Ma Kết bạn có thể hỏi Ma Kết: anh có yêu em không. Ma Kết có thể trả lời "có". Và bạn có thể hỏi tiếp: vậy anh có cưới em không. Nếu Ma Kết trả lời " có" thì rất khó để sau này họ đổi ý và trả lời "không" với bạn.

Tuy nhiên lòng người khó đoán, họ vẫn có thể tìm cớ này cớ nọ để đổi ý. Mặc dù vậy, cách làm này vẫn khiến họ suy nghĩ về vấn đề này và phải đưa ra câu trả lời xác đáng cho bạn. Trong trường hợp ma kết trả lời " chuyện cưới xin thì từ từ tính". Ở đây ma kết đang chừa đường lui.

Tuy nhiên số 8 rất tập trung và đáng tin cậy, do đó không thể bị bạn thao túng làm những việc bất lợi cho số 8 hoặc những việc làm trái lương tâm.

Số 9

 Số 9 tượng trưng cho nguyên tắc của triết học hay sự nhận biết vạn vật. Nó mơ mộng và cảm thấy thực sự thoải mái trong vương quốc của nghệ thuật, y học, tôn giáo, kịch, triết học và siêu hình học. Nó vừa là người thầy thuốc, vừa là người thầy giáo, luôn hoạt động vì lợi ích của người khác. Thế giới của số 9 truyền cảm, trực giác và sáng tạo. Nguồn năng lượng của nó đầy tình thương yêu, nhiệt huyết, và bao trùm lên vạn vật.

> **Tài năng**: Thấu hiểu, giao tiếp tốt, có ảnh hưởng lớn.
>
> **Thử thách**: Mất tập trung, thụ động, quá khoan dung, nhiều thói quen xấu.
>
> **Mục tiêu cá nhân**: Gây ảnh hưởng lớn, mở rộng.
>
> **Sợ hãi** : Bất cứ sự gò bó nào, không kiềm chế được tình cảm.
>
> **Nghề nghiệp**: Sẽ thành công với bộ trưởng, nhà thần bí, người chăm sóc sức khỏe, luật sư, nghệ sĩ hoặc thợ thủ công, lãnh đạo cộng đồng.

Ưu Điểm:

Số 9 giàu cảm xúc, có lòng thương người, rộng lượng và xem trọng tính nhân đạo. Những người mang con số Định Mệnh này thường đáng tin cậy, biết trọng danh dự và ít khi thành kiến với người khác. Với những người ít may mắn hơn mình, số 9 dễ động lòng trắc ẩn và sẽ giúp nếu có thể giúp được. Số 9 luôn sẵn sàng chia sẻ với mọi người năng lượng, thời gian và tiền bạc của mình, miễn là điều đó thực sự đem lại lợi ích cho ai đó, nhưng không hề mong muốn phải nhận lại được gì.

Những ngành kinh tế không phù hợp lắm với cách sống luôn luôn đầy lý tưởng của số 9, nhưng bù lại số 9 phù hợp với những ngành có tính triết lý cao như giáo viên, bác sĩ… Danh vọng, vật chất không phải là điều quá quan trọng với số 9, hơn nữa số 9 thường rất hào phóng và hễ có tiền là sẽ sử dụng ngay. Số 9 là những người không ích kỷ, quảng đại và sẵn sàng đem những gì thuộc về mình ra để giúp đỡ người khác hoặc vì lợi ích chung.

Số 9 thích đi xa và tìm hiểu những vùng đất mới. Tầm nhìn của số 9 tương đối mở, và số 9 thường nhìn được bức tranh tổng thể trước khi đi vào tiểu tiết. Số 9 có tài ăn nói, có trí tưởng tượng phong phú và khả năng sáng tạo cao, đặc biệt giỏi trong việc phát hiện ra tiềm năng và cái đẹp ở những thứ xung quanh mình. Thứ nhiệt tình của số 9 là thứ nhiệt tình được kiểm soát và số 9 có khả năng kết thúc những gì mình đã bắt đầu. Số 9 thường bị cuốn hút bởi những vị trí quan trọng về chính trị, tôn giáo hay những công việc có ích cho xã hội.

Số 9 dễ kết bạn. Người xung quanh thường bị số 9 hấp dẫn vì sự cởi mở, thân thiện và khả năng biết lăng nghe. Trong công việc, thái độ cởi mở này cùng với sự rộng lượng, hay khuyến khích và sẵn sàng giúp đỡ đem lại cho số 9 sự kính trọng, và nhiều khi là cả sự lãnh đạo.Đời sống tình cảm của số 9 sẽ thuận buồm xuôi gió nếu đối phương hiểu và chấp nhận được sự hào phóng và tốt bụng của số 9. Nếu đối phương coi trọng vật chất và danh vọng, mối quan hệ sẽ gặp nhiều rắc rối khó khăn. Số 9 nhạy cảm và yêu cuộc sống, sự thấu hiểu của họ với cuộc sống đôi hay được thể hiện dưới các hình thức nghệ thuật như âm nhạc, hội họa, văn học… Dù số 9 không có tài năng về những lĩnh vực này, chúng cũng là những sở thích lớn của số 9.

Nhược Điểm:

Sự rộng rãi, độ lượng của số 9 thường không được hiểu đúng và nhiều người nghĩ đó là ngu ngốc. Những lý tưởng và quan điểm của số 9 nếu không biết cách thể hiện dễ khiến người khác cảm thấy là ngớ ngẩn, phi thực tế và khôi hài. Những người có con số Định Mệnh này dễ bị cuộc đời làm cho thất vọng. Số 9 thường không muốn chấp nhận mặt trái của xã hội và luôn bị thôi thúc bởi mong muốn làm cho xã hội tốt đẹp hơn. Những nỗ lực này thường khiến số 9 phải đổ nhiều tâm sức, nhưng kết quả thu được phần nhiều là thất bại.

Số 9 là những người lãng mạn, nhưng tình cảm của số 9 thường không sâu vì số 9 có xu hướng tập trung vươn tới giấc mơ của mình hơn là tình ái. Khi cuộc sống của số 9 mất cân bằng, số 09 thường ủ dột, tách biệt khoặc không chịu mở lòng với người khác. Số 9 dễ trở nên dễ sợ hãi, không dứt khoát, vô ơn và dễ đổ lỗi cho người khác hoặc cho xã hội. Sống hoàn toàn toàn không ích kỷ không dễ dàng. Số 9 dễ trở nên giận dữ và có thái độ thù địch với những người mình đã từng giúp đỡ nếu để mình cảm thấy sự tốt bụng đáng được đền đáp, hoặc cảm thấy mình đã bị lợi dụng hoặc không được coi trọng. Số 9 cũng dễ trở thành những người bất mãn với cuộc sống.

Số 9 đang 'cho' vì muốn 'nhận' là những người đã đi trệch đường và cần xem lại những nguyên tắc của mình. Số 9 cũng có xu hướng dàn trải tâm huyết của mình vào quá nhiều thứ. Nếu theo đuổi vật chất, số 9 vẫn có thể thành công và đạt được thứ danh vọng tiền tài mà mình muốn, nhưng điều đó sẽ đem lại nhiều ảnh hưởng tiêu cực cho đời sống nội tâm. Ở phía tiêu cực, số 9 thường nóng tính, phi thực tế và không biết nhìn người. Đây là những người dễ bị lợi dụng và lừa gạt. Họ không ưa bị phê bình dưới bất cứ hình thức nào vì tự cao tự đại. Số 9 cũng kém về chi tiết và thường cần tới sự trợ giúp của người khác khi công việc đòi hỏi điều này.

Lời Khuyên. Lưu ý: lời khuyên này chỉ mang tính tương đối, góp ý, nó không đúng trong mọi trường hợp

Tư tưởng tốt đẹp của số 9 cần được thể hiện bằng hành động thay vì thuyết giảng. Số 9 cần hiểu rằng giúp đỡ được người khác có thể đem lại cảm giác thỏa mãn và hài lòng, phần thưởng ý nghĩa hơn bất cứ sự đền đáp nào.

Cách thao túng số 9

Số 9 giàu lòng thương hại người khác. Khi bạn nói về mình là kẻ bất hạnh, vô vọng, cân sự giúp đỡ, bạn có thể thao túng được số 9. Ví dụ:

Số 9 là venus Bạch Dương. Bạch Dương có thể có các cuộc tình chơi bời hoặc nghiêm túc. Nếu bạn yêu Bạch Dương mà bạn không hề biết Bạch Dương có thật lòng với bạn hay không, bạn có thể nói: trước khi yêu anh em cũng đã từng đau khổ vì tình nhiều lần, nhiều lúc thất vọng, vô vọng, hi vọng khi yêu anh, em sẽ không trải qua cảm giác như vậy. Với lòng trắc ẩn của mình, Bạch Dương sẽ suy nghĩ lại nếu họ không nghiêm túc với bạn.

Tuy nhiên số 9 tuy nhiệt tình giúp đỡ người khác nhưng cũng biết kiểm soát sự nhiệt tình đó của mình để không làm tổn hại cho bản thân mình. Do đó bạn đừng nên thao túng số 9 làm những việc bất lợi cho số 9 vì số 9 rất biết kiểm soát và số 9 có lòng thương người và không bao giờ làm chuyện trái lương tâm.

Số 11

♥ Số 11 tượng trưng cho nguyên lý của sự khai sáng. Nó tô lên mọi thứ sự kịch tính, hư ảo, tinh tế về nghệ thuật và chất lượng sáng lóa. Nó không thực sự thực tế, nhưng đi tìm những tư tưởng mới trong cách nhìn và triết lý độc nhất vô nhị của mình. Nguồn năng lượng của nó rất khỏe, mạnh mẽ, hay thay đổi, dao động giữa hai thái cực đối lập và huyền ảo.

Tài năng: Tìm đến những sự thật thiêng liêng, biến đổi, thơ mộng, lãng mạn.

Thử thách: Mơ tưởng, cô lập, dị ứng nhiều hoàn cảnh, dễ bị kích động quá mức

Mục tiêu cá nhân : Sống cuộc sống của giấc mơ.

Sợ hãi: Vất vả, bị cấm đoán, xấu xí, buồn chán.

Nghề nghiệp: Sẽ thành công với ngôi sao, nhà thơ, nhà sáng chế, nhà tâm lý, bộ trưởng, nhà thiết kế, người đẹp, nhà huyền bí.

Ưu Điểm:

Người mang con số Định Mệnh 11 có khả năng trở thành một người hòa giải tốt. Sức mạnh của số 11 đến từ khả năng lắng nghe và thấu hiểu. Số 11 sắc sảo và nhạy cảm, đồng thời dễ dàng đồng cảm với người khác và thường đặt lợi ích của người khác lên trên lợi ích cá nhân. Số 11 là những người có nguồn năng lượng sống dồi dào và có thể truyền ngọn lửa nhiệt tình hừng hực cho những người xung quanh mà ngay cả chính bản thân mình cũng không nhận ra. Sức sống cuồn cuộn chảy trong số 11 một cách tự phát. Điều này cho số 11 năng lực để thay đổi cuộc sống của mình, nhưng đôi khi cũng đem lại những xung đột nội tâm.

Số 11 có đời sống tinh thần phong phú, những ý tưởng, tư duy, sự thấu hiểu tới với số 11 một cách dễ dàng, không phải gò bó, cưỡng ép. Dường như với số 11, luôn có một cây cầu nối giữa ý thức và vô thức, khiến số 11 luôn có trực giác tốt và khả năng sáng tạo cao. Số 11 dễ bị cuốn hút bởi những đề tài về văn hóa, tôn giáo hoặc những điều bí ẩn. Số 11 nhận thức mình rất rõ và là người hiểu được sự đặc biệt của mình.

Lịch thiệp, khôn kéo, kiên trì và sẵn sàng hợp tác, số 11 hoạt động tốt trong môi trường làm việc nhóm và biết cách để tạo ra sự hòa hợp giữa những ý tưởng trái ngược nhau. Số 11 có suy nghĩ và hành động rất cởi mở, có thể chấp nhận nhiều luồng tư tưởng, đồng thời cũng rất trung thực, khiêm tốn và nhã nhặn. Số 11 hơn những con số khác ở mọi hoạt động mang tính cộng đồng, vì có thể tiếp xúc và hòa đồng rất tốt. Phong cách ứng xử tế nhị và khéo léo là điểm nổi bật của số 11 trong các mối quan hệ, và nhờ vậy, số 11 không phải là người nắm vai trò lấn át hoặc chi phối một nhóm người mà là người bảo vệ sự hài hòa và hợp tác của nhóm.

Số 11 luôn mong muốn đạt được sự chính xác, và thậm chí là sự hoàn hảo trong mọi việc mình làm. Số 11 có trực giác tốt, suy nghĩ cấp tiến, có lý tưởng và biết nhìn xa. Số 11 có tài ngoại giao nhờ biết sử dụng khả năng thuyết phục hơn là tìm mọi cách để đặt được mục đích của mình. Những rắc rối khó khăn được số 11 giải quyết một cách uyển chuyển và dựa nhiều vào tài ngoại giao hơn là sức mạnh tiền tài, địa vị. Có thể số 11 không phải là một người lãnh đạo, nhưng số 11 lại là một người tài.Trong quan hệ, số 11 tinh tế và nồng nhiệt, luôn nhận thức và thỏa mãn được nhu cầu của đối phương. Tuy nhiên nếu cảm thấy mình bị đối xử tệ bạc hoặc phản bội, số 11 sẵn sàng phản ứng lại một cách dữ dội và nhiều khi là oán hận. Số 11 biết thưởng thức cái đẹp và có khiếu hài hước, điều này khiến nhiều người thích làm bạn với số 11.

Nhược Điểm:

Sự tinh tế và nhạy cảm của Số 11 vừa là điểm mạnh, vừa là điểm yếu bởi trong khi nó giúp số 11 hiểu và cảm thông được với người khác, nó cũng có thể khiến anh ta không vận dụng được hết năng lực của mình. Nó khiến số 11 nhút nhát, ngại đối đầu thực tế và không có tính quả quyết, khó đi đến quyết định. Nó khiến lòng tự tôn của số 11 vừa mỏng manh vừa dễ vỡ trước ánh mắt và những lời nhận xét tiêu cực. Vì dễ bị tổn thương, số 11 có khuynh hướng che dấu, không để lộ những suy nghĩ thầm kín và không dám nói lên ý kiến của mình.

Tài năng của số 11 là con dao hai lưỡi. Số 11 dễ bị sa lầy vào sự tự kiểm điểm, tự phê phán bản thân. Điều này khiến số 11 tuy thường thành đạt hơn người khác nhưng quá trình phát triển của số 11 diễn ra chậm hơn nhiều. Sự bức bối, nản lòng là cảm xúc hay thấy ở số 11 vì số 11 thường mong đợi rất cao ở bản thân mình. Những mong đợi đó không phải là lúc nào cũng thực tế, số 11 có thể thiết kế cả tòa nhà chọc trời trong khi những gì cần thiết lại chỉ là một ngôi nhà nhỏ. Ý tưởng của số 11 nhiều khi mơ mộng và viển vông thay vì tìm đến giải pháp có tính khả thi cho những vấn đề của họ.

Số 11 cũng dễ suy sụp và mất phương hướng nếu không tự hiểu được chính mình. Số 11 có nhiều tham vọng hướng tới những điều lớn lao và khả năng để đạt được chúng, nhưng nếu không thể tự tin thì những mong muốn đó sẽ thất bại.Trong quan hệ, số 11 đòi hỏi cao ở chính mình và đối phương. Số 11 dễ gặp phải những trải nghiệm đem lại sự thất vọng nặng nề, làm họ mất cân bằng với những cảm xúc tiêu cực và tự trách móc chính mình.

Lời Khuyên. Lưu ý: lời khuyên này chỉ mang tính tương đối, góp ý, nó không đúng trong mọi trường hợp

Số 11 nên tìm đến những môi trường hài hòa, nghe nhạc nhẹ, thiết lập một chế độ ăn uống lành mạnh để giữ sự thanh bình và cân bằng trong cuộc sống. Số 11 cần tìm được điểm chung giữa những ý tưởng mơ mộng và đời thực. Mang nhiều đặc điểm tốt đẹp của số 2, thậm chí ở mức cao hơn, nhưng số 11 cần nỗ lực hơn nhiều để phát huy những đặc điểm đó trước khi chúng thực sự có tác dụng trong cuộc sống.

Cách thao túng số 11

Số 11 thích lãng mạn, thơ mộng, kịch tính, hư ảo. Để thao túng số 11, bạn có thể tạo ra những kịch tính, hoặc đặt số 11 vào thế sự đã rồi. Ví dụ:

Số 11 là venus Song Ngư. Song Ngư có thể yêu bạn mà không dám thổ lộ tình cảm với bạn. Bạn có thể mời 1 nhóm bạn đi ăn với Song Ngư. Đến khi dự tiệc thì giả vờ nói đám bạn đó có việc không đi được, chỉ có 2 người ăn. Số 11 rất muốn có những cái kịch tính như thế này.

Tuy nhiên số 11 luôn muốn đạt được sự chính xác trong mọi việc mình làm, nên rất khó để thao túng số 11 làm những việc bất lợi cho số 11. Số 11 cũng có lòng trắc ẩn cao nên không thể thao túng số 11 làm những việc trái lương tâm.

Số 22

Số 22 tượng trưng cho nguyên tắc của sự chính xác và cân bằng. Khi nó nhận thức được khả năng của mình như một người xây dựng tài giỏi, nó có thể đạt được những điều tưởng chừng như không thể. Số 22 có thể biến những giấc mơ hoài bão nhất trở thành hiện thực. Có thể nói nó là số thành công nhất trong tất cả các số. Nó có được sự sáng suốt đầy cảm hứng của số 11, kết hợp với bản tính thực tế và cẩn thận của số 4. Nó không có giới hạn, nhưng lại rất kỷ luật. Số 22 nhìn thấy những gì căn nguyên nhất và đưa nó vào hiện thực. Nó có nhiều ý tưởng, nhiều kế hoạch lớn, có lý tưởng, có tài lãnh đạo và lòng tự tin vững mạnh.

Tài năng: Truyền cảm hứng cho người khác, trực giác, thực tế.

Mục tiêu cá nhân: Hòa nhập những tính cách trái ngược trong mình và đưa những cảm hứng và ý tưởng vào hiện thực.

Sợ hãi : Thua cuộc.

Nghề nghiệp: Sẽ thành công với chính trị gia, người kinh doanh, luật sư, người quản trị.

Ưu Điểm:

Số 22 là con số mạnh mẽ và quyền lực nhất trong tất cả các con số Định Mệnh. Người mang số 22 có nhiều tài năng thiên bẩm và có thể thành công trong nhiều lĩnh vực của cuộc sống. Tài năng của số 22 phụ thuộc nhiều vào lý tưởng và tâm nhìn của số 22, sẽ hoạt động được tốt nhất nếu số 22 biết sử dụng chúng để lôi kéo người khác cùng hướng tới mục tiêu của mình. Mục tiêu của số 22 thường lớn lao và đòi hỏi phải có những cải cách, đột phá để thực hiện. Nhờ có thể hòa hợp giữa tính thực tế và những ý tưởng sáng tạo tưởng chừng như viển vông, mục tiêu của số 22 có tính khả thi cao.

Có thể nói rằng số 22 là con người mơ mộng với đôi chân đặt trên mặt đất. Số 22 là những người có nguồn năng lượng sống dồi dào và có thể truyền ngọn lửa nhiệt tình hừng hực cho những người xung quanh mà ngay cả chính bản thân mình cũng không nhận ra. Sức sống cuồn cuộn chảy trong số 22 một cách tự phát. Số 22 có đời sống tinh thần phong phú, những ý tưởng, tư duy, sự thấu hiểu tới với số 22 một cách dễ dàng, không phải gò bó, cưỡng ép. Dường như với số 22, luôn có một cây cầu nối giữa ý thức và vô thức, khiến số 22 luôn có trực giác tốt và khả năng sáng tạo cao.

Số 22 có khả năng sửa chữa và xây dựng những vấn đề trong cuộc sống. Số 22 thẳng thắn, thực tế, đáng tin cậy và ít khi mơ mộng hão huyền. Tài năng của số 22 nằm ở việc sắp xếp, tổ chức và lên kế hoạch nhờ có thể nhìn nhận mọi điều một cách thực tế và hợp tình hợp lý. Nếu thực sự muốn và quyết tâm, số 22 có thể biến những kế hoạch tưởng chừng như viễn tưởng nhất trở thành hiện thực. Giỏi kinh doanh và chính trị, số 22 có khả năng nắm bắt được những tình huống có phạm vi lớn và có thể đưa ra được những phương án hành động tốt. Số 22 biết cách nhìn ra tiềm năng của một ý tưởng cũng như nhận ra bằng trực giác những giới hạn của ý tưởng đó. Nhờ vậy những phương thức mà số 22 đưa ra để thực hiện ý tưởng thường dễ dẫn tới thành công.Trong quan hệ, số 22 là người bạn, người tình kiên định. Số 22 có thể đưa ra những lời khuyên sáng suốt cũng như là chỗ dựa vững chắc và tinh thần.

Nhược Điểm:

Yếu điểm lớn nhất của số 22 là số 22 thường có ít niềm tin với người khác, và vì vậy có khuynh hướng giành lấy quyền kiểm soát tình thế và nhiều khi có ý muốn chi phối người khác. Số 22 khao khát quyền lực và có thể bị cuốn theo quyền lực. Điều này không tốt cho số 22 khi nó có thể khiến số 22 không kiểm soát được cái tôi của mình. Số 22 nên khiêm tốn và biết ơn những gì bạn có. Số 22 nên thử làm việc một mình mà không sử dụng đến quyền lực để tạo sự nổi trội. Số 22 nên hiểu quyền lực không phải là quan trọng nhất. Số 22 có thể lười biếng hơn nhiều người.

Lời Khuyên. Lưu ý: lời khuyên này chỉ mang tính tương đối, góp ý, nó không đúng trong mọi trường hợp

Số 22 cần học cách chia sẻ những ý tưởng, tầm nhìn của mình và để người khác cùng đóng góp. Số 22 không nên chỉ sử dụng tài năng của mình cho những mục đích ích kỷ cá nhân nhỏ bé. Quay lưng lại với những mục tiêu lớn lao sẽ khiến số 22 phát sinh ra những cảm xúc tiêu cực và cuộc sống mất đi sự cân bằng.

Cách thao túng số 22

Số 22 luôn kiểm soát mọi thứ. Để thao túng số 22, bạn có thể dung phương pháp là mớm cho họ một kết quả nào đó. Ví dụ:

Số 22 là venus ma kết. Venus Ma Kết có thể yêu bạn nhưng chưa chắc cưới bạn. Nếu bạn là người yêu của Ma Kết, bạn có thể nói: bạn em chuẩn bị đám cưới đấy, khi nào mình cưới anh. Bạn mớm cho Ma Kết một ý nghĩ. Có thể Ma Kết sẽ trả lời sắp cưới hoặc chưa cưới, nhưng ít nhiều, bạn đang khiến venus ma kết phải suy nghĩ về điều này.

Tuy nhiên số 22 rất thực tế và kỉ luật, do đó không dễ để bạn thao túng số 22 làm những việc bất lợi cho số 22 hoặc những việc làm trái lương tâm đâu.

Số 33

♥Số 33 là người yêu thương và quan tâm, có xu hướng đặt nhu cầu người khác lên trên nhu cầu bản thân. Số 33 có trách nhiệm và đáng tin cậy, đề cao sự công bằng và trung thực. Trách nhiệm sẽ theo số 33 suốt cuộc đời và đôi khi số 33 cảm thấy có chút gánh nặng.

Tài năng: chăm lo giúp đỡ người khác, sáng tạo, nghệ thuật

Mục tiêu cá nhân: cho đi, vị tha, yêu thương, hỗ trợ,

Sợ hãi: Không được yêu thương

Nghề nghiệp: thành giáo viên suất sắc, bác sĩ, nhân viên cố vấn, nghệ sĩ, nhà thiết kế, nông dân

Ưu điểm:

Số 33 có thể tìm thấy hoặc không tìm thấy cơ hội phát huy hết tiềm năng của mình. Dù có cơ hội đó hay không, số 33 vẫn có tầm ảnh hưởng đến người khác. Những người có Đường đời số 33 rất hiểu biết, trực giác và ước mơ của họ rất sống động và khá mãnh liệt, khiến trải nghiệm cuộc sống của họ trở nên gợi mở và sáng suốt về bản chất. Sự hài hoà và vẻ đẹp luôn nằm trong danh sách ưu tiên của số 33.

Số 33 nhạy cảm về cảm xúc. Số 33 có tính sáng tạo, nghệ thuật trong mọi lĩnh vực của cuộc sống, đặc biệt những lĩnh vực về tạo hình …. Số 33 cũng có thể trở thành doanh nhân tài năng và có thể làm việc một cách có phương pháp để đạt được mục tiêu.

Số 33 có thể tư vấn, giúp chữa lành vết thương cho người khác. Số 33 có tình yêu sâu sắc với con cái. Số 33 thường lý tưởng hoá nhiều thứ, chủ yếu liên quan đến hôn nhân, tình bạn, tình người. Số 33 có ý thức mạnh mẽ cam kết và chung thuỷ trong mối quan hệ lãng mạn, đồng thời hình thành mối liên hệ tình cảm sâu sắc với người mình yêu. Số 33 cần nửa kia cũng là người yêu thương và đồng cảm như họ. Khả năng tự nhiên của số 33 là đem lại sự thoải mái, ấm áp, xoa dịu sự tổn thương của người khác. Số 33 thường nhận được tình yêu và sự đánh giá cao.

Số 33 có thể thành công trong kinh doanh, đặc biệt những việc cần giao tiếp với nhiều người. Số 33 rất quyến rũ và lôi cuốn, điều này thu hút mọi người và hỗ trợ số 33 khi cần. Sức hút của số 33 có thể giúp số 33 nổi trội trong thế giới kinh doanh. Nhưng công việc kinh doanh mà số 33 theo đuổi thường là những công việc từ thiện hoặc phục vụ người khác.

Nhược điểm:

Đôi khi nhu cầu hi sinh vì người khác cản trở thành công của số 33. Số 33 có tài năng âm nhạc, sáng tạo nhưng tài năng của số 33 đôi khi không được phát triển hoặc bị kìm hãm do số 33 có xu hướng hi sinh thời gian và niềm vui của mình để phục vụ người khác.

Số 33 đôi khi tự giới hạn chính mình trong nhiều hoạt động. Khả năng sáng tạo của số 33 có thể bị kìm hãm vì số 33 không đánh giá cao tài năng của mình. Số 33 không phải là không xuất sắc trong lĩnh vực này, thậm chí ngược lại, nếu nỗ lực, số 33 sẽ thành công trong lĩnh vực này. Số 33 cần học cách sử dụng tài năng của bản thân, chấp nhận nhu cầu thể hiện mình để phát huy tài năng.

Số 33 được ngưỡng mộ, yêu mến nhưng điều này có thể khiến số 33 bối rối. Số 33 khiêm tốn nhưng lại có một niềm kiêu hãnh sâu sắc. Số 33 không nên để bản thân chịu áp lực vì cố kiểm soát mọi thứ. Thay vào đó, hãy để mọi người đáp lại sự giúp đỡ của số 33.

Số 33 cầu toàn và thích phê phán. Điều này khiến số 33 muốn cải thiện mọi thứ khiến số 33 trở nên hơi cứng nhắc và chính xác. Số 33 luôn muốn biến mọi thứ trở nên tốt đẹp nhưng khi gặp phải thất bại, họ khá thất vọng.

Số 33 nên cẩn thận đừng để tình cảm ảnh hưởng đến quyết định, đặc biệt những quyết định liên quan đến việc chọn bạn đời.

Lời khuyên. Lưu ý: lời khuyên này chỉ mang tính tương đối, góp ý, nó không đúng trong mọi trường hợp

Hãy đảm nhận vai trò là người nuôi dưỡng nhưng hãy nhớ chăm sóc bản thân. Hãy phấn đấu để đạt được sự vĩ đại nhưng đừng quá cầu toàn. Hãy thể hiện bản thân một cách trung thực vì bạn là một nghệ sĩ thực thụ. Trách nhiệm là quan trọng đừng gánh vác nhiều hơn sức lực của mình.

Cách thao túng số 33

Số 33 luôn giúp đỡ người khác, cho đi và vị tha. Muốn thao túng số 33, mới đầu bạn nhờ 1 việc khó, sau đó nhờ việc dễ hơn. Ví dụ:

Số 33 là venus Xử Nữ. Xử Nữ rất kén chọn. Giả sử bạn tán Xử Nữ mà Xử Nữ vẫn chần chừ chưa yêu bạn, bạn có thể nói: hay là mình yêu nhau thử 5 tháng, xem có hợp nhau không, nếu không hợp thì chia tay. Nếu Xử Nữ vẫn chần chừ: thôi được rồi, yêu thử một tháng thôi cũng được. Người ta thường ngại khi từ chối người khác nhiều lần, đặc biệt khi người đó có lòng trắc ẩn cao.

Tuy nhiên số 33 cầu toàn và luôn muốn mọi thứ chính xác, do đó rất khó để bạn thao túng số 33 làm những việc trái lương tâm hoặc những việc bất lợi cho số 33.

FREE Publishing

Chương 2

MBTI. NẾU LÀM TRÁI NGÀNH NGHỀ, CHƯƠNG NÀY DÀNH CHO BẠN

LÀM ƠN CHIA SẺ SÁCH NÀY CHO 20 NGƯỜI...
THÔI ĐƯỢC RỒI! CHỈ CẦN 1 NGƯỜI LÀ TÁC
GIẢ VUI RỒI. CẢM ƠN

Kính thưa quý đọc giả

MBTI (Myers-Briggs Type Indicator) được phát triển gần 60 năm trước đây bởi Katharine Cook Briggs và con gái của bà – Isabel Briggs Myers. Cùng với sự hợp tác đắc lực của nhà tâm lý học nổi tiếng người Thuỵ Sỹ, Carl G. Jung.

MBTI ban đầu được tạo dựng để mọi người có thể đưa ra những quyết định lựa chọn nghề nghiệp thông minh và giúp đỡ mọi người hiểu được sự khác biệt của các dạng tính cách thông thường. Sau nhiều năm được nghiên cứu và phát triển thêm, MBTI được xem là công cụ phân loại tính cách chính xác nhất và được sử dụng phổ biến nhất hiện nay. MBTI đã được dịch ra khoảng 30 ngôn ngữ và cứ mỗi năm trên thế giới lại có hàng triệu người làm trắc nghiệm MBTI để hiểu thêm về tính cách của bản thân. Nhiều nhà tuyển dụng, các tập đoàn đa quốc gia cũng áp dụng xen kẽ trắc nghiệm MBTI trong các câu hỏi để phân loại và phát triển nhân viên, ứng cử viên nhắm tối ưu nguồn nhân lực.

MBTI là phương pháp dùng để phân loại tính cách con người với 4 tiêu chí phân loại:

1/ XU HƯỚNG TỰ NHIÊN: Extraversion (E-Hướng ngoại) / Introversion (I-Hướng nội)
Đây là 2 xu hướng đối lập thể hiện xu hướng ứng xử với thế giới bên ngoài.

- **Hướng ngoại** – hướng về thế giới bên ngoài gồm các hoạt động, con người, đồ vật.
- **Hướng nội** – hướng vào nội tâm, bao gồm ý nghĩ, tư tưởng, trí tưởng tượng.

Đây là 2 mặt đối lập nhưng bổ sung lẫn nhau. Tuy nhiên, một mặt sẽ chiếm ưu thế trong việc phát triển tính cách và ảnh hưởng đến cách ứng xử.

2/ TÌM HIỂU VÀ NHẬN THỨC THẾ GIỚI: Sensing (S-Giác quan) / iNtuition (N - Trực giác)

Đây là 2 xu hướng đối lập nhau về cách chúng ta tiếp nhận thông tin từ thế giới bên ngoài.

- **Trung tâm "Giác quan"** trong não bộ chú ý đến các chi tiết liên quan đến hình ảnh, âm thanh, mùi vị… của hiện tại được đưa đến từ 5 giác quan của cơ thể. Nó phân loại, sắp xếp và ghi nhận những chi tiết của các sự kiện thực tế đang diễn ra. Nó cũng cung cấp các thông tin chi tiết của các sự kiện đã xảy ra trong quá khứ.
- **Trung tâm "Trực giác"** của não bộ chịu trách nhiệm tìm hiểu, diễn dịch, và hình thành các *mô hình* từ thông tin thu thập được; sắp xếp các *mô hình* và liên hệ chúng với nhau. Nó giúp cho não bộ suy đoán các khả năng và tiên đoán tương lai.

3/ QUYẾT ĐỊNH VÀ CHỌN LỰA: *Thinking* (T- Lý trí) / *Feeling* (F- Tình cảm)

Đây là 2 xu hướng đối lập về cách chúng ta đưa ra quyết định và lựa chọn của mình.

- **Phần lý trí** trong não bộ con người phân tích thông tin một cách khách quan, làm việc dựa trên đúng/sai, suy luận và đưa ra kết luận một cách có hệ thống. Nó là bản chất logic của con người.
- Phần cảm giác của não bộ đưa ra quyết định dựa trên xem xét tổng thể; yêu/ghét; tác động qua lại lẫn nhau; và các giá trị nhân đạo hay thẩm mỹ. Đó là bản chất chủ quan của con người.

4/ CÁCH THỨC HÀNH ĐỘNG: *Judging* (J-Nguyên tắc) / *Perceiving(P-Linh hoạt)*

Đây là cách thức mà mỗi người lựa chọn để tác động tới thế giới bên ngoài.

- **Nguyên tắc:** tiếp cận thế giới một cách có kế hoạch, có tổ chức, có chuẩn bị, quyết định và đạt đến một kết cục rõ ràng.
- **Linh hoạt:** tiếp cận thế giới một cách tự nhiên, tìm cách thích nghi với hoàn cảnh, thích một kết cục bỏ ngỏ, chấp nhận những cơ hội mới, và chấp nhận thay đổi kế hoạch.

ĐẶC ĐIỂM CHUNG

I – INTROVERSION – (HƯỚNG NỘI)

- Suy nghĩ và cân nhắc kỹ lưỡng trước khi hành động
- Cần có một khoảng thời gian riêng tư đáng kể để nạp năng lượng
- Hứng thú với đời sống nội tâm, đôi khi tự cô lập với thế giới bên ngoài
- Thích nói chuyện riêng tư 2 người.
- Hiếm khi chủ động xin ý kiến của người khác

E – EXTRAVERSION– (HƯỚNG NGOẠI)

- Hành động trước hết, suy nghĩ và cân nhắc sau
- Cảm thấy khổ sở nếu bị cách ly với thế giới bên ngoài
- Hứng thú với con người và sự việc xung quanh
- Quảng giao, thích tiếp xúc với nhiều người
- Dễ bắt chuyện

S – SENSING – (CẢM GIÁC)

- Sống với hiện tại
- Thích các giải pháp đơn giản và thực tế
- Có trí nhớ tốt về các chi tiết của những sự kiện trong quá khứ
- Giỏi áp dụng kinh nghiệm
- Thoải mái với những thông tin rõ ràng và chắc chắn

N – INTUITION – (TRỰC GIÁC)

- Hay nghĩ đến tương lai
- Sử dụng trí tưởng tượng, hay sáng tạo ra những khả năng mới
- Thường chỉ nhớ đến ý chính và các mối liên hệ
- Giỏi vận dụng lý thuyết
- Thoải mái với sự nhập nhằng, hay những thông tin không rõ ràng

T – THINKING – (LÝ TRÍ)

- Luôn tìm kiếm sự kiện và tính logic để đưa ra kết luận
- Có xu hướng để tâm đến các nhiệm vụ, công việc cần phải hoàn thành
- Dễ dàng đưa ra những phân tích thấu đáo và khách quan
- Chấp nhận xung đột là một phần tự nhiên trong mối quan hệ giữa người với người.

F – FEELING – (TÌNH CẢM)

- Xem xét cảm xúc cá nhân và ảnh hưởng của một quyết định lên người khác trước khi đưa ra quyết định đó.
- Nhạy cảm với những nhu cầu và phản ứng của người khác.
- Tìm kiếm sự nhất trí và ý kiến của số đông.
- Khó xử khi có xung đột; hoặc có phản ứng tiêu cực khi xảy ra bất hòa.

J – JUDGING – (NGUYÊN TẮC)

- Có kế hoạch chu đáo trước khi hành động
- Tập trung vào các hoạt động có tính nhiệm vụ, hoàn tất các công đoạn quan trọng trước khi tiếp tục
- Làm việc tốt nhất và không bị stress khi hoàn thành công việc trước thời hạn
- Tự đặt ra mục tiêu, thời hạn, và các chuẩn mực để quản lý cuộc sống

P – PERCEIVING – (LINH HOẠT)

- Có thể hành động mà không cần lập kế hoạch; lập kế hoach tùy theo tình hình
- Thích làm nhiều việc cùng lúc, thích sự đa dạng, có thể vừa làm vừa chơi
- Chịu sức ép tốt, làm việc hiệu quả nhất khi công việc gần hết hạn
- Tìm cách tránh né cam kết nếu nó ảnh hưởng đến sự linh động, sự tự do và da dạng của bản thân

- **Drivers – Lôi kéo:**   **INFJ, INFP, INTJ, INTP**
- **Expressives – Biểu thị:**   **ENFJ, ENFP, ENTJ, ENTP**
- **Amiables – Dễ kết thân:**   **ISTJ, ISFJ, ISTP, ISFP**
- **Analyticals – Phân tích:**   **ESTJ, ESFJ, ESTP, ESFP**

Một số điểm lưu ý:

1/ **Với một số người, chắc chắn rằng sẽ chẳng bao giờ có thứ gì miêu tả chính xác về họ… kể cả trắc nghiệm MBTI.** Lý do là vì họ chỉ đi tìm, chỉ trả lời theo cái mà họ muốn chứ không phải là cái mà họ đang thực có, đang là như vậy.

2/ Một vài bạn thấy mình thường bị dao động bởi kết quả của các cặp xu hướng (chỉ thay đổi duy nhất 1 chữ cái trong tên của kết quả). **Đó là vì ai cũng có đủ cả 4 cặp xu hướng: [E/I], [N/S], [T/F], [J/P], quan trọng là bạn thường xuyên sử dụng khuynh hướng nào nhiều hơn mà thôi.** Bạn Feeling [F] không có nghĩa là bạn không có Thinking [T]. Bạn Nguyên Tắc [J] không có nghĩa là bạn không Linh Hoạt [P] và ngược lại. Đây là điều rất bình thường. Chúng ta nên làm nhiều lần để cho ra kết quả khách quan nhất.

3/ Bài trắc nghiệm nghiêm túc này không dành cho người chưa trưởng thành về mặt tâm lý bởi nếu áp dụng sẽ cho ra kết quả không đúng. **Hãy làm trắc nghiệm trong lúc tinh thần ổn định và thoải mái nhất** – không bị vướng bận thời gian cũng là một ưu tiên (làm với tâm trạng như khi đi nghỉ mát, du lịch và tận hưởng). **Trả lời trung thực với bản thân**, với kết quả mà bạn cho là miêu tả gần đúng với mình nhất bởi vì đừng sợ hay mắc cỡ – chắc chắn rằng sẽ không có ai dòm ngó câu trả lời của bạn mà đánh giá hay trêu chọc để rồi bạn tự trả lời sai sự thật.

Nếu cảm thấy đang bị áp lực với nhiều thứ suy nghĩ trong cuộc sống thì đừng làm, hãy dời lại lúc khác. Để kiểm tra tính chính xác của kết quả khi làm lại lần thứ 2, 3 hoặc những lần khác thì hãy đợi 1 thời gian khoảng 1 – 2 tuần, đừng làm trắc nghiệm này liên tục trong thời gian ngắn để tìm kiếm kết quả chắc chắn nhất – vì nó sẽ sai.

4/ Các yếu tố được đề cập ở trên tuy trái ngược nhau nhưng chỉ nhằm thể hiện sự khác nhau giữa con người và không có yếu tố nào tốt hơn các yếu tố còn lại. Và tên gọi của 16 nhóm dưới đây không ảnh hưởng và xác định xu hướng nghề nghiệp như nhiều bạn lầm tưởng. Chính xác đó chỉ là 1 tên gọi chung để xác định nhóm tính cách. Ví như bạn làm trắc nghiệm cho ra kết quả Nhà Khoa Học thì không nhất thiết bạn phải cố gắng để trở thành nhà khoa học cho đúng tên gọi của nhóm đó. Tên gọi các nhóm được đặt theo những tiêu chuẩn khác nhau và cũng chỉ mang tính tương đối.

Tác dụng của MBTI:

– MBTI giúp nhận dạng một số tính cách, cá tính, tâm lý (khám phá bản thân).

– MBTI giúp chúng ta tổ chức, sắp xếp các cá nhân lại với nhau để tạo nên một tập thể gắn kết, làm việc hiệu quả.

– Các công ty thường dùng công cụ MBTI để kiểm tra tính cách của các ứng viên tuyển dụng, xem thử ứng viên có thích hợp với công việc mà công ty giao hay không.

– MBTI phục vụ cho mục đích hướng nghiệp.

Kết Quả

INTJ: The Scientist – Nhà Khoa Học

Hướng nội – Trực giác – Lý trí – Nguyên Tắc

Những người thuộc nhóm INTJ có lối sống chủ đạo là trực giác nội tâm, ở đó họ tiếp nhận mọi thứ chủ yếu dựa vào trực giác.

Ngoài ra, INTJ còn có một lối sống thứ hai thiên về tư duy hướng ngoại, ở đó họ giải quyết mọi việc dựa vào lý trí suy luận logic.

* Mô Tả Chung:

Đối với người ngoài, INTJ có phong thái đĩnh đạc, tự tin. Sự tự tin này, đôi khi có thể bị lầm tưởng là ngạo mạn bởi những người ít quyết đoán hơn., nhưng thực tế họ đó không phải là bản chất của họ. Nguồn gốc của sự tự tin này nằm ở một hệ thống kiến thức đã được "chuyên môn hóa" mà phần lớn các INTJ đã bắt đầu xây dựng cho mình từ rất sớm.

Một khi có liên quan đến lĩnh vực chuyên môn của họ – mà INTJ có thể có rất nhiều – họ có thể trả lời ngay cho bạn biết họ có thể giúp đỡ bạn hay không, và nếu được thì bằng cách nào. INTJ biết họ biết gì, và có lẽ quan trọng hơn là biết họ không biết gì.

INTJ cũng là những người cầu toàn, với một khả năng có vẻ như không giới hạn để hoàn thiện những gì mà họ quan tâm. Và điều duy nhất có thể ngăn cản INTJ đeo đuổi sự hoàn thiện chính là cái nguyên tắc rất đặc trưng của họ, là tiêu chuẩn mà họ áp dụng vào tất cả mọi sự – từ nghiên cứu của riêng họ cho đến các chuẩn mực của xã hội: "Việc đó có hiệu quả không?" Tiêu chuẩn này làm cho họ có những ý kiến rất độc lập, không lệ thuộc vào quyền lực, tục lệ, hoặc tình cảm.

INTJ thường được biết đến như là những người "xây dựng hệ thống" vì trong tính cách của họ có sự kết hợp đặc biệt giữa trí tưởng tượng và sự chắc chắn. INTJ xem những hệ thống mà họ làm việc với như là của riêng họ; và tính cầu toàn và bất chấp những người có thẩm quyền có thể làm ảnh hưởng đến công việc, vì INTJ là người không dễ tha thứ cho người khác và cho chính bản thân họ.

Tất cả những ai bị họ xem là lười biếng hay thiếu nhiệt tình trong công việc đều dần dần mất sự tôn trọng bởi họ. INTJ cũng dám quyết định những việc quan trọng mà không tham khảo ý kiến của cấp trên hay đồng nghiệp. Mặt khác, INTJ là cũng rất chu đáo và công bằng khi ghi nhận những đóng góp của người khác vào công việc, và có năng khiếu nắm bắt các cơ hội mà nhiều người khác không nhìn thấy.

Nói chung INTJ thường có xu hướng làm những việc mà họ biết rõ. Nghề nghiệp mà họ thường lựa chọn là kỹ sư hoặc nghiên cứu khoa học, nhưng có thể thấy họ ở bất cứ công việc nào đòi hỏi trí tưởng tượng và sự chắc chắn. INTJ cũng có thể tham gia các vị trí quản lý nếu họ dành thời gian để marketing các khả năng sẵn có của họ cũng như để hoàn thiện chúng. Đối với một vài INTJ, có lẽ sẽ tốt hơn nếu họ giảm bớt tính lập dị của họ.

Quan hệ các nhân, đặc biệt là chuyện tình cảm là điểm yếu của INTJ. Trong khi họ có khả năng quan tâm sâu sắc đến người khác (thông thường là một số nhỏ, có chọn lọc) và muốn dành thời gian đáng kể để củng cố các mối quan hệ đó, kiến thức và sự tự tin đã làm cho họ thành công trong các lĩnh vực khác lại cản trở họ. Điều này xảy ra một phần vì phần lớn INTJ không nắm được các quy tắc của xã hội.

Điển hình như không hiểu hoặc thiếu kiên nhẫn với các việc như tán tỉnh hoặc nói chuyện phiếm. Thêm vào đó, INTJ là những người rất kín đáo và trầm tĩnh nên dễ bị hiểu nhầm. Và nguyên nhân chính có lẽ là INTJ lúc nào cũng muốn người khác phải "hợp lý". Tương tự như nhóm EF lúc nào cũng muốn người khác phải tình cảm, mùi mẫn thì INTJ lúc nào cũng nghĩ – cũng muốn người khác phải rõ ràng, hợp lý.

Có lẽ điểm mạnh duy nhất của các INTJ trong quan hệ với người khác là trực giác của họ và mong muốn "hoàn thiện" một quan hệ nào đó. Mặc dù cũng giống như các nhóm T khác, họ đồng cảm hơn những người thuộc nhóm F, tuy nhiên một trực giác tốt rất có ích cho họ. Khả năng này có thể được tôi luyện và hướng dẫn bằng các cố gắng đều đặn và liên tục để hiểu và giúp đỡ những người họ quan tâm. Những mối quan hệ với INTJ, một khi đã được xác lập, thường rất lành mạnh, ổn định và rõ ràng.

Những người INTJ sống trong thế giới của ý tưởng và hoạch định chiến lược. Họ đánh giá cao trí thông minh, tri thức và năng lực, và thường đặt tiêu chuẩn cao cho những điều này. Họ liên tục phấn đấu để đạt được những tiêu chuẩn đó và trong một chừng mực nhất định, họ có những mong đợi tương tự đối với những người khác.

Vì trực giác hướng nội là chủ đạo trong tính cách của họ, INTJ thường tập trung vào quan sát thế giới xung quanh và sáng tạo nhiều ý tưởng và khả năng. Não bộ của họ liên tục thu thập thông tin và tạo sự kết nối giữa các thông tin đó. Họ rất sâu sắc và thường hiểu những ý tưởng mới rất nhanh. Tuy nhiên, quan tâm chính của họ không phải là hiểu biết khái niệm, mà là áp dụng khái niệm đó một cách hữu ích. Không giống như những người thuộc INTP, họ không theo đuổi một ý tưởng lâu như họ có thể, họ chỉ muốn hiểu nó hoàn toàn. INTJ thường có mong muốn đưa ra những ý tưởng. Nhu cầu từ bản thân phải hoàn chỉnh và có tổ chức tốt đôi khi đòi hỏi họ phải hành động.

INTJ có yêu cầu cao về hệ thống và tổ chức, kết hợp với sự sâu sắc tự nhiên của INTJ khiến họ thành những nhà khoa học xuất sắc. Một nhà khoa học INTJ mang lại một món quà cho xã hội bằng việc đưa ý tưởng của họ vào một hình thức hữu ích để những người khác có thể làm theo. Thật không phải dễ dàng để INTJ có thể diễn đạt những hình ảnh, hiểu biết và các khái niệm trừu tượng trong ý nghĩ. Các dạng suy nghĩ và khái niệm nội tại của INTJ rất cá nhân và không dễ dàng có thể chuyển thành các dạng mà người khác sẽ hiểu được. Tuy vậy, INTJ có động lực để chuyển hóa ý tưởng của họ thành hình ảnh hoặc hệ thống mà thường rất dễ dàng để giải thích hơn là giải thích trực tiếp các ý nghĩ của họ. Họ thường không nhìn thấy giá trị của việc giao tiếp trực tiếp, và cũng sẽ gặp khó khăn diễn đạt ý tưởng phức tạp của mình. Tuy nhiên, sự trân trọng cao của họ về kiến thức và trí tuệ sẽ thúc đẩy họ tìm cách tự giải thích cho một người khác khi mà họ cảm thấy người đó xứng đáng.

INTJ có khả năng lãnh đạo bẩm sinh, mặc dù họ thường chọn ẩn mình phía sau cho đến khi họ nhìn thấy một nhu cầu thực tế để đứng lên lãnh đạo. Khi họ ở trong vai trò lãnh đạo thì họ làm việc khá hiệu quả bởi vì họ có thể nhìn thấy thực tế khách quan của tình hình và họ có khả năng thích ứng để thay đổi những gì chưa tốt. Họ là những nhà chiến lược tối cao – luôn luôn xem xét các ý tưởng và khái niệm và cân nhắc chúng với chiến lược hiện tại của họ để lên các kế hoạch dự phòng.

INTJ dành nhiều thời gian bên trong tâm trí của riêng họ, và có thể có rất ít quan tâm đến suy nghĩ hay cảm xúc của những người khác. Trừ phi mặt cảm xúc của họ được phát triển, họ khó có thể cho người khác một mức độ gần gũi cần thiết. Trừ phi mặt giác quan của họ được phát triển, họ có thể có xu hướng bỏ qua các chi tiết cần thiết cho việc thực hiện ý tưởng của họ.

Quan tâm của INTJ đến giao tiếp với môi trường xung quanh là để đưa ra quyết định, bày tỏ phán xét, và đưa những điều mà họ gặp phải vào một hệ thống dễ hiểu và hợp lý. Do đó, họ rất nhanh chóng trong việc đưa ra phán xét. Thường thì trực giác của họ rất phát triển và họ tin tưởng rằng họ cảm nhận đúng về sự vật. Nếu như khả năng bày tỏ sự hiểu biết của mình họ chưa phát triển toàn diện thì đôi khi họ dễ gây cho người khác sự hiểu lầm. Trong những trường hợp này, INTJ có xu hướng đổ lỗi cho sự hiểu lầm lên sự hạn chế của người đối diện, thay vì lên khả năng biểu đạt của chính họ. Xu hướng này có thể khiến cho INTJ gạt bỏ những ý kiến của người khác quá nhanh, và trở thành kiêu ngạo.

INTJ là người có tham vọng, tự tin, thận trọng, và suy nghĩ xa. Nhiều INTJ gắn bó trong các ngành kỹ thuật hay khoa học, mặc dù một số thấy mình có đủ thách thức trong thế giới kinh doanh ở những lĩnh vực có liên quan đến tổ chức và lập kế hoạch chiến lược. Họ không thích sự bừa bãi và kém hiệu quả, và bất cứ thứ gì rối ren và không rõ ràng. Họ đánh giá cao sự minh bạch và hiệu quả, và sẽ bỏ ra một lượng lớn thời gian và công sức để củng cố sự hiểu biết của họ vào các khuôn mẫu.

Những người khác có thể gặp khó khăn để hiểu được một INTJ. Họ có thể cảm thấy INTJ có vẻ xa cách và dè dặt. Thật vậy, INTJ không quá biểu hiện tình cảm của họ, và có xu hướng không cho nhiều lời khen ngợi hoặc hỗ trợ tích cực như cái mà những người khác có thể cần hoặc mong muốn. Điều đó không có nghĩa là người đó không thực sự có cảm tình hoặc quan tâm đến người khác, chỉ đơn giản là họ thường không cảm thấy cần phải thể hiện nó. Những người khác có thể có nhận thức sai về INTJ là cứng nhắc và thiết lập theo cách của họ. Hoàn toàn không phải như vậy, INTJ cam kết luôn luôn tìm kiếm những chiến lược khách quan tốt nhất để thực hiện ý tưởng của họ. INTJ thường khá cởi mở để lắng nghe cách làm khác cho một việc gì đó.

Khi bị căng thẳng cực độ, INTJ có thể trở nên ám ảnh với các hoạt động mang tính vô thức và cảm tính, như là uống rượu quá mức. Họ cũng có thể có xu hướng trở nên say mê với những chi tiết vụn vặt mà bình thường họ không bao giờ cho là quan trọng đối với mục tiêu tổng thể của mình.

INTJ cần phải nhớ thể hiện mình đầy đủ để tránh người khác có sự hiểu lầm. Nếu không biết cách phát triển đúng cách khả năng giao tiếp, cách diễn đạt của họ có thể trở nên thiển cận và thô lỗ, khiến họ có thể trở thành những người biệt lập.

INTJ có tiềm năng to lớn về khả năng đạt được những điều tuyệt vời. Họ có hiểu biết sâu sắc về cái nhìn toàn cảnh, và có xu hướng tổng hợp các khái niệm thành những kế hoạch hành động vững chắc. Khả năng lý luận tạo thành phương tiện để họ thực hiện điều đó. INTJ hầu như luôn là người có trình độ cao, và sẽ không gặp vấn đề trong việc hoàn thành mục tiêu về sự nghiệp và học tập của họ. Họ có năng lực tạo ra những bước tiến lớn trong các lĩnh vực khác nhau. Ở mức độ cá nhân, INTJ là những người bao dung và luôn nỗ lực chia sẻ kiến thức của mình cho người khác. Và do đó họ sẽ có một cuộc sống thịnh vượng và xứng đáng.

Các INTJ nổi tiếng

Augustus Caesar (Gaius Julius Caesar Octavianus)

Arnold Schwarzenegger – Diễn viên nổi tiếng

Rudy Giuliani – Chính trị gia người Mỹ

General Colin Powell – Ngoại trưởng Hoa Kỳ

Lance Armstrong – Vận động viên đua xe đạp nổi tiếng

John F. Kennedy – Tổng thống Mỹ

INTJ VÀ SỰ NGHIỆP

Cho dù bạn là một thanh niên đang tìm kiếm chỗ đứng trong xã hội, hay một người trưởng thành đang muốn biết xem mình đang đi đúng hướng hay không, thì điều quan trọng là bạn hiểu chính mình và những đặc điểm tính cách có khả năng tác động đến sự thành công hay thất bại của bạn trong những ngành nghề khác nhau. Và cũng không kém phần quan trọng là bạn hiểu được điều gì là thực sự có ý nghĩa đối với bạn. Khi được trang bị những hiểu biết về các điểm mạnh và điểm yếu của mình cùng với sự nhận thức về điều mà bạn thực sự coi trọng, thì bạn đang ở trong một tâm thế rất tốt để chọn cho mình một nghề nghiệp mà bạn cảm thấy xứng đáng.

Các INTJ thường có những nét đặc trưng sau:

- Có khả năng tiếp thu các kiến thức và lý thuyết phức tạp.
- Có xu hướng tạo ra trật tự và cấu trúc từ các lý thuyết trừu tượng.
- Là nhà chiến lược tối cao.
- Có cái nhìn về tương lai.
- Có cái nhìn toàn cục, tổng thể.
- Hiểu biết sâu rộng và trực giác tốt, và họ rất tin tưởng điều này.
- Đánh giá cao ý kiến của mình hơn của người khác.
- Yêu thích các thử thách mang tính lý thuyết.
- Cảm thấy tẻ nhạt khi giải quyết các công việc thường ngày.
- Đánh giá cao kiến thức và sự hiệu quả.
- Không kiên nhẫn với sự kém hiệu quả và mơ hồ.
- Có tiêu chuẩn rất cao về hiệu suất làm việc, và họ áp dụng cho chính mình mạnh mẽ nhất.
- Kín đáo và tách biệt với người khác.
- Bình tĩnh, thu thập và phân tích.
- Cực kì logic và hợp lý.
- Ý tưởng độc đáo và độc lập.
- Có khả năng lãnh đạo bẩm sinh, nhưng sẽ đi theo những người mà họ có thể hỗ trợ hoàn toàn.
- Sáng tạo, khéo léo, cách tân, và tháo vát.
- Làm việc một mình tốt nhất, và thích làm việc một mình.

Nhiều hơn bất kỳ loại tính cách nào khác, INTJ thường tỏa sáng khi chạm đến việc nắm bắt các lý thuyết phức tạp và áp dụng chúng vào những vấn đề để đi đến các chiến lược dài hạn. Bởi vì loại hình "ra chiến lược" này là trọng tâm và động lực của INTJ, cho nên có một sự kết hợp hài hòa giữa mong muốn và khả năng trong loại tính cách này. Theo đó, INTJ cảm thấy hạnh phúc và làm việc hiệu quả nhất trong các ngành nghề cho phép tạo ra sự hài hoà này, và môi trường này cho phép INTJ được có nhiều quyền tự quyết hơn trong cuộc sống hằng ngày của họ.

Danh sách nghề nghiệp dưới đây được tạo ra dựa trên những cảm nhận về nghề nghiệp mà chúng tôi nghĩ rằng sẽ thích hợp cho một INTJ. Mục đích của nó là cho bạn một sự tham khảo chứ không phải là một bản danh sách chi tiết. Không có bất cứ một cam kết nào chứng tỏ rằng những sự nghiệp dưới đây sẽ phù hợp với bạn, bên cạnh đó cũng có thể sự nghiệp thích hợp nhất đối với bạn cũng nằm trong danh sách này.

Những gợi ý nghề nghiệp phù hợp với INTJ:

- Nhà khoa học
- Kỹ sư
- Giáo sư và giáo viên
- Bác sĩ y khoa/ nha sĩ
- Nhà hoạch định chiến lược và xây dựng tổ chức công ty
- Quản trị kinh doanh / nhà quản lý
- Lãnh đạo quân đội
- Luật sư
- Thẩm phán
- Lập trình viên máy tính, nhà phân tích hệ thống và chuyên gia máy tính

PHÁT TRIỂN NHÂN CÁCH CỦA INTJ
10 NGUYÊN TẮC ĐỂ ĐẠT THÀNH CÔNG

1. *Trau dồi ưu điểm của mình!* Làm những việc cho phép trực giác và khả năng suy luận logic của bạn được phát huy. Khám phá thế giới hấp dẫn của khoa học, toán học, luật và y học. Cho não bộ của bạn được giải phóng những khả năng phân tích vượt trội và quan sát chúng phát triển.

2. *Đối mặt với khuyết điểm của mình!* Chấp nhận những điểm yếu của bạn và tìm cách vượt qua chúng. Đặc biệt, nỗ lực sử dụng khả năng phán xét của mình dựa vào những ý tưởng nội tại và trực giác hơn là dùng nó để bỏ qua những ý kiến của người khác.

3. *Cân nhắc hết sức cẩn thận.* Bạn cần hiểu rõ trực giác của mình để biến mọi việc trở nên khả thi. Hãy dành thời gian để làm việc này, và tận dụng cơ hội để thảo luận các ý tưởng với những người khác. Bạn sẽ nhận ra rằng việc trao đổi những trực giác nội tại của bạn ra bên ngoài là một bài tập hết sức giá trị. Nếu bạn không có một ai đó để thảo luận ý tưởng của bạn thì bạn hãy cố diễn đạt ý tưởng của bạn rõ ràng bằng văn bản.

4. ***Thấu hiểu mọi thứ***. Đừng bác bỏ ý kiến của người khác quá sớm chỉ vì bạn không tôn trọng người đưa ra ý kiến đó, hoặc do bạn nghĩ bạn đã biết tường tận về vấn đề đó rồi. Suy cho cùng, mỗi người đều có những ý kiến riêng, và không phải ai cũng biết hết mọi thứ. Như Steven Covey đã nói, "Phải thấu hiểu người khác để người khác có thể hiểu mình".

5. ***Khi bạn giận dữ, bạn thất bại***. Niềm đam mê và sức mạnh là tài sản quý giá của bạn nhưng có thể gây hại nếu bạn cho phép mình rơi vào cái "Bẫy Giận Dữ". Hãy nhớ rằng Cơn Giận phá hoại các mối quan hệ cá nhân của bạn. Xem xét kỹ sự tức giận của bạn trước khi bạn trút cơn giận lên người khác, nếu không bạn sẽ thấy mình cô đơn. Sự bất đồng và thất vọng chỉ có thể được kiểm soát bằng một thái độ khách quan và bình thản.

6. ***Coi trọng nhu cầu tìm kiếm người có cùng cách nghĩ với bạn***. Đừng mong mình trở thành một người đa cảm hoặc quá mức nồng nhiệt. Hãy nhận ra rằng những mối quan hệ vững chắc nhất của bạn với người khác sẽ bắt nguồn từ lý trí, chứ không phải từ tình cảm. Hãy quan tâm đến nhu cầu tình cảm của mọi người, hãy thể hiện tình cảm và sự tôn trọng chân thành đối với họ bằng chính con người thật của bạn. Luôn là chính mình, bạn nhé!

7. ***Chịu trách nhiệm với chính bản thân mình***. Đừng đổ lỗi những rắc rối của bạn lên đầu người khác. Cố gắng tự tìm kiếm hướng giải quyết. Không ai có khả năng kiểm soát cuộc sống của bạn bằng chính bản thân bạn.

8. ***Hãy khiêm tốn***. Đánh giá bản thân bạn nghiêm khắc như cách bạn đánh giá người khác.

9. ***Hãy tin tưởng vào những điều tốt đẹp nhất***. Đừng tự khiến bản thân và người khác phải chán nản bằng việc tỏ ra bi quan trong mọi thứ. Sẽ luôn có những hướng giải quyết tích cực cho mọi tình huống tiêu cực. Hãy nhớ rằng những tình huống tích cực được tạo nên nhờ thái độ tích cực và ngược lại. Mong chờ những điều tốt nhất, và nó sẽ tới với bạn.

10. ***Đừng cô lập mình***. Nhận ra giá trị mà thế giới bên ngoài mang đến cho bạn, và hãy tương tác với thế giới bên ngoài một cách tự nhiên. Hãy tham gia các câu lạc bộ và diễn đàn mà ở đó có những cuộc thảo luận sâu sắc về chủ đề mà bạn quan tâm. Tìm và nuôi dưỡng tình bạn với những người có khả năng và năng lực như bạn để có thể thấu hiểu nhau. Hãy hướng ngoại theo cách riêng của bạn.

INTJ VÀ CÁC MỐI QUAN HỆ

INTJ tin vào sự tiến triển bền vững trong các mối quan hệ, và nỗ lực vì sự tự do cho bản thân và bạn bè của họ. Họ liên tục bắt tay vào các dự án "chỉnh sửa" nâng cao chất lượng tổng thể cuộc sống và các mối quan hệ của họ. Họ rất nghiêm túc trong những cam kết của mình, nhưng lại cởi mở để xác định lại sự cam kết nếu họ thấy việc gì đó có thể chứng minh là tiến bộ so với hiểu biết hiện tại của họ. INTJ không dễ dàng "cởi mở" và quá thân mật với bạn bè hoặc con cái, và đôi khi có vẻ như vô tâm với nhu cầu tình cảm của họ. Tuy nhiên, INTJ là những người rất có khả năng và thông minh, họ luôn phấn đấu để làm được điều tốt nhất, và luôn phát triển theo hướng tích cực. Nếu họ áp dụng những mục tiêu cơ bản này vào các mối quan hệ cá nhân, có khả năng họ sẽ tận hưởng những mối quan hệ tốt đẹp và hạnh phúc với gia đình và bạn bè.

Điểm mạnh của INTJ

- Không bị đe dọa bởi xung đột và chỉ trích.
- Thường tự tin vào bản thân.
- Nghiêm túc trong các mối quan hệ và cam kết.
- Nhìn chung rất thông minh và có khả năng.
- Có thể kết thúc một mối quan hệ khi biết mối quan hệ này nên dừng lại, mặc dù điều này có thể còn hiện diện trong đầu họ một thời gian sau đó.
- Quan tâm đến việc "tối ưu hóa" các mối quan hệ của họ.
- Là người lắng nghe giỏi.

Điểm cần khắc phục của INTJ

- Không tự nhiên đồng điệu với cảm xúc của người khác, đôi khi có thể vô tâm.
- Thường có xu hướng đáp lại các cuộc xung đột bằng logic và lý luận, hơn là mong đợi sự hỗ trợ về mặt tình cảm.
- Không tự nhiên khi thể hiện cảm xúc và tạo cảm giác yêu mến.
- Có xu hướng tin rằng họ luôn đúng.
- Có xu hướng không sẵn lòng hoặc không chấp nhận sự khiển trách.
- Việc họ liên tục cải thiện tất cả mọi thứ có thể gây ảnh hưởng đến các mối quan hệ.
- Có xu hướng giữ kín một phần nào đó về chính bản thân họ.

Tóm Tắt Xu Hướng Tính Cách Theo Tên Gọi Từ Chữ Cái Của Nhóm:

INTJ: Hướng nội – Trực giác – Lý trí – Nguyên Tắc

I – Bạn thuộc nhóm tính cách Hướng nội:

Tính hướng nội là bản chất của bạn. Thái độ của bạn trong cuộc sống (vào đời và hướng nghiệp) là trầm lắng thể hiện tâm tính của mình theo chiều sâu, cũng lặng thầm làm việc trong tĩnh khuất để cống hiến. Chủ đích của bạn không chuộng bề nổi mà thích bề sâu. Bạn thích sự chu đáo và thâm tình trong quan hệ và trong công việc. Xu hướng của bạn là không thích phô trương, nhất là không màng phô trương danh nghĩa và đồng tiền (dù bạn có). Nếu giàu có, bạn cũng muốn ẩn mình giúp đỡ người khốn khó mà không kể công và không xưng danh. Mặt khác, do được rèn luyện, lại có sẵn bản tính trầm tư và sâu lắng, nên bạn thường mạnh về khả năng tưởng tượng phong phú và tư duy sáng tạo trong cách hành xử và hành nghề.

Tuy nhiên, mặt yếu của bạn là thiếu quảng giao, thiếu sự hòa nhập với đám đông, thiếu khả năng tự thể hiện khi cần chứng tỏ. Do đó, bạn thường vụng về khi nói về mình hay bộc lộ suy nghĩ. Trong giao tiếp, bạn thường ẩn mình ở thế thủ, ngại cởi mở tâm hồn. Bạn rất cần mẫn khi làm việc với chính mình, chỉ riêng mình, nhưng hơi khó làm việc khi cần hợp tác với số đông trong những dự án chung với tập thể. Dù vậy cũng không đến nỗi nào, vì đó chỉ là những thiếu sót nhỏ, dễ khắc phục nếu bạn mạnh dạn hơn khi hòa đồng, khi giao lưu và biết chủ động chia sẻ trong công việc.

Một số ngành nghề phù hợp với tính cách hướng nội: Nghiên cứu khoa học (bao gồm cả tự nhiên và cả xã hội), các ngành nghề kỹ thuật, các nghề thợ, thủ công mỹ nghệ…

Lưu ý: Nếu kết quả chỉ số Hướng nội và Hướng ngoại xấp xỉ bằng nhau thì về cơ bản, bạn có một tính cách trung hòa giữa hướng ngoại và hướng nội. Điều này cũng tốt, có khi rất tốt cho nhiều lĩnh vực trong quan hệ và việc làm.

N – Cách thức tìm hiểu và nhận thức thế giới của bạn thiên về Trực giác:

Theo chủ nghĩa nhân văn, bạn là người có một bản lĩnh thông tuệ và giàu ý thức hướng tới những giá trị cao thượng, vượt trên cái tầm thường. Tính cách hướng thượng đó đem lại cho bạn sự thanh cao trong tâm hồn và nhiều hiệu quả trong công việc. Bạn dễ dàng chấp nhận thua thiệt trước mắt để theo đuổi được cái lợi lâu dài. Với sự tôn trọng ý thức hơn bản năng, bạn thường có khuynh hướng thiên về những giá trị tinh thần hơn hưởng thụ vật chất. Trong cuộc sống và cách nhìn thế giới, bạn coi trọng nhân nghĩa hơn tiền tài, tôn trọng cả quá khứ và tương lai chứ không chỉ chú trọng đến hiện tại. Trong giao tiếp, bạn dễ kết thân với người đôn hậu, giàu lòng vị tha.

Đặc biệt, nhờ khả năng tập trung cao độ, nhờ vốn sống được tích lũy bằng tâm hồn nhân văn, nhất là nhờ năng lực tư duy chiều sâu và trí tưởng tượng phong phú, bạn dễ dàng đạt tới những đỉnh cao sáng tạo trong công việc. Ý thức sáng tạo và khả năng sáng tạo bậc cao sẽ là những điểm tựa vững chắc giúp bạn vượt qua nhiều thử thách, tạo nên nhiều cống hiến có giá trị.

Tuy nhiên, nếu không biết dung hòa giữa trực giác và ý thức, giữa cảm quan và suy nghĩ để lợi dụng thế mạnh của mỗi bên, bạn có thể bị hẫng hụt trong cách giải quyết vấn đề. Trong nhiều trường hợp, nếu không điều chỉnh kịp thời về mặt cảm xúc, bạn có thể sa vào trạng thái vô cảm hoặc cực đoan trong nhận thức và cả trong hành động. Tại đó, bạn hơi coi nhẹ những giá trị thực tế, quá đề cao những siêu giá trị về lý tưởng và tâm hồn. Cũng tại đó, bạn có phần coi thường những cảm xúc đời thường và những ý vị từ hơi thở cuộc sống. Sự sáng tạo của bạn cũng thiếu bén rễ từ đây – một suối nguồn của nhịp sống và của tư duy chiều sâu, nên ảnh hưởng không ít đến thành quả sáng tạo của chính bạn.

Một số ngành nghề, công việc phù hợp với người nhận thức thông qua trực giác: Với khả năng trực giác cao, bạn nên theo các nhóm ngành cần tính sáng tạo, tư duy phản biện ví dụ: nghiên cứu khoa học (tự nhiên, xã hội), công nghệ, các ngành nghề thuộc lĩnh vực nghệ thuật, định hướng chiến lược cho các công ty, tổ chức…

Lưu ý: Nếu kết quả các chỉ số trực giác và giác quan của bạn xấp xỉ bằng nhau thì về cơ bản, bạn có một tính cách trung hòa giữa trực giác và giác quan. Điều này cũng tương đối tốt ở mức độ bạn dễ tạo được sự cân bằng trong nhận thức, tránh chủ quan hoặc cực đoan khi đánh giá hay kiểm định một vấn đề.

T – Lý trí có tác động nhiều đến các quyết định và lựa chọn của bạn:

Bạn sống thiên về lý trí, nặng về nguyên tắc, đoan chính và cương trực, trật tự và nghiêm minh. Bạn không thích sự nới lỏng kỷ cương, càng không muốn ai vi phạm những quy ước. Bạn cũng tôn trọng tình cảm, nhưng có mức độ, càng không thể đặt tình cảm trên lý trí, không thể vì nhân nhượng tình cảm mà vượt qua nguyên tắc. Những người luôn mẫu mực và giữ đúng phép tắc trong quan hệ (cả quan hệ ứng xử và quan hệ làm việc) là bạn đồng hành chí cốt của bạn. Với bạn, người hợp tác mà không lấy lý trí làm trọng để ứng xử và làm việc thì đó là người yếu đuối, việc sẽ không thành và cuối cùng tình cảm cũng mất. Bởi vậy, đứng trước một vấn đề, bao giờ bạn cũng lấy lý trí ra để soi xét, cân nhắc hơn thiệt, sau đó mới chiếu cố đến tình cảm.

Tuy nhiên, sự nghiêm túc và tính cứng rắn của bạn nếu đi quá đà, không có sự mềm mỏng khi cần thiết, thiếu sự uyển chuyển khôn khéo để "lạt mềm buộc chặt" thì chẳng những tình cảm bị tổn thương mà công việc cũng đổ vỡ. Về mặt này, tính cách của bạn thể hiện một bản sắc xơ cứng, thiếu linh hoạt, không linh động giữa cương và nhu, giữa tình và lý, giữa kiên quyết và ôn hòa. Đây là nguyên nhân thất bại của rất nhiều trường hợp xử lý tình huống và giải quyết vấn đề từ việc nhỏ đến việc lớn. Trong hướng nghiệp và hợp tác khi hành nghề, người khôn ngoan là người biết dung hòa và kết hợp khéo léo các yêu cầu vừa nêu.

Một số ngành nghề phù hợp với người sống thiên về lý trí: Các ngành nghề kỹ thuật, khoa học, công nghệ, an ninh, quốc phòng, kinh doanh…

Lưu ý: Nếu chỉ số Lý trí và Tình cảm của bạn xấp xỉ bằng nhau thì về cơ bản, bạn có một tính cách cân bằng giữa tình và lý, cương và nhu, kiên quyết và ôn hòa… Đương nhiên, điều này rất tốt trong nhiều trường hợp nhưng không phải tốt với mọi trường hợp. Vấn đề là phải cân nhắc, lựa chọn kỹ khi nào phải đặt lý lên trên, khi nào tình ở trên và khi nào phải dung hòa.

khi nào tình ở trên và khi nào phải dung hòa.

J – Nguyên tắc là phong cách sống và làm việc của bạn:

Tính nguyên tắc bất di bất dịch thường là "hòn đá tảng" trong thái độ sống và phong cách sống của bạn. Bạn lấy nguyên tắc và mọi quy phạm làm tiêu chí hàng đầu để lựa chọn cách ứng xử trước mọi tình huống, mọi típ người và mọi công việc. Cho nên, với nhiều trường hợp, bạn đã rất thành công vì được việc. Trong cuộc sống và sự nghiệp, một tính cách biết tôn trọng nguyên tắc là một tính cách mạnh, thể hiện một bản lĩnh vững vàng trước nhiều thử thách cam go. Nhờ tính cách này, bạn sẵn sàng nói không với cái xấu, hơn thế, bạn có sức đề kháng với sự tấn công của môi trường xấu và nhiều cạm bẫy. Cũng nhờ đó, bạn đã tự vượt lên chính mình, tự chiến thắng mình trong khi nhiều người khác không được vậy.

Tuy thế, nếu quá đà và nhất là nếu không đủ tỉnh táo, bạn dễ trở nên cực đoan, xơ cứng với cách tuân thủ máy móc, ứng xử máy móc, giải quyết máy móc theo những khuôn mẫu máy móc của mọi nguyên tắc vốn dĩ nó mang tính chất lạnh lùng! Nếu nguyên tắc là khuôn vàng thước ngọc thì cũng có những loại thước đo ngoài khuôn vàng đó ít lạnh lùng hơn, có tính "ấm êm và mềm mại" hơn. Nghĩa là, bên cạnh những nguyên tắc xơ cứng (có khi rất chuẩn) của sự đời, vẫn có những cách nghĩ và cách làm uyển chuyển hơn, dịu dàng hơn mà vẫn bảo tồn được cái hay của nhiều phía. Đó là tính nhân văn khi vận dụng nguyên tắc. Trong khoa học về sáng tạo, người ta gọi đó là tùy cơ ứng biến. Trong tâm lý học ứng dụng, gọi đó là sự linh hoạt.

Một số ngành nghề phù hợp với phong cách sống nguyên tắc: Nghiên cứu khoa học, các ngành kỹ thuật, quân sự, an ninh, quản lý/ kinh tế/ tài chính…

Lưu ý : Nếu chỉ số Nguyên tắc và Linh hoạt của bạn xấp xỉ bằng nhau, thì về cơ bản, bạn có một khả năng điều chỉnh để đạt được sự cân bằng giữa tính linh hoạt và tính nguyên tắc. Theo đó, bạn biết tùy cơ ứng biến để khi nào thì phải thượng tôn nguyên tắc, khi nào lại cần đến sự linh hoạt, và khi nào phải vận dụng cả hai. Thông thường trong công việc, phải vận dụng kết hợp cả tính nguyên tắc và tính linh hoạt là tốt hơn cả.

Bí quyết giao tiếp với người INTJ:

– Câu chuyện phải lôi cuốn và tác động đến sự sáng tạo của họ

– Phải tranh cãi với họ bằng những lý lẽ thật logic

– Nói chuyện có hệ thống và tránh vướng phải những sai lầm dẫn đến hủy hoại năng lực của bạn trong mắt họ

ISTJ: The Duty Fullfillers – Người Tận Tâm

Hướng nội – Giác quan – Lý trí – Nguyên tắc

Những người thuộc nhóm ISTJ có lối sống chủ đạo là tư duy nội tâm, tức là họ cảm nhận thế giới bằng năm giác quan của họ theo một cách rõ ràng và cụ thể.

Ngoài ra, ISTJ còn có một lối sống thứ hai là tư duy hướng ngoại, tức là họ ứng phó với mọi tình huống bằng lý trí và lô-gic.

* Mô Tả Chung:

ISTJ thường được gọi là thanh tra. Họ rất nhạy bén với đúng/sai trong lĩnh vực chuyên môn hay trong phạm vi trách nhiệm của họ. Họ cũng rất tận tâm với công việc của mình. Đúng giờ là khẩu hiệu của ISTJ. Bí thư, thư ký, doanh nhân … hoặc những người được người khác xem là "đồng hồ" thường là ISTJ.

Thuộc nhóm IT nên cảm giác đầu tiên mà mọi người cảm thấy ở ISTJ là xa cách, đôi khi hơi lạnh lùng. Việc thể hiện cảm xúc nồng ấm, dạt dào rất khó khăn đối với họ và làm họ bị mất khá nhiều năng lượng.

Một trong số các câu cửa miệng của ISTJ là "Nhưng, đây là sự thật". Họ làm việc có hiệu quả nhất khi được hướng dẫn cặn kẽ, theo từng bước một. Một khi phương pháp làm việc đã được chứng tỏ là có kết quả tốt, có thể hoàn toàn tin tưởng là ISTJ sẽ thực hiện nó một cách tốt nhất.

ISTJ thực sự cảm thấy bối rối khi phải làm việc với những người không nhất quán hoặc hay thay đổi – đặc biệt khi người khác không giữ lời hứa hoặc cam kết. Tuy nhiên họ thường giấu kín cảm xúc của mình trong lòng trừ khi được hỏi.

Và khi được hỏi thì họ thường nói "toạc móng heo". Đối với họ, sự thật là quan trọng chứ không phải sự khéo léo, tế nhị. Quyết tâm không gì lay chuyển nổi của ISTJ rất có ích trong các tình huống đòi hỏi phải dám thể hiện ý kiến của mình và bảo vệ nó.

Đặc tính SJ làm cho các ISTJ có xu hướng chọn công việc trong các cơ quan tổ chức đã có uy tín. Gia đình, các tổ chức xã hội, chính phủ, trường học, quân đội, nhà thờ là các "hang ổ" của ISTJ.

"Đây là cách mà chúng tôi thường làm" là một lý do đủ vững chắc để thuyết phục nhiều ISTJ. Tất cả những gì có thể đe dọa đến thói quen tôn trọng thời gian hay đe dọa đến uy tín của tổ chức là đi ngược lại với SJ và họ sẵn sàng chiến đấu với chúng bằng mọi giá.

Các ISTJ rất trầm tính và khá dè dặt, họ yêu thích sự an toàn và một cuộc sống yên bình. Họ có một ý thức rất lớn về trách nhiệm, nó giúp họ nghiêm túc và có động lực để vượt qua mọi thử thách. Với cách làm việc có tổ chức và có phương pháp, các ISTJ thường hoàn thành tốt mọi việc họ đảm nhận.

ISTJ rất trung thành, thành thực và đáng tin cậy. Họ đánh giá cao sự chân thành và chính trực. Họ là "những công dân tốt" luôn làm điều tốt cho gia đình và xã hội. Dù rằng họ thường rất nghiêm túc với mọi việc nhưng bên cạnh đó họ cũng có một óc hài hước kì lạ và luôn luôn vui vẻ, đặc biệt là với gia đình và những gì liên quan tới công việc.

ISTJ có xu hướng tin vào pháp luật và truyền thống, họ cũng mong đợi điều đó từ những người khác. Họ không thích phá luật hoặc chống đối lại các luật lệ. Nếu họ thấy được một lý do tốt dù là làm một việc không đúng như quy định, ISTJ sẽ ủng hộ nỗ lực đó. Tuy nhiên, những ISTJ tin rằng mọi việc cần phải làm theo đúng những thủ tục và kế hoạch. Nếu một ISTJ chưa phát triển đúng mức khả năng trực giác, họ có thể bị ám ảnh quá mức bởi cấu trúc và sẽ đòi hỏi mọi việc phải được thực hiện như trong sách vở.

Những người thuộc ISTJ luôn luôn làm đúng theo những gì anh/cô ta đã hứa. Vì thế, đôi khi họ thường vướng vào hàng đống công việc chất chồng. Do có một ý thức về trách nhiệm quá mạnh, họ thường gặp khó khăn trong việc nói "Không" khi được giao quá nhiều việc mà họ có thể không làm được. Vì lý do này mà các ISTJ thường phải làm việc trong nhiều giờ, và có thể không nhận ra mình bị lợi dụng.

Các ISTJ sẽ làm việc trong một khoảng thời gian dài và bỏ nhiều nỗ lực vào bất cứ công việc nào mà họ cảm thấy quan trọng để đạt được mục tiêu của họ. Tuy nhiên, họ sẽ từ chối bỏ công làm những gì họ thấy vô ích với họ, hoặc những việc không có ứng dụng thực tế. Họ thích làm việc một mình, nhưng nếu tình huống đòi hỏi phải làm theo nhóm thì họ cũng làm rất tốt. Họ luôn chịu mọi trách nhiệm cho hành động của mình, và họ rất thích vị thế của một người điều hành. Các lý thuyết và tư duy trừu tượng ít có tác dụng với các ISTJ, trừ khi họ có thể áp dụng chúng vào thực tế.

Các ISTJ luôn tôn trọng sự thật. Họ có một vốn sống phong phú do họ thu thập được qua những giác quan của mình. Họ có thể gặp khó khăn để hiểu một lý thuyết hoặc một ý tưởng khác với quan điểm của họ. Mặc dù vậy, nếu họ thấy được tầm quan trọng và sự hợp lý của ý tưởng của những người mà họ kính trọng hoặc quan tâm, thì ý tưởng đó sẽ trở thành điều họ tin tưởng, và ISTJ sẽ chấp nhận và ủng hộ nó. Một khi ISTJ ủng hộ một lý do hoặc ý tưởng, anh/cô ta sẽ bằng mọi giá đảm bảo rằng họ đang thực hiện nhiệm vụ ủng hộ khi cần thiết.

Các ISTJ thường không đồng cảm với cảm xúc bản thân cũng như của người khác. Họ thường gặp khó khăn để nhận ra ngay những bất ổn tâm lý của bản thân dù nó có lộ ra trước mắt. Là người cầu toàn, họ có xu hướng cho rằng những cố gắng của mọi người là hiển nhiên, giống như họ coi nỗ lực của mình cũng là điều tất yếu vậy. Đôi lúc họ cần phải học cách cổ vũ người khác.

ISTJ thường cảm thấy không thoải mái bộc lộ những cảm giác yêu thích và cảm xúc của mình đối với người khác. Tuy nhiên, ý thức trách nhiệm và khả năng nhìn thấu những gì cần phải thực hiện trong mọi tình huống thường cho phép họ vượt qua được thói quen khép kín của bản thân, vì vậy họ thường ủng hộ và quan tâm đến những người mà họ yêu quý. Một khi ISTJ nhận ra nhu cầu về tình cảm của những người thân cận, họ sẽ nỗ lực hết mình để thỏa mãn nhu cầu đó.

Những ISTJ cực kỳ trung thực và trung nghĩa. Tư tưởng truyền thống và hướng về gia đình khiến cho họ luôn nỗ lực làm cho gia đình của mình luôn hòa thuận. Họ là những bậc cha mẹ có trách nhiệm và nghiêm túc. Họ thường là những người chu cấp rất hào phóng cho gia đình mình. Họ quan tâm sâu sắc tới những người thân, mặc dù họ cảm thấy không thoải mái khi bộc lộ tình cảm của mình. Họ thường bộc lộ cảm xúc qua hành động hơn là lời nói.

Các ISTJ có một khả năng tuyệt vời trong việc vạch rõ kế hoạch, sắp xếp, lên kế hoạch và thực hiện nó cho đến khi hoàn thành. Họ là những người làm việc chăm chỉ và không để cho bất cứ trở ngại nào ngáng đường khi họ thực thi công việc. Họ thường không tự tán thưởng mình vì những thành quả mình đạt được, vì họ cho rằng đó mặc nhiên là bổn phận phải làm của họ.

ISTJ có một cảm nhận rất tốt về không gian và chức năng, và họ đánh giá cao nghệ thuật. Nhà của họ luôn được trang trí tao nhã và luôn luôn sạch sẽ. Họ khá sắc bén trong cảm nhận của mình, và họ muốn những thứ xung quanh phải phù hợp với nhu cầu về cấu trúc, trật tự và vẻ đẹp.

Khi bị stress, ISTJ có thể rơi vào "trạng thái bi thảm", họ nhìn mọi thứ đều chỉ thấy khả năng dẫn đến sai sót. Họ sẽ mắng nhiếc bản thân mình vì những việc lẽ ra nên làm khác, và những nhiệm vụ mà họ đã thất bại khi không hoàn thành. Vì vậy, họ mất đi khả năng nhìn thấu mọi thứ một cách bình tĩnh và hợp lý, và sẽ tự dằn vặt bản thân bằng những hình ảnh tiêu cực.

Nói tóm lại, ISTJ có tiềm năng rất lớn. Họ là những người có năng lực, có lý trí, biết điều và là những cá nhân làm việc hiệu quả với một khát khao mạnh mẽ là có một cuộc sống không lo âu và yên bình, ISTJ có những tố chất để làm mọi việc hiệu quả trên đường hoàn thành mục tiêu của mình, bất kể đó là gì.

Các ISTJ nổi tiếng

Thomas – Thánh tông đồ của chúa Jesus

George Washington – Tổng thống Mỹ

Andrew Johnson – Tổng thống Mỹ

Benjamin Harrison – Tổng thống Mỹ

Herbert Hoover – Tổng thống Mỹ

George H. W. Bush – Tổng thống Mỹ

Paul Coverdale – Thượng nghị sĩ Mỹ

ISTJ VÀ SỰ NGHIỆP

Cho dù bạn là một thanh niên đang tìm kiếm chỗ đứng trong xã hội, hay một người trưởng thành đang muốn biết xem mình đang đi đúng hướng hay không, thì điều quan trọng là bạn hiểu chính mình và những đặc điểm tính cách có khả năng tác động đến sự thành công hay thất bại của bạn trong những ngành nghề khác nhau. Và cũng không kém phần quan trọng là bạn hiểu được điều gì là thực sự có ý nghĩa đối với bạn. Khi được trang bị những hiểu biết về các điểm mạnh và điểm yếu của mình cùng với sự nhận thức về điều mà bạn thực sự coi trọng, thì bạn đang ở trong một tâm thế rất tốt để chọn cho mình một nghề nghiệp mà bạn cảm thấy xứng đáng.

Các ISTJ thường có những nét đặc trưng sau:

- Tôn trọng truyền thống, sự an toàn và một cuộc sống yên bình.
- Làm việc trong thời gian dài và chăm chỉ để hoàn thành nhiệm vụ.
- Có thể trông cậy trong việc hoàn thành nhiệm vụ.
- Trung thành và thành thật.
- Ổn định, thực tế và có óc xét đoán.
- Coi trọng gia đình.
- Không thích làm những gì vô nghĩa.
- Không thích lý thuyết trừu tượng, trừ khi họ nhận thấy nó có ứng dụng thực tế.
- Có tố chất lãnh đạo.
- Thích làm một mình, nhưng cũng có thể làm tốt trong nhóm khi cần.
- Khả năng quan sát tốt, họ lĩnh hội dữ kiện thông qua giác quan và lưu giữ chúng.
- Có vốn sống phong phú và sử dụng chúng để hiểu những rắc rối mà họ gặp phải trong cuộc sống.
- Tôn trọng sự thật và những thông tin cụ thể.
- Đưa ra những quyết định khách quan, ứng dụng tư duy lô-gic và lý luận.
- Không thích sự thay đổi, trừ khi họ thấy lợi ích rõ ràng từ việc đó.

- Có quan điểm vững chắc về cách hoàn thành công việc.
- Yêu thích môi trường làm việc trật tự và ngăn nắp.
- Có những tiêu chuẩn rất cao về cách cư xử của bản thân và cách cư xử của những người khác.
- Thường không dễ đồng cảm với cảm xúc của người khác.
- Có khả năng hoàn thành mọi việc nếu họ toàn tâm toàn ý.
- Là một công dân mẫu mực.

Các ISTJ có một phẩm chất giúp họ có lợi thế để trở nên thành công sự nghiệp, đó là "Sự kiên định". Một ISTJ có thể làm bất cứ điều gì mà họ đã quyết định làm. Tuy nhiên, họ cảm thấy hạnh phúc và dễ chịu hơn ở một số lĩnh vực nhất định. Một ISTJ sẽ làm mọi điều tốt nhất nếu công việc đó cho phép họ sử dụng khả năng tổ chức tuyệt vời cũng như sức mạnh của sự tập trung để tạo nên trật tự và cơ cấu. Những ISTJ dường như cực kỳ thích hợp cho việc Quản lý và Điều hành nơi công sở.

Danh sách nghề nghiệp dưới đây được tạo ra dựa trên những cảm nhận về nghề nghiệp mà chúng tôi nghĩ rằng sẽ thích hợp cho một ISTJ. Mục đích của nó là cho bạn một sự tham khảo chứ không phải là một bản danh sách chi tiết. Không có bất cứ một cam kết nào chứng tỏ rằng những sự nghiệp dưới đây sẽ phù hợp với bạn, bên cạnh đó cũng có thể sự nghiệp thích hợp nhất đối với bạn cũng nằm trong danh sách này.

Những gợi ý nghề nghiệp phù hợp với ISTJ:

- Quản lý kinh doanh, Quản trị và giám đốc điều hành
- Kế toán và nhân viên tài chính
- Cảnh sát và thám tử
- Thẩm phán
- Luật sư
- Bác sĩ / Nha sĩ
- Lập trình viên, phân tích hệ thống, và chuyên gia máy tính
- Thủ lĩnh quân đội

PHÁT TRIỂN NHÂN CÁCH CỦA ISTJ
10 NGUYÊN TẮC ĐỂ ĐẠT THÀNH CÔNG

1. ***Trau dồi ưu điểm của mình!*** Làm những việc cho phép bạn sử dụng toàn bộ khả năng tổ chức và óc lô-gic của mình. Hãy khám phá thế giới của ngành quản trị kinh doanh, kế toán và y dược.

2. ***Đối mặt với khuyết điểm của mình!*** Hãy chấp nhận điểm yếu của mình và tìm cách vượt qua chúng. Đặc biệt, cố gắng sử dụng khả năng phán quyết của một cách công bằng hơn, đừng vội bác bỏ ý kiến của người khác.

3. ***Suy nghĩ thật kĩ càng.*** Bạn cần phải sàng lọc nguồn thông tin đa dạng của mình để biến mọi việc trở nên khả thi. Cho bản thân mình một thời gian thích hợp để làm việc này, và tận dụng cơ hội thảo luận ý tưởng với người khác. Một số người cho rằng bộc lộ suy nghĩ rất quan trọng, nó cũng giống như việc làm rõ quan điểm khi viết vậy.

4. ***Thấu hiểu mọi thứ.*** Đừng bác bỏ ý kiến của người khác quá sớm chỉ vì bạn không tôn trọng người đưa ra ý kiến đó, hoặc do bạn nghĩ bạn đã biết tường tận về vấn đề đó rồi. Suy cho cùng, mỗi người đều có những ý kiến riêng, và không phải ai cũng biết hết mọi thứ. Như Steven Covey đã nói, "Phải thấu hiểu người khác để người khác có thể hiểu mình".

5. ***Đừng cố gắng kiểm soát người khác.*** Hãy nhớ rằng không ai muốn mình bị kiểm soát cả. Hãy cố gắng kiềm chế xu hướng kiểm soát người khác của bạn. Thật sự bạn chỉ có thể kiểm soát bản thân mình mà thôi.

6. ***Quan tâm đến người khác.*** Dành thời gian để tìm hiểu xem họ từ đâu tới? Tính cách của họ như thế nào? Bây giờ họ đang suy nghĩ gì?

7. ***Chịu trách nhiệm với chính bản thân mình.*** Không được đổ lỗi cho những rắc rối của mình lên đầu người khác. Hãy tự tìm giải pháp để giải quyết nó.

8. ***Hãy biết chấp nhận,*** và hãy đánh giá bản thân nghiêm khắc như bạn đánh giá người khác.

9. ***Tin tưởng vào những gì tốt đẹp nhất.***Đừng tự khiến bản thân và người khác phải chán nản bằng việc tỏ ra bi quan trong mọi thứ. Sẽ luôn có những hướng giải quyết tích cực cho mọi tình huống tiêu cực. Hãy nhớ rằng những tình huống tích cực được tạo nên nhờ thái độ tích cực và ngược lại. Mong chờ những điều tốt nhất, và nó sẽ tới với bạn.

10. ***Không có gì phải sợ.*** Đôi khi chúng ta phải mạo hiểm để khởi xướng một sự thay đổi. Đừng sợ hãi khi ngày đó xảy đến. Trong đa số trường hợp, những chướng ngại và gánh nặng ngăn cản bạn đến thành công chỉ là do suy nghĩ của bạn mà thôi. Hãy thay đổi quan điểm – thay đổi cuộc đời của mình.

ISTJ VÀ CÁC MỐI QUAN HỆ

Những lời nói của ISTJ rất đáng tin cậy, và họ tôn trọng những lời cam kết của mình một cách tuyệt đối. Họ tin rằng nếu làm ngược lại thì đó sẽ là một sự vi phạm về danh dự và uy tín. Vì thế họ rất nghiêm túc với những lời hứa của mình, một khi đã nói "Anh/Em đồng ý", có nghĩa là họ chấp nhận mối quan hệ đó cho đến khi "cái chết chia lìa chúng ta", hoặc ngược lại. Những ISTJ luôn có khát khao hoàn thành trách nhiệm và nghĩa vụ của mình và họ sẽ làm bằng tất cả nhiệt huyết của mình. Họ sẽ làm mọi thứ để hoàn thành nghĩa vụ được đặt ra ở nhiều vai trò khác nhau như – vợ chồng, cha mẹ, con cháu v.v.v. Họ có thể gặp khó khăn khi bộc lộ tình cảm, nhưng họ luôn thường xuyên cảm thấy tình cảm dạt dào ấy và thể hiện nó qua những hành động của mình. Những ISTJ là người đứng đầu trong các loại tính cách trong việc thể hiện nỗ lực của mình. Họ sẽ dùng mọi nỗ lực của mình để hoàn thành mục tiêu quan trọng đối với họ. Nếu như một mối quan hệ lâu dài là mục tiêu của họ, bạn hãy tin rằng ISTJ sẽ làm tất cả để nuôi dưỡng và duy trì mối quan hệ ấy.

Điểm mạnh của ISTJ

- Tôn trọng những lời cam kết.
- Nghiêm túc trong những mối quan hệ.
- Có khả năng thể hiện những gì họ nghĩ một cách chính xác.
- Biết lắng nghe.
- Quản lý tiền bạc tốt (mặc dù có chút bảo thủ).
- Có khả năng tiếp nhận ý kiến xây dựng tốt.
- Có khả năng đương đầu với các cuộc xung đột mà không để cảm xúc lấn át.
- Có khả năng đưa ra lời khiển trách và hình phạt ngay lập tức.

Điểm cần khắc phục của ISTJ

- Có xu hướng cho rằng mình luôn đúng.
- Thường rơi vào những cuộc tranh luận "thắng-thua".
- Không dễ đồng cảm với những gì người khác đang cảm nhận.
- Tôn trọng nguyên tắc một cách cứng nhắc.
- Không thường xuyên đưa ra những lời tán thưởng và công nhận cho những người mà họ yêu quý.

Tóm Tắt Xu Hướng Tính Cách Theo Tên Gọi Từ Chữ Cái Của Nhóm:

ISTJ: Hướng nội – Giác quan – Lý trí – Nguyên tắc

I – Bạn thuộc nhóm tính cách Hướng nội:

Tính hướng nội là bản chất của bạn. Thái độ của bạn trong cuộc sống (vào đời và hướng nghiệp) là trầm lắng thể hiện tâm tính của mình theo chiều sâu, cũng lặng thầm làm việc trong tĩnh khuất để cống hiến. Chủ đích của bạn không chuộng bề nổi mà thích bề sâu. Bạn thích sự chu đáo và thâm tình trong quan hệ và trong công việc. Xu hướng của bạn là không thích phô trương, nhất là không màng phô trương danh nghĩa và đồng tiền (dù bạn có). Nếu giàu có, bạn cũng muốn ẩn mình giúp đỡ người khốn khó mà không kể công và không xưng danh. Mặt khác, do được rèn luyện, lại có sẵn bản tính trầm tư và sâu lắng, nên bạn thường mạnh về khả năng tưởng tượng phong phú và tư duy sáng tạo trong cách hành xử và hành nghề.

Tuy nhiên, mặt yếu của bạn là thiếu quảng giao, thiếu sự hòa nhập với đám đông, thiếu khả năng tự thể hiện khi cần chứng tỏ. Do đó, bạn thường vụng về khi nói về mình hay bộc lộ suy nghĩ. Trong giao tiếp, bạn thường ẩn mình ở thế thủ, ngại cởi mở tâm hồn. Bạn rất cần mẫn khi làm việc với chính mình, chỉ riêng mình, nhưng hơi khó làm việc khi cần hợp tác với số đông trong những dự án chung với tập thể. Dù vậy cũng không đến nỗi nào, vì đó chỉ là những thiếu sót nhỏ, dễ khắc phục nếu bạn mạnh dạn hơn khi hòa đồng, khi giao lưu và biết chủ động chia sẻ trong công việc.

Một số ngành nghề phù hợp với tính cách hướng nội: Nghiên cứu khoa học (bao gồm cả tự nhiên và cả xã hội), các ngành nghề kỹ thuật, các nghề thợ, thủ công mỹ nghệ…

Lưu ý: Nếu kết quả chỉ số Hướng nội và Hướng ngoại xấp xỉ bằng nhau thì về cơ bản, bạn có một tính cách trung hòa giữa hướng ngoại và hướng nội. Điều này cũng tốt, có khi rất tốt cho nhiều lĩnh vực trong quan hệ và việc làm.

S – Cách thức tìm hiểu và nhận thức thế giới của bạn thiên về Giác quan:

Bạn là người rất thực tế, không chỉ giàu óc thực tế mà chủ yếu là lấy thực tế làm phương châm sống của mình. Đây là một điểm mạnh trong tính cách của bạn, bạn không thích sự mơ hồ và huyền ảo, càng không thích những lý thuyết xa vời hay sự hứa hẹn viễn vông. Với bạn, chỉ có thực tiễn sống động là câu trả lời đáng tin nhất. Bởi thế, bạn thường lao vào làm việc hơn đọc sách, thích lăn lộn ở hiện trường hơn ngồi một chỗ để nghiên cứu. Nếu phải nghiên cứu khảo sát, bạn thiên về định lượng hơn định tính khi kiểm định một vấn đề.

Tuy nhiên, bạn chưa thấy rõ mình đang non yếu về năng lực tư duy chiều sâu, nhất là về ý thức nhìn xa trông rộng. Tuy khá mạnh về chiến thuật xử lý trong công việc, nhưng bạn thiếu hẳn một tầm nhìn chiến lược. Bởi thế, bạn dễ dành được những cái lợi trước mắt, nhưng bị tổn thất những lợi ích lâu dài, mà chính cái lợi lâu dài mới là cơ bản. Mặt khác, do tầm nhìn hạn hẹp và thiếu ý thức chiều sâu nên bạn khó thấy được những bài học sai lầm của quá khứ hoặc những định hướng cao đẹp của tương lai. Điều đó khiến bạn không có một căn bản để lấy đà khi cần tiến xa. Hơn thế, bạn thiếu luôn cả óc tưởng tượng sáng tạo khi cần phải hoạch định công việc hay xử lý một vấn đề mang tầm vĩ mô.

Một số ngành nghề phù hợp với người nhận thức thiên về giác quan: Các ngành nghề kỹ thuật, các nghề thợ, nhân viên văn phòng…

Lưu ý: Nếu kết quả các chỉ số trực giác và giác quan của bạn xấp xỉ bằng nhau thì về cơ bản, bạn có một tính cách trung hòa giữa trực giác và giác quan. Điều này cũng tương đối tốt ở mức độ bạn dễ tạo được sự cân bằng trong nhận thức, tránh chủ quan hoặc cực đoan khi đánh giá hay kiểm định một vấn đề.

T – Lý trí có tác động nhiều đến các quyết định và lựa chọn của bạn:

Bạn sống thiên về lý trí, nặng về nguyên tắc, đoan chính và cương trực, trật tự và nghiêm minh. Bạn không thích sự nới lỏng kỷ cương, càng không muốn ai vi phạm những quy ước. Bạn cũng tôn trọng tình cảm, nhưng có mức độ, càng không thể đặt tình cảm trên lý trí, không thể vì nhân nhượng tình cảm mà vượt qua nguyên tắc. Những người luôn mẫu mực và giữ đúng phép tắc trong quan hệ (cả quan hệ ứng xử và quan hệ làm việc) là bạn đồng hành chí cốt của bạn. Với bạn, người hợp tác mà không lấy lý trí làm trọng để ứng xử và làm việc thì đó là người yếu đuối, việc sẽ không thành và cuối cùng tình cảm cũng mất. Bởi vậy, đứng trước một vấn đề, bao giờ bạn cũng lấy lý trí ra để soi xét, cân nhắc hơn thiệt, sau đó mới chiếu cố đến tình cảm.

Tuy nhiên, sự nghiêm túc và tính cứng rắn của bạn nếu đi quá đà, không có sự mềm mỏng khi cần thiết, thiếu sự uyển chuyển khôn khéo để "lạt mềm buộc chặt" thì chẳng những tình cảm bị tổn thương mà công việc cũng đổ vỡ. Về mặt này, tính cách của bạn thể hiện một bản sắc xơ cứng, thiếu linh hoạt, không linh động giữa cương và nhu, giữa tình và lý, giữa kiên quyết và ôn hòa. Đây là nguyên nhân thất bại của rất nhiều trường hợp xử lý tình huống và giải quyết vấn đề từ việc nhỏ đến việc lớn. Trong hướng nghiệp và hợp tác khi hành nghề, người khôn ngoan là người biết dung hòa và kết hợp khéo léo các yêu cầu vừa nêu.

Một số ngành nghề phù hợp với người sống thiên về lý trí: Các ngành nghề kỹ thuật, khoa học, công nghệ, an ninh, quốc phòng, kinh doanh…

Lưu ý: Nếu chỉ số Lý trí và Tình cảm của bạn xấp xỉ bằng nhau thì về cơ bản, bạn có một tính cách cân bằng giữa tình và lý, cương và nhu, kiên quyết và ôn hòa… Đương nhiên, điều này rất tốt trong nhiều trường hợp nhưng không phải tốt với mọi trường hợp. Vấn đề là phải cân nhắc, lựa chọn kỹ khi nào phải đặt lý lên trên, khi nào tình ở trên và khi nào phải dung hòa.

J – Nguyên tắc là phong cách sống và làm việc của bạn:

Tính nguyên tắc bất di bất dịch thường là "hòn đá tảng" trong thái độ sống và phong cách sống của bạn. Bạn lấy nguyên tắc và mọi quy phạm làm tiêu chí hàng đầu để lựa chọn cách ứng xử trước mọi tình huống, mọi típ người và mọi công việc. Cho nên, với nhiều trường hợp, bạn đã rất thành công vì được việc. Trong cuộc sống và sự nghiệp, một tính cách biết tôn trọng nguyên tắc là một tính cách mạnh, thể hiện một bản lĩnh vững vàng trước nhiều thử thách cam go. Nhờ tính cách này, bạn sẵn sàng nói không với cái xấu, hơn thế, bạn có sức đề kháng với sự tấn công của môi trường xấu và nhiều cạm bẫy. Cũng nhờ đó, bạn đã tự vượt lên chính mình, tự chiến thắng mình trong khi nhiều người khác không được vậy.

Tuy thế, nếu quá đà và nhất là nếu không đủ tỉnh táo, bạn dễ trở nên cực đoan, xơ cứng với cách tuân thủ máy móc, ứng xử máy móc, giải quyết máy móc theo những khuôn mẫu máy móc của mọi nguyên tắc vốn dĩ nó mang tính chất lạnh lùng! Nếu nguyên tắc là khuôn vàng thước ngọc thì cũng có những loại thước đo ngoài khuôn vàng đó ít lạnh lùng hơn, có tính "ấm êm và mềm mại" hơn. Nghĩa là, bên cạnh những nguyên tắc xơ cứng (có khi rất chuẩn) của sự đời, vẫn có những cách nghĩ và cách làm uyển chuyển hơn, dịu dàng hơn mà vẫn bảo tồn được cái hay của nhiều phía. Đó là tính nhân văn khi vận dụng nguyên tắc. Trong khoa học về sáng tạo, người ta gọi đó là tùy cơ ứng biến. Trong tâm lý học ứng dụng, gọi đó là sự linh hoạt.

Một số ngành nghề phù hợp với phong cách sống nguyên tắc: Nghiên cứu khoa học, các ngành kỹ thuật, quân sự, an ninh, quản lý/ kinh tế/ tài chính…

Lưu ý : Nếu chỉ số Nguyên tắc và Linh hoạt của bạn xấp xỉ bằng nhau, thì về cơ bản, bạn có một khả năng điều chỉnh để đạt được sự cân bằng giữa tính linh hoạt và tính nguyên tắc. Theo đó, bạn biết tùy cơ ứng biến để khi nào thì phải thượng tôn nguyên tắc, khi nào lại cần đến sự linh hoạt, và khi nào phải vận dụng cả hai. Thông thường trong công việc, phải vận dụng kết hợp cả tính nguyên tắc và tính linh hoạt là tốt hơn cả.

Bí quyết giao tiếp với người ISTJ:

– Hãy chuẩn bị trước và trình bày ý kiến thật mạch lạc

– Hãy cho họ nhiều thời gian để thích nghi với sự đổi mới

– Nhấn mạnh những lợi ích thực tế

ISFJ: The Nurturer – Người Chăm Nom

Hướng nội – Giác quan – Tình cảm – Nguyên tắc

Những người thuộc nhóm ISFJ có lối sống chủ đạo là giác quan hướng nội, họ cảm nhận mọi thứ thông qua năm giác quan của mình một cách rõ ràng cụ thể.

Ngoài ra, ISFJ còn có một lối sống thứ hai là cảm xúc hướng ngoại, họ giải quyết vấn đề dựa trên những cảm xúc mà họ cảm nhận về chúng, hoặc chúng hợp với những nguyên tắc sống của họ như thế nào.

* Mô Tả Chung:

Đặc trưng của các ISFJ là họ có nhu cầu được giúp đỡ người khác, nhu cầu "được cảm thấy mình cần thiết". Trong một vài trường hợp cá biệt, nhu cầu này mạnh mẽ đến nỗi các mối quan hệ cho và nhận thông thường không làm họ thỏa mãn; tuy nhiên phần lớn ISFJ cảm thấy hài lòng với các mối quan hệ thông thường trong xã hội. (Một trong số nhiều nguyên nhân là ISFJ – giống như các nhóm SJ khác – cảm thấy bị ràng buộc bởi các quy tắc truyền thống trong xã hội, cách thức giúp đỡ của họ thường loại trừ tất cả các yếu tố đi ngược lại các giá trị đạo đức, hoặc gây tranh cãi về mặt chính trị)

ISFJ thường không được đánh giá đúng mức trong công việc, trong gia đình, và trong vui chơi. Mặc dù họ chứng tỏ được rằng họ có thể tin tưởng được về lòng trung thành, tính hào phóng, chất lượng công việc cao … nhưng những người xung quanh lại thường nhìn họ với vẻ ban ơn, thậm chí lợi dụng họ. Cần phải nói thêm là bản thân ISFJ còn làm cho vấn đề xấu thêm, họ rất kém trong việc giao nhiệm vụ cho người khác ("Muốn như thế nào thì hãy tự làm lấy đi").

Và mặc dù họ cảm thấy bị tổn thương vì bị đối xử không công bằng, họ ít khi lên tiếng về những thành tích của mình. Cho dù cảm thấy xứng đáng được khen ngợi vì những gì làm được, ISFJ cũng cho rằng muốn được khen thưởng vì hoàn thành tốt nghĩa vụ của mình là một điều gì đó sai trái (bởi vì hoàn thành tốt nhiệm vụ bản thân nó cũng là một phần thưởng). Thêm vào đó là ảnh hưởng của yếu tố hướng nội – không muốn tạo sự chú ý đến bản thân. Vì những nguyên nhân như vậy, ISFJ thường bị làm việc quá sức và có thể bị một số rối loạn tâm lý.

Trong công việc, ISFJ là những người làm việc có phương pháp và chính xác, có trí nhớ tốt, và có những khả năng phân tích đặc biệt. Họ cũng làm việc rất tốt trong các nhóm nhỏ hoặc tay đôi vì họ là những người kiên nhẫn và dễ đồng cảm. Là nhân viên giỏi, đáng tin cậy, dễ chịu nhưng ISFJ lại trở nên hay lo lắng và khó chịu trong vai trò giám sát. Mặc dù rất trung thành, nhưng sự trung thành của ISFJ lại thường hướng về một cá nhân chứ không hướng tới tổ chức. Nếu một người mà họ ràng buộc từ bỏ tổ chức, ISFJ sẽ đi cùng người đó nếu có cơ hội. Các nghề nghiệp ưa thích của ISFJ là: giáo viên, công tác xã hội, tôn giáo, y tá, bác sĩ (đa khoa), thư ký và một số ít công việc quản lý.

Mặc dù đạo đức nghề nghiệp rất cao, nhưng mối ưu tiên hàng đầu của ISFJ là gia đình. Gia đình chính là trung tâm của cuộc đời họ. Họ rất nồng nhiệt và hay tâm sự với những thành viên trong gia đình, và thường có ý muốn chiếm hữu riêng những người mà họ yêu quý. Nếu những người này thuộc nhóm hướng ngoại (E) hoặc hướng nội kiểu IT, ISFJ nên học cách hiểu đúng thái độ của họ và không nên diễn giải các thái độ này như là sự từ chối.

Thuộc nhóm SJ, họ rất quan trọng việc cư xử theo quy tắc, khi một người thân nhất của họ xa rời các quy tắc này sẽ làm cho ISFJ cảm thấy rất bối rối. Mối quan hệ càng thân thiết, hành động càng công khai thì mức độ bối rối càng cao. Theo thời gian, ISFJ sẽ trở nên chin chắn hơn và học được cách xem các hành động đó như là một sự lập dị vô hại.

Có lẽ khỏi cần phải nói thêm là ISFJ thường tốn rất nhiều thời gian vào việc chuẩn bị thức ăn, mua quà tặng … cho những người mà họ yêu quý – tuy nhiên vì tính chất J nên họ thường tập trung vào những gì mà họ cho rằng người nhận nên có chứ không tập trung vào những gì người nhận muốn có.

Cũng giống như phần lớn người hướng nội, ISFJ có ít bạn thân. Họ rất trung thành với bạn bè và sẵn sàng hỗ trợ cả về mặt tinh thần lẫn vật chất. Tuy nhiên, họ lại sợ va chạm hơn. Vì vậy, nếu bạn chuẩn bị đánh nhau, đừng hi vọng họ sẽ nhảy vào với bạn. Tuy nhiên, bạn có thể tin tưởng rằng họ sẽ chạy đến nhà chức trách gần nhất để tìm sự giúp đỡ.

ISFJ sống trong một thế giới ấm áp và đầy tình cảm. Họ thật sự rất ấm áp và có tấm lòng nhân hậu, và luôn tin vào những điều tốt đẹp nhất của người khác. Họ trân trọng sự hòa hợp và hợp tác, và thường rất nhạy cảm với cảm giác của mọi người. Người ta đánh giá cao ISFJ ở sự ân cần và quan tâm tới người khác, khả năng khai thác những điều tốt nhất của mọi người, xuất phát từ niềm tin vững chắc vào những điều tốt đẹp nhất.

ISFJ có một thế giới nội tâm phong phú mà những người xung quanh thường không hiểu được. Họ luôn thu thập thông tin về người khác cũng như những hoàn cảnh quan trọng đối với họ và cất giữ chúng. Sự lưu trữ thông tin quy mô lớn này thường chính xác một cách kinh ngạc, bởi ISFJ sở hữu một trí nhớ tối ưu đối với những việc quan trọng liên quan đến nguyên tắc sống của họ. Chẳng có gì lạ nếu ISFJ có thể nhớ được sự biểu lộ nét mặt đặc biệt nào đó một cách rất chi tiết nhiều năm sau khi sự kiện đó xảy ra, nếu điều đó gây ấn tượng mạnh cho ISFJ.

ISFJ có những ý tưởng rõ ràng trong việc hình dung sự việc sẽ như thế nào, và họ nỗ lực để đạt được nó. Họ thường trân trọng sự an toàn và lòng nhân hậu, tôn trọng phong tục tập quán và luật pháp. Họ tin vào những phương thức có sẵn bởi vì chúng luôn hoạt động hiệu quả, vậy nên họ không bao giờ áp dụng phương thức mới khi làm việc, trừ khi họ được giới thiệu một cách thức cơ bản khác với lời giải thích rõ ràng tại sao nó tốt hơn những phương pháp đã có.

ISFJ học qua thực hành tốt hơn việc đọc sách hoặc áp dụng lý thuyết. Vậy nên rất ít ISFJ làm việc trong những lĩnh vực đòi hỏi phân tích các khái niệm và giả thiết. Họ luôn đề cao ứng dụng thực tế. Những phương thức giáo dục truyền thống của những bậc học cao mà đòi hỏi rất nhiều khả năng tạo ra giả thiết và sự trừu tượng được coi là việc quá lặt vặt đối với họ. ISFJ có thể nghiên cứu tốt một công việc khi họ được chỉ dẫn cách áp dụng thực tiễn để giải quyết chúng. Một khi họ đã thành thạo trong việc áp dụng chúng vào thực tiễn, ISFJ sẽ miệt mài thực hiện công việc đó đến cùng. ISFJ là người rất đáng tin cậy.

Các ISFJ có cảm quan về không gian, cách tổ chức và khiếu thẩm mỹ cực kì phát triển. Vì vậy, họ luôn mong muốn căn nhà của họ tiện nghi và ngăn nắp. Họ là những nhà trang trí nội thất vô cùng giỏi. Với khả năng đặc biệt này, kết hợp với sự nhạy cảm đối với cảm xúc và mong muốn của người khác, ISFJ là những người rất giỏi trong việc tặng quà cho người khác, bởi vì họ có thể tìm ra những món quà thích hợp khiến cho người nhận thật sự cảm kích.

Hơn tất cả những kiểu tính cách MBTI khác, ISFJ có nhận thức cực kì rõ ràng về những cảm xúc nội tâm của họ, cũng như những cảm xúc của người khác. Họ thường không thể hiện cảm xúc mà giữ chúng ở trong lòng. Nếu đó là những cảm xúc tiêu cực, họ sẽ dồn nén chúng ở bên trong cho đến khi chúng thành những lời chỉ trích mạnh mẽ, không thể chối cãi đối với những cá nhân gây ra cho họ điều đó.

Vì ISFJ hiếm khi thể hiện cảm xúc của chính mình nên họ cũng không thường để người khác nhận ra họ biết người đó đang cảm thấy gì. Tuy vậy, họ sẽ nói ra nếu cảm thấy người đó đang cần được giúp đỡ, cũng như trong trường hợp họ thật sự có thể giúp đỡ người đó nhận thức được cảm xúc của chính mình.

ISFJ là người luôn đề cao trách nhiệm và bổn phận của mình. Họ chịu trách nhiệm một cách nghiêm túc, và tạo được sự tin tưởng. Vì vậy, mọi người thường hay nhờ cậy ISFJ. Khi được nhờ vả, họ khó có thể từ chối và việc này có thể sẽ trở thành gánh nặng của họ. Trong những trường hợp như vậy, ISFJ thường không để người khác biết mình đang gặp khó khăn, bởi họ không thích xung đột cũng như họ luôn đặt nhu cầu của người khác lên trên nhu cầu cá nhân. ISFJ cần học cách ý thức, đánh giá và thể hiện nhu cầu cá nhân nếu họ không muốn trở thành người quá tải vì công việc.

ISFJ cần những góp ý tích cực từ những người xung quanh. Nếu thiếu những góp ý tích cực, hoặc khi đối mặt với những lời phê bình, ISFJ sẽ nản lòng và họ có thể trở nên phiền muộn. Khi gặp chán nản hoặc căng thẳng trầm trọng, ISFJ bắt đầu tưởng tượng ra những điều tồi tệ sẽ xảy ra trong cuộc đời họ. Họ có cảm xúc mạnh mẽ về sự không thỏa mãn, và trở nên đoan chắc rằng "mọi thứ thật tồi tệ", hoặc "tôi chẳng thể làm điều gì ra hồn cả".

ISFJ là những người ấm áp, rộng lượng và đáng tin cậy. Họ có nhiều khả năng đặc biệt, được thể hiện qua sự nhạy cảm của họ với mọi người, và khả năng mạnh mẽ trong việc làm mọi việc trơn tru. Họ cần phải nhớ rằng không được quá chỉ trích bản thân, và cho phép bản thân nhận được sự ấm áp và yêu thương mà họ đã hào phóng cho đi đối với mọi người.

Các ISFJ nổi tiếng

St. Teresa of Avila (Teresa de Jesus)

Nữ hoàng Anh Elizabeth II

Nữ Hoàng Anh Mary I ("Bloody Mary")

William Howard Taft – Tổng thống Mỹ

Jerry Seinfeld – Nghệ sĩ tấu hài nổi tiếng

Kristi Yamaguchi – Vận động viên trượt băng nghệ thuật nổi tiếng

Ed Bradley – Nhà báo nổi tiếng

ISFJ VÀ SỰ NGHIỆP

Cho dù bạn là một thanh niên đang tìm kiếm chỗ đứng trong xã hội, hay một người trưởng thành đang muốn biết xem mình đang đi đúng hướng hay không, thì điều quan trọng là bạn hiểu chính mình và những đặc điểm tính cách có khả năng tác động đến sự thành công hay thất bại của bạn trong những ngành nghề khác nhau. Và cũng không kém phần quan trọng là bạn hiểu được điều gì là thực sự có ý nghĩa đối với bạn. Khi được trang bị những hiểu biết về các điểm mạnh và điểm yếu của mình cùng với sự nhận thức về điều mà bạn thực sự coi trọng, thì bạn đang ở trong một tâm thế rất tốt để chọn cho mình một nghề nghiệp mà bạn cảm thấy xứng đáng.

Các ISFJ thường có một số nét đặc trưng sau:

- Họ có một kho dữ liệu thông tin về người khác rất phong phú và đa dạng.

- Rất tinh ý và ý thức được cảm giác cũng như những phản ứng của người khác.
- Có trí nhớ tuyệt vời về những chi tiết mà họ cảm thấy quan trọng.
- Rất đồng điệu với môi trường xung quanh – có cảm quan xuất sắc về không gian và cách tổ chức.
- Có thể là chỗ dựa vững chắc, giúp đỡ mọi người hoàn thành nhiệm vụ của mình.
- Làm việc chăm chỉ cho đến khi công việc đó hoàn thành.
- Kiên định, thiết thực, thực tế – họ không thích làm việc với những giả thiết và những vấn đề trừu tượng.
- Không thích làm những việc không thực tế đối với họ.
- Đề cao một cuộc sống an toàn, theo truyền thống và thanh bình.
- Luôn có xu hướng giúp đỡ: tập trung vào những nhu cầu của người khác.
- Nhân hậu và chu đáo.
- Luôn đặt nhu cầu của người khác lên trên nhu cầu của mình.
- Tiếp thu tốt nhất trong môi trường huấn luyện thực hành.
- Thích tạo ra các kết cấu và trình tự.
- Có trách nhiệm cao trong mọi việc.
- Cực kì không thoải mái với xung đột và đối đầu.

Hai đặc điểm giúp ISFJ định hướng nghề nghiệp chính xác nhất chính là: 1. Họ thật sự có hứng thú và dễ dàng đồng điệu với cảm xúc của người khác, và 2. Họ thích sáng tạo những cấu trúc và thứ tự, và thật sự rất giỏi trong việc này. Một cách lý tưởng, ISFJ nên chọn những công việc mà họ có thể sử dụng khả năng quan sát con người đặc biệt của mình để xác định nhu cầu của người khác, và sử dụng khả năng tổ chức tuyệt vời để xây dựng những kế hoạch và môi trường để đạt được điều mà người khác muốn. Trí thông minh xuất chúng về không gian và trình tự cũng tạo cho họ những khả năng đặc biệt trong việc ứng dụng óc thẩm mỹ vào thực tế, như là trang trí nội thất và thiết kế thời trang.

Danh sách nghề nghiệp dưới đây được tạo ra dựa trên những cảm nhận về nghề nghiệp mà chúng tôi nghĩ rằng sẽ thích hợp cho một ISFJ. Mục đích của nó là cho bạn một sự tham khảo chứ không phải là một bản danh sách chi tiết. Không có bất cứ một cam kết nào chứng tỏ rằng những sự nghiệp dưới đây sẽ phù hợp với bạn, bên cạnh đó cũng có thể sự nghiệp thích hợp nhất đối với bạn cũng nằm trong danh sách này.

Những gợi ý nghề nghiệp phù hợp với ISFJ:

- Trang trí nội thất
- Nhà thiết kế
- Y tá

- Quản lý/ Quản lý hành chính
- Trợ lí giám đốc
- Chăm sóc trẻ em / Phát triển trẻ em
- Công tác xã hội / Cố vấn
- Tăng lữ / Người làm việc liên quan đến tôn giáo
- Trưởng phòng
- Người quản lí cửa hàng
- Người quản lí nhà sách
- Quản lí kinh tế gia đình

PHÁT TRIỂN NHÂN CÁCH CỦA ISFJ
10 NGUYÊN TẮC ĐỂ ĐẠT THÀNH CÔNG

1. *Trau dồi ưu điểm của mình!* Hãy để năng lực trong việc hòa hợp và cân bằng của bạn lan tỏa ra thế giới xung quanh, hãy cho thế giới này biết về tài năng của bạn. Hãy cho bản thân mình có được cơ hội để thiết kế, tổ chức và cân bằng lại những thứ có thể làm cho môi trường sống và làm việc của bạn tốt hơn cho bản thân cũng như cho mọi người xung quanh mình. Hãy tìm những công việc hoặc sở thích cho phép bản thân bạn có thể phát huy sức mạnh của mình.

2. *Hãy đối mặt với khuyết điểm của mình!* Hãy hiểu và chấp nhận rằng mọi thứ chẳng bao giờ suôn sẻ như bạn mong đợi. Nên nhớ rằng cảm giác của người khác đôi khi cũng rất quan trọng cho dù họ có đúng hay sai. Đối diện và giải quyết mối bất hòa hay sự khác biệt của người khác không có nghĩa là bạn phải thay đổi chính mình. Điều đó có nghĩa là bạn đã cho mình một cơ hội để phát triển bản thân. Bằng cách đối mặt với điểm yếu, bạn đã và đang tôn trọng bản thân cũng như tôn trọng những người xung quanh bạn.

3. *Khám phá thế giới của người khác.* Đừng để bản thân mắc bẫy trong những dòng suy nghĩ rằng bạn luôn biết điều gì tốt nhất cho người khác. Hãy mở cửa trái tim để hiểu rằng những gì họ thật sự cần là thứ chỉ có thể khám phá được qua những mối quan hệ, và công nhận rằng thế giới của họ có thể rất khác với thế giới của bạn.

4. *Đừng quá vội vàng.* Hãy thử để mọi việc được ổn định trước khi bạn phán xét về chúng. Cho phép người khác khám phá những điều tốt nhất đối với họ, trong khi bạn cũng có thể cảm nhận nó bằng quan điểm của mình.

5. *Nhìn nhận thế giới một cách cẩn thận.* Hãy nhớ rằng, mọi thứ thường không giống với vẻ bên ngoài của nó. Bạn cần phải nhìn sâu vào bên trong để khám phá ra bản chất của mọi việc, điều đáng quan tâm là bạn thường chắc chắn về nó ngay từ cái nhìn đầu tiên. Có nhiều lớp nghĩa và sự thật ẩn sau mọi thứ.

6. ***Hãy để người khác đảm nhận công việc.*** Khi để người khác giúp đỡ, không có nghĩa là bạn để mọi việc ngoài tầm kiểm soát của mình, mà là để công nhận nhu cầu cá nhân của họ trở thành một phần của cuộc sống của mình. Hãy nhớ rằng, sẽ tốt hơn nếu hướng dẫn ai đó nhìn nhận quan điểm của bạn hơn là tách họ ra khỏi những kế hoạch của mình.

7. ***Hãy chịu trách nhiệm đối với người khác.*** Luôn nhớ rằng họ cần hiểu bạn và những nhu cầu của bạn. Hãy thể hiện cảm xúc và những lý do, và để họ cùng đồng hành trong việc thực hiện những mục tiêu với bạn.

8. ***Đừng tự giam cầm bản thân.*** Sống một cuộc sống nhàn hạ mà không có thử thách có thể sẽ là sự tự hủy hoại bản thân. Hãy để mỗi ngày trôi qua là mỗi ngày bạn có thể bước ra thế giới bên ngoài và cảm nhận được sự khác biệt về thế giới và con người ở đó. Điều này ắt hẳn sẽ mở rộng tầm mắt của bạn cũng như đem lại nhiều ý tưởng mới và cơ hội mới.

9. ***Tin tưởng và tìm kiếm những điều tốt đẹp nhất.*** Đừng chờ đợi người khác làm theo ý mình. Mỗi người đều có nhiều đức tính đáng để bạn học hỏi, cũng giống như mỗi tình huống xảy ra có thể trở thành những bài học kinh nghiệm quý giá. Nếu tin vào điều này, bạn sẽ tự cho mình một cơ hội để trải nghiệm những điều tốt đẹp và phát triển bản thân.

10. ***Hãy hỏi ngay khi nghi ngờ.*** Đừng tự đặt mình trong tình thế tiến thoái lưỡng nan. Nếu không chắc chắn về điều gì đó, hãy hỏi ý kiến người mà bạn tin tưởng.

ISFJ VÀ CÁC MỐI QUAN HỆ

ISFJ rất coi trọng những mối quan hệ cá nhân. Họ thường trao tặng yêu thương cho người khác và đặt nhu cầu của người khác lên trên mình. Họ thường gặp vấn đề trong việc trở nên quá thiếu thốn về cảm xúc cũng như che đậy cảm xúc của mình. Họ vô cùng tận tâm, và tìm kiếm những mối quan hệ lâu dài. ISFJ cực kì đáng tin cậy, và luôn nỗ lực hết mình để giữ mọi việc phát triển suôn sẻ. Họ thường khó từ chối giúp đỡ người khác và vì thế thường xem chuyện đó như là điều hiển nhiên mà họ phải làm.

Điểm mạnh của ISFJ:

- Ấm áp, thân thiện, và gần gũi một cách tự nhiên.
- Luôn giúp đỡ và muốn làm hài lòng người khác.
- Lắng nghe tốt.
- Sẽ cố gắng nỗ lực hết sức để hoàn thành nhiệm vụ và bổn phận của mình.
- Có khả năng tổ chức tuyệt vời.
- Thành thạo những công việc thực tế và những nhu cầu cơ bản hàng ngày.
- Giỏi xoay xở tiền bạc (mặc dù vẫn hay dè dặt).

- Luôn tận tâm, có xu hướng tìm kiếm những mối quan hệ lâu dài.

Điểm yếu của ISFJ:

- Không chú ý đến nhu cầu cá nhân.
- Gặp khó khăn trong việc rời bỏ môi trường thân quen của mình.
- Cực kì ghét xung đột và chỉ trích.
- Không thích thể hiện nhu cầu cá nhân, điều này có thể gây nên sự dồn nén cảm xúc bên trong.
- Khó khăn khi rời bỏ những mối quan hệ không tốt.
- Gặp khó khăn trong việc tiếp tục cuộc sống bình thường sau một mối quan hệ đổ vỡ.

Tóm Tắt Xu Hướng Tính Cách Theo Tên Gọi Từ Chữ Cái Của Nhóm:

ISFJ: Hướng nội – Giác quan – Tình cảm – Nguyên tắc

I – Bạn thuộc nhóm tính cách Hướng nội:

Tính hướng nội là bản chất của bạn. Thái độ của bạn trong cuộc sống (vào đời và hướng nghiệp) là trầm lắng thể hiện tâm tính của mình theo chiều sâu, cũng lặng thầm làm việc trong tĩnh khuất để cống hiến. Chủ đích của bạn không chuộng bề nổi mà thích bề sâu. Bạn thích sự chu đáo và thâm tình trong quan hệ và trong công việc. Xu hướng của bạn là không thích phô trương, nhất là không màng phô trương danh nghĩa và đồng tiền (dù bạn có). Nếu giàu có, bạn cũng muốn ẩn mình giúp đỡ người khốn khó mà không kể công và không xưng danh. Mặt khác, do được rèn luyện, lại có sẵn bản tính trầm tư và sâu lắng, nên bạn thường mạnh về khả năng tưởng tượng phong phú và tư duy sáng tạo trong cách hành xử và hành nghề.

Tuy nhiên, mặt yếu của bạn là thiếu quảng giao, thiếu sự hòa nhập với đám đông, thiếu khả năng tự thể hiện khi cần chứng tỏ. Do đó, bạn thường vụng về khi nói về mình hay bộc lộ suy nghĩ. Trong giao tiếp, bạn thường ẩn mình ở thế thủ, ngại cởi mở tâm hồn. Bạn rất cần mẫn khi làm việc với chính mình, chỉ riêng mình, nhưng hơi khó làm việc khi cần hợp tác với số đông trong những dự án chung với tập thể. Dù vậy cũng không đến nỗi nào, vì đó chỉ là những thiếu sót nhỏ, dễ khắc phục nếu bạn mạnh dạn hơn khi hòa đồng, khi giao lưu và biết chủ động chia sẻ trong công việc.

Một số ngành nghề phù hợp với tính cách hướng nội: Nghiên cứu khoa học (bao gồm cả tự nhiên và cả xã hội), các ngành nghề kỹ thuật, các nghề thợ, thủ công mỹ nghệ…

Lưu ý: Nếu kết quả chỉ số Hướng nội và Hướng ngoại xấp xỉ bằng nhau thì về cơ bản, bạn có một tính cách trung hòa giữa hướng ngoại và hướng nội. Điều này cũng tốt, có khi rất tốt cho nhiều lĩnh vực trong quan hệ và việc làm.

S – Cách thức tìm hiểu và nhận thức thế giới của bạn thiên về Giác quan:

Bạn là người rất thực tế, không chỉ giàu óc thực tế mà chủ yếu là lấy thực tế làm phương châm sống của mình. Đây là một điểm mạnh trong tính cách của bạn, bạn không thích sự mơ hồ và huyền ảo, càng không thích những lý thuyết xa vời hay sự hứa hẹn viễn vông. Với bạn, chỉ có thực tiễn sống động là câu trả lời đáng tin nhất. Bởi thế, bạn thường lao vào làm việc hơn đọc sách, thích lăn lộn ở hiện trường hơn ngồi một chỗ để nghiên cứu. Nếu phải nghiên cứu khảo sát, bạn thiên về định lượng hơn định tính khi kiểm định một vấn đề.

Tuy nhiên, bạn chưa thấy rõ mình đang non yếu về năng lực tư duy chiều sâu, nhất là về ý thức nhìn xa trông rộng. Tuy khá mạnh về chiến thuật xử lý trong công việc, nhưng bạn thiếu hẳn một tầm nhìn chiến lược. Bởi thế, bạn dễ dành được những cái lợi trước mắt, nhưng bị tổn thất những lợi ích lâu dài, mà chính cái lợi lâu dài mới là cơ bản. Mặt khác, do tầm nhìn hạn hẹp và thiếu ý thức chiều sâu nên bạn khó thấy được những bài học sai lầm của quá khứ hoặc những định hướng cao đẹp của tương lai. Điều đó khiến bạn không có một căn bản để lấy đà khi cần tiến xa. Hơn thế, bạn thiếu luôn cả óc tưởng tượng sáng tạo khi cần phải hoạch định công việc hay xử lý một vấn đề mang tầm vĩ mô.

Một số ngành nghề phù hợp với người nhận thức thiên về giác quan: Các ngành nghề kỹ thuật, các nghề thợ, nhân viên văn phòng…

Lưu ý: Nếu kết quả các chỉ số trực giác và giác quan của bạn xấp xỉ bằng nhau thì về cơ bản, bạn có một tính cách trung hòa giữa trực giác và giác quan. Điều này cũng tương đối tốt ở mức độ bạn dễ tạo được sự cân bằng trong nhận thức, tránh chủ quan hoặc cực đoan khi đánh giá hay kiểm định một vấn đề.

F – Tình cảm thường ảnh hưởng đến các quyết định và lựa chọn của bạn:

Bạn sống thiên về tình cảm, giàu lòng vị tha, nhiều cảm xúc hướng thiện. Tâm hồn của bạn khá rộng mở về phía tha nhân và ngoại cảnh, khiến bạn dễ cảm thông với nhiều nghịch cảnh và cả sự trái ngang trong nhân tình thế thái. Trong nhiều trường hợp xử lý liên quan đến người và việc, bạn nghiêng về các giải pháp tình cảm nhiều hơn, giữ gìn mối quan hệ trước sau được tốt hơn. Sự đôn hậu là một điểm son trong tâm hồn bạn. Bạn dễ dàng chấp nhận khó khăn về mình, nhường sẻ thuận lợi cho người, kể cả người mình không ưa. Nhờ vậy, bạn được nhiều người ưa và thường giữ được lòng thanh thản, không mấy liên lụy đến những rắc rối linh tinh. Thế mạnh của bạn là giữ được tâm bình.

Tuy vậy, chính trong thế mạnh đó cũng thể hiện sự hẫng hụt của bạn mỗi khi bạn đi quá đà vì tình thương của bạn đã đặt không đúng chỗ hoặc đầu tư quá liều lượng. Sống tình cảm là rất quý, nhưng quá nghiêng về tình cảm lại là một sai lầm cực đoan và do đó dễ thất bại trong đối nhân xử thế và điều hành công việc. Nếu không giữ được thăng bằng giữa tình cảm và lý trí, bạn sẽ gặp tình trạng được người mà hỏng việc. Mà cái gọi là "được người" đó cũng chỉ tạm thời, chưa hẳn "được" một cách tích cực, vì họ chỉ thấy sự thiên vị mà không quán triệt nguyên tắc, chỉ thấy đạt tình mà không thấu lý.

Một số ngành nghề phù hợp với người sống thiên về tình cảm: Công tác xã hội, dịch vụ công, nghệ thuật, y tế sức khỏe…

Lưu ý: Nếu chỉ số Lý trí và Tình cảm của bạn xấp xỉ bằng nhau thì về cơ bản, bạn có một tính cách cân bằng giữa tình và lý, cương và nhu, kiên quyết và ôn hòa… Đương nhiên, điều này rất tốt trong nhiều trường hợp nhưng không phải tốt với mọi trường hợp. Vấn đề là phải cân nhắc, lựa chọn kỹ khi nào phải đặt lý lên trên, khi nào tình ở trên và khi nào phải dung hòa.

J – Nguyên tắc là phong cách sống và làm việc của bạn:

Tính nguyên tắc bất di bất dịch thường là "hòn đá tảng" trong thái độ sống và phong cách sống của bạn. Bạn lấy nguyên tắc và mọi quy phạm làm tiêu chí hàng đầu để lựa chọn cách ứng xử trước mọi tình huống, mọi típ người và mọi công việc. Cho nên, với nhiều trường hợp, bạn đã rất thành công vì được việc. Trong cuộc sống và sự nghiệp, một tính cách biết tôn trọng nguyên tắc là một tính cách mạnh, thể hiện một bản lĩnh vững vàng trước nhiều thử thách cam go. Nhờ tính cách này, bạn sẵn sàng nói không với cái xấu, hơn thế, bạn có sức đề kháng với sự tấn công của môi trường xấu và nhiều cạm bẫy. Cũng nhờ đó, bạn đã tự vượt lên chính mình, tự chiến thắng mình trong khi nhiều người khác không được vậy.

Tuy thế, nếu quá đà và nhất là nếu không đủ tỉnh táo, bạn dễ trở nên cực đoan, xơ cứng với cách tuân thủ máy móc, ứng xử máy móc, giải quyết máy móc theo những khuôn mẫu máy móc của mọi nguyên tắc vốn dĩ nó mang tính chất lạnh lùng! Nếu nguyên tắc là khuôn vàng thước ngọc thì cũng có những loại thước đo ngoài khuôn vàng đó ít lạnh lùng hơn, có tính "ấm êm và mềm mại" hơn. Nghĩa là, bên cạnh những nguyên tắc xơ cứng (có khi rất chuẩn) của sự đời, vẫn có những cách nghĩ và cách làm uyển chuyển hơn, dịu dàng hơn mà vẫn bảo tồn được cái hay của nhiều phía. Đó là tính nhân văn khi vận dụng nguyên tắc. Trong khoa học về sáng tạo, người ta gọi đó là tùy cơ ứng biến. Trong tâm lý học ứng dụng, gọi đó là sự linh hoạt.

Một số ngành nghề phù hợp với phong cách sống nguyên tắc: Nghiên cứu khoa học, các ngành kỹ thuật, quân sự, an ninh, quản lý/ kinh tế/ tài chính…

Lưu ý : Nếu chỉ số Nguyên tắc và Linh hoạt của bạn xấp xỉ bằng nhau, thì về cơ bản, bạn có một khả năng điều chỉnh để đạt được sự cân bằng giữa tính linh hoạt và tính nguyên tắc. Theo đó, bạn biết tùy cơ ứng biến để khi nào thì phải thượng tôn nguyên tắc, khi nào lại cần đến sự linh hoạt, và khi nào phải vận dụng cả hai. Thông thường trong công việc, phải vận dụng kết hợp cả tính nguyên tắc và tính linh hoạt là tốt hơn cả.

Bí quyết giao tiếp với người ISFJ:

– Nói chậm rãi và rõ ràng

– Tôn trọng quyền lợi riêng tư của họ

– Hãy dứt khoát và đưa ra cụ thể những gì cần làm

– Xem trọng sự tận tâm của họ, làm việc mau lẹ và suy nghĩ chín chắn

INFJ: The Protectors – Người Che Chở

Hướng nội – Trực giác – Tình cảm – Nguyên tắc

Những người thuộc nhóm INFJ có lối sống chủ đạo là trực giác hướng nội, họ tiếp nhận mọi thứ chủ yếu dựa vào trực giác.

Ngoài ra, INFJ còn có một lối sống thứ hai thiên về cảm giác hướng ngoại, họ xử lý mọi việc theo cách họ cảm nhận, hoặc theo cách mà chúng có phù hợp với chuẩn mực của bản thân họ hay không.

* MÔ TẢ CHUNG:

Đằng sau vẻ yên lặng bên ngoài của các INFJ là một niềm tin mãnh liệt vào mục đích của cuộc đời. Nếu họ là các nhà hoạt động – INFJ cũng bị thu hút vào vai trò này – họ hoạt động vì một mục đích cao cả chứ không vì vinh quang hay quyền lợi cá nhân.

INFJ là chiến sĩ của những người bị đè nén hay áp bức. Chúng ta thường tìm thấy họ trong những tình huống khẩn cấp, giải thoát cho những người bị nạn. INFJ cũng hay nghĩ đến chuyện báo thù những kẻ đã đối xử tàn tệ với những người không có khả năng tự vệ. Hình ảnh một chàng hiệp sĩ lãng mạn luôn có sức hấp dẫn các INFJ.

Rất khó lãnh đạo các INFJ vì họ luôn luôn nghi ngờ (một cách hợp lý) về động cơ của người khác. Đây là những người rất khó bị lừa phỉnh. Mặc dù rất niềm nở và dễ thông cảm với người khác, INFJ rất khó tính trong việc lựa chọn bạn bè. Và tình bạn của họ cực kỳ bền vững.

INFJ cũng rất giỏi về ngôn ngữ và khéo léo trong giao tiếp. Thêm vào đó, sự nhạy cảm với về ngôn ngữ cơ thể cũng giúp họ dễ dàng hiểu được người khác một cách chính xác. Viết lách, tư vấn, công chức, làm chính trị là những lĩnh vực thích hợp cho INFJ

INFJ là những người lịch sự, biết quan tâm, phức tạp và là những cá nhân có trực giác cao. Có tính nghệ sĩ và sáng tạo, họ sống trong thế giới của những ý tưởng và tiềm năng. Chỉ có 1% dân số là INFJ, khiến cho loại tính cách này trở thành tính cách hiếm có nhất.

INFJ rất coi trọng việc sắp xếp mọi thứ theo thứ tự và có tính hệ thống trong cuộc sống của họ. Họ luôn nỗ lực để tìm ra hệ thống nào là tốt nhất để hoàn thành công việc, họ luôn định nghĩa và xác định lại những ưu tiên trong cuộc sống của mình. Mặt khác, INFJ suy nghĩ bằng trực giác một cách hoàn toàn tự nhiên. Họ biết mọi thứ thông qua trực giác mà không biết lí do tại sao, và cũng không có kiến thức đầy đủ về những điều đó. Họ thường đúng, và họ cũng thường biết rằng họ đúng. Nói chung, INFJ hoàn toàn tin tưởng vào bản năng và trực giác của họ. Điều này gây ra sự trái ngược giữa thế giới bên ngoài và bên trong của họ, và có thể có kết quả là INFJ không ngăn nắp như các loại tính cách "nguyên tắc" khác. Chúng ta cũng có thể thấy được một vài dấu hiệu của sự bừa bộn trong một tổng thể ngăn nắp, ví dụ như một chiếc bàn lúc nào cũng bày bừa trong một căn phòng ngăn nắp.

INFJ có khả năng đặc biệt trong việc thấu hiểu con người và hoàn cảnh. Họ "cảm nhận" mọi thứ và hiểu chúng bằng trực giác. Một ví dụ điển hình, một vài INFJ có khả năng ngoại cảm tự nhiên, họ có thể linh cảm mạnh mẽ về việc người thân của mình đang gặp vấn đề, và sau đó họ phát hiện ra người đó đã gặp tai nạn. Những người khác có thể coi thường và cười nhạo điều này, và INFJ không thực sự hiểu trực giác của họ đến mức có thể diễn đạt thành lời. Vì thế, INFJ là những người sống khép kín, chỉ chia sẻ khi họ chọn chia sẻ những gì họ muốn. Họ là những con người sâu sắc, phức tạp, hoàn toàn kín đáo và thường khó hiểu. INFJ không bộc lộ nhiều, và có thể rất bí ẩn.

Tuy nhiên, INFJ cũng cực kỳ ấm áp như sự phức tạp của họ. INFJ có một vị trí đặc biệt trong tim của những người ở gần họ, những người có thể thấy sự quan tâm sâu sắc và những khả năng đặc biệt của họ. INFJ quan tâm đến cảm xúc của người khác, và họ cố tỏ ra dịu dàng để tránh làm tổn thương đến những người khác. Họ rất nhạy cảm với xung đột, và họ thường không thể chấp nhận điều đó. Những tình huống xảy ra xung đột thường đưa một INFJ hiền lành trở thành một người cực kỳ chống đối hoặc giận dữ. Họ có xu hướng mang những xung đột vào bên trong mình, và có những vấn đề về sức khoẻ khi chịu nhiều căng thẳng và áp lực.

Bởi vì INFJ có khả năng trực giác rất mạnh mẽ, họ tin tưởng vào bản năng của mình hơn hết. Điều này có thể dẫn đến kết quả là sự cứng đầu và có xu hướng bỏ qua ý kiến của người khác. Họ tin rằng họ luôn đúng. Mặc khác, INFJ là những người cầu toàn, luôn mong muốn mình sống với toàn bộ khả năng của mình. INFJ hiếm khi tự hài lòng với bản thân mình – luôn có những việc mà họ nên làm để cải thiện bản thân và thế giới xung quanh họ. Họ tin vào sự phát triển không ngừng, và thường không dành thời gian để xem lại những gì họ đã đạt được. Họ có một hệ thống giá trị mạnh mẽ, và họ cần sống với những gì họ cho là đúng. Với tính cách thiên về cảm xúc, INFJ thường rất lịch sự và dễ tính. Tuy nhiên, họ có mong muốn rất cao cho bản thân mình, và thường cho gia đình của họ nữa. Họ không tin vào việc thay đổi lý tưởng sống của mình.

INFJ là những người nuôi dưỡng tự nhiên, kiên nhẫn, tận tụy và che chở. Họ là những bậc cha mẹ luôn yêu thương và thường có mối quan hệ gần gũi với con cái mình. Họ có mong đợi cao đối với con mình, và thúc đẩy chúng để chúng đạt được những điều tốt nhất. Điều này đôi khi được thể hiện bởi sự cứng đầu của

INFJ. Nhưng nói chung, những đứa con của INFJ có được sự tận tụy và hướng dẫn của cha mẹ, cùng với sự quan tâm sâu sắc của họ.

INFJ thường nổi bật trong những công việc mà họ có thể sáng tạo và mang tính độc lập. Họ có năng khiếu trong các môn nghệ thuật và nhiều người rất giỏi trong các ngành khoa học, bởi vì họ có thể sử dụng trực giác của mình. INFJ cũng thích làm những việc có thể phục vụ người khác. Họ không giỏi trong các công việc yêu cầu tính chính xác và chi tiết. INFJ sẽ hoặc là tránh né những điều như vậy, hoặc sẽ cố gắng hết sức để phát triển về khả năng chi tiết đến nỗi họ không còn khả năng nhìn toàn cảnh vấn đề nữa. Một INFJ phát triển khả năng lưu ý đến những chi tiết có thể rất hay chỉ trích những người không chi tiết như họ.

INFJ có những khả năng mà những loại tính cách khác không có được. Đối với một INFJ thì cuộc sống không bao giờ là dễ dàng, nhưng INFJ vẫn có khả năng cảm nhận sâu sắc sự việc xung quanh và đạt nhiều thành tựu cá nhân.

Những INFJ nổi tiếng

Nathan – Nhà tiên tri Israel

James Earl "Jimmy" Carter – Tổng thống Mỹ

Martin Luther King, Jr. – Nhà hoạt động dân quyền

Nicole Kidman – Nữ diễn viên nổi tiếng

Jamie Foxx – Nam diễn viên nổi tiếng

INFJ VÀ SỰ NGHIỆP

Cho dù bạn là một thanh niên đang tìm kiếm chỗ đứng trong xã hội, hay một người trưởng thành đang muốn biết xem mình đang đi đúng hướng hay không, thì điều quan trọng là bạn hiểu chính mình và những đặc điểm tính cách có khả năng tác động đến sự thành công hay thất bại của bạn trong những ngành nghề khác nhau. Và cũng không kém phần quan trọng là bạn hiểu được điều gì là thực sự có ý nghĩa đối với bạn. Khi được trang bị những hiểu biết về các điểm mạnh và điểm yếu của mình cùng với sự nhận thức về điều mà bạn thực sự coi trọng, thì bạn đang ở trong một tâm thế rất tốt để chọn cho mình một nghề nghiệp mà bạn cảm thấy xứng đáng.

Các INFJ thường có một số nét đặc trưng sau:

- Hiểu được con người và hoàn cảnh bằng trực giác.
- Duy tâm.
- Rất nguyên tắc.
- Phức tạp và sâu sắc.

- Khả năng lãnh đạo tự nhiên.
- Nhạy cảm và có lòng trắc ẩn với con người.
- Sẵn lòng giúp đỡ người khác.
- Hướng về tương lai.
- Đánh giá cao những mối quan hệ sâu sắc và đích thực.
- Tránh thể hiện bản thân mình.
- Không thích các công việc chi tiết nếu họ không phát triển kỹ năng này.
- Luôn tìm kiếm ý nghĩa và mục đích của mọi thứ.
- Sáng tạo và nhìn xa trông rộng.
- Dễ cảm động và dễ bị tổn thương.
- Có thể làm việc logic và lí trí – Sử dụng trực giác để nhận ra mục tiêu và nỗ lực tiến về mục tiêu đó.

INFJ là những cá nhân đặc biệt, họ cần một sự nghiệp hơn là một công việc. Họ cần được cảm thấy như thể mọi thứ họ làm trong cuộc sống phải hoà hợp với hệ thống giá trị mạnh mẽ của họ – với những gì họ cho là đúng. Theo đó, INFJ nên chọn một nghề nghiệp mà họ có thể sống mỗi ngày với những giá trị của bản thân, và có thể hỗ trợ họ trong sứ mệnh làm nên một điều gì đó ý nghĩa. Bởi vì INFJ có một hệ thống giá trị mạnh mẽ và trực giác dẫn đường nên họ thể hiện tốt nhất trong vai trò lãnh đạo, hơn là một người đi theo. Mặc dù họ có thể hạnh phúc khi đi theo những người lãnh đạo mà họ có thể hỗ trợ hoàn toàn, họ sẽ không vui khi phải theo sau trong những trường hợp khác.

Danh sách nghề nghiệp dưới đây được tạo ra dựa trên những cảm nhận về nghề nghiệp mà chúng tôi nghĩ rằng sẽ thích hợp cho một INFJ. Mục đích của nó là cho bạn một sự tham khảo chứ không phải là một bản danh sách chi tiết. Không có bất cứ một cam kết nào chứng tỏ rằng những sự nghiệp dưới đây sẽ phù hợp với bạn, bên cạnh đó cũng có thể sự nghiệp thích hợp nhất đối với bạn cũng nằm trong danh sách này.

Những gợi ý nghề nghiệp phù hợp với INFJ

- Giám mục / Các công việc liên quan đến tôn giáo
- Giáo viên
- Bác sĩ / Nha sĩ
- Các lĩnh vực liên quan đến chăm sóc sức khoẻ
- Nhà tâm lý học
- Bác sĩ tâm thần
- Những người làm công tác xã hội
- Nhạc sĩ / Hoạ sĩ
- Nhiếp ảnh

- Chăm sóc trẻ em / Phát triển trẻ em

PHÁT TRIỂN NHÂN CÁCH CỦA INFJ
10 NGUYÊN TẮC ĐỂ ĐẠT THÀNH CÔNG

1. ***Trau dồi ưu điểm của mình!*** Làm những việc cho phép khả năng trực giác và nhiệt tình giúp đỡ người khác của bạn được phát huy.

2. ***Hãy đối mặt với khuyết điểm của mình!*** Chấp nhận những điểm yếu của mình và tìm cách vượt qua chúng. Đặc biệt, cố gắng sử dụng khả năng đánh giá dựa trên các ý tưởng và trực giác của mình hơn, đừng vội bác bỏ lời nói của những người khác.

3. ***Suy nghĩ thật kĩ càng.*** Bạn cần phải sàng lọc nguồn thông tin đa dạng của mình để biến mọi việc trở nên khả thi. Cho bản thân mình một thời gian thích hợp để làm việc này, và tận dụng cơ hội thảo luận ý tưởng với người khác. Bạn sẽ nhận ra việc bộc lộ trực giác nội tâm của mình là một bài học quý giá.

4. ***Thấu hiểu mọi thứ.*** Đừng bác bỏ ý kiến của người khác quá sớm chỉ vì bạn không tôn trọng người đưa ra ý kiến đó, hoặc do bạn nghĩ bạn đã biết tường tận về vấn đề đó rồi. Suy cho cùng, mỗi người đều có những ý kiến riêng, và không phải ai cũng biết hết mọi thứ. Như Steven Covey đã nói, "Phải thấu hiểu người khác để người khác có thể hiểu mình".

5. ***Khi bạn mất bình tĩnh, bạn thất bại.*** Năng lực tiềm tàng và những hiểu biết sáng suốt của bạn chính là một thế mạnh, nhưng chúng có thể trở nên nguy hiểm nếu sử dụng không đúng và bạn có thể rơi vào những trạng thái cảm xúc mà bạn không thể xử lý được. Hãy nhớ rằng không phải ai cũng có cách nhìn sự việc như bạn, và một khi nỗ lực giúp đỡ họ của bạn thất bại, điều đó sẽ khiến bạn phải chịu cảm giác bị oán giận và bỏ rơi. Bạn không thể xử sự như thế được. Hãy điều chỉnh suy nghĩ của mình, cho phép người khác quyền riêng tư và lúc đó bạn sẽ trưởng thành hơn.

6. ***Giữ cái nhìn toàn cảnh.*** Hãy coi chừng xu hướng trở thành một người quá chi tiết. Nếu bạn cảm thấy mình rất chú ý đến các chi tiết nhỏ nhặt, hãy nhanh chóng quay lại và đảm bảo là bạn có thể nhìn thấy được mục tiêu của mình. Bạn sẽ không thể đạt mục tiêu của mình nếu cứ quá chìm đắm vào các chi tiết.

7. ***Chịu trách nhiệm với chính bản thân mình.*** Đừng đổ lỗi của mình cho những người khác. Hãy suy nghĩ về cách giải quyết. Không ai có khả năng điều khiển cuộc sống của bạn hơn là chính bạn.

8. ***Hãy khiêm tốn.*** Đánh giá bản thân mình nghiêm khắc như cách bạn đánh giá người khác.

9. ***Hãy mong muốn những điều tốt đẹp nhất.*** Đừng tự làm nản lòng mình bằng ý nghĩ mình thật tồi tệ. Nhớ rằng một thái độ tích cực sẽ mang đến cho bạn những hoàn cảnh tích cực.

10. ***Thư giãn***: Hãy cho phép mình thư giãn. Hãy tập thể dục và nghỉ ngơi một cách thoải mái, đi du lịch và tham gia vào các hoạt động thư giãn. Chăm sóc cho bản thân và những người yêu thương bằng cách cho phép bản thân để sự đam mê và cường độ công việc sang một bên để có thời gian nghỉ ngơi.

INFJ VÀ CÁC MỐI QUAN HỆ

INFJ là những người ấm áp và đáng tin cậy, họ cũng rất sâu sắc và phức tạp. Họ thích tìm kiếm và phát triển các mối quan hệ lâu dài và ý nghĩa. Họ là người cầu toàn, và luôn nỗ lực cho mối quan hệ tối ưu. Trong đa số trường hợp, đây là một điều tích cực, nhưng đôi khi lại có hại cho INFJ nếu họ biến việc rời bỏ mối quan hệ cũ để tìm kiếm những mối quan hệ mới trở thành thói quen, để luôn luôn tìm kiếm những người hoàn thiện hơn. Nói chung, INFJ là những người nồng ấm và biết quan tâm sâu sắc, họ đầu tư vào mối quan hệ gần gũi, và nỗ lực nhiều để làm chúng trở nên tích cực. Họ được đánh giá cao bởi những người thân cận vì năng lực đặc biệt này. Họ tìm kiếm những mối quan hệ lâu dài, bền vững mặc dù không phải lúc nào họ cũng tìm thấy nó.

Điểm mạnh của INFJ

- Ấm áp và đáng tin cậy một cách tự nhiên.
- Nỗ lực để đạt được mối quan hệ tốt nhất.
- Nhạy cảm và quan tâm đến cảm giác của người khác.
- Thường có kỹ năng giao tiếp tốt, đặc biệt là kỹ năng viết.
- Rất nghiêm túc với những cam kết của mình, và luôn tìm kiếm các mối quan hệ lâu dài.
- Luôn đặt ra những chuẩn mực và kì vọng cao cho bản thân và người khác (vừa là ưu điểm và là khuyết điểm).
- Lắng nghe tốt.
- Có khả năng tiếp tục tìm kiếm các mối quan hệ khác sau khi kết thúc một mối quan hệ (Một khi đã chắc chắn là mối quan hệ kia đã kết thúc).

Điểm cần khắc phục của INFJ

- Có xu hướng sống khép kín.
- Không giỏi sử dụng tiền bạc hay những vật dụng thường ngày.
- Cực kì ghét tranh cãi và chỉ trích.

- Luôn đặt ra những chuẩn mực và kì vọng cao cho bản thân và người khác (vừa là ưu điểm và là khuyết điểm).
- Gặp khó khăn khi rời bỏ một mối quan hệ có chiều hướng xấu đi.

Tóm Tắt Xu Hướng Tính Cách Theo Tên Gọi Từ Chữ Cái Của Nhóm:

INFJ: Hướng nội – Trực giác – Tình cảm – Nguyên tắc

I – Bạn thuộc nhóm tính cách Hướng nội:

Tính hướng nội là bản chất của bạn. Thái độ của bạn trong cuộc sống (vào đời và hướng nghiệp) là trầm lắng thể hiện tâm tính của mình theo chiều sâu, cũng lặng thầm làm việc trong tĩnh khuất để cống hiến. Chủ đích của bạn không chuộng bề nổi mà thích bề sâu. Bạn thích sự chu đáo và thâm tình trong quan hệ và trong công việc. Xu hướng của bạn là không thích phô trương, nhất là không màng phô trương danh nghĩa và đồng tiền (dù bạn có). Nếu giàu có, bạn cũng muốn ẩn mình giúp đỡ người khốn khó mà không kể công và không xưng danh. Mặt khác, do được rèn luyện, lại có sẵn bản tính trầm tư và sâu lắng, nên bạn thường mạnh về khả năng tưởng tượng phong phú và tư duy sáng tạo trong cách hành xử và hành nghề.

Tuy nhiên, mặt yếu của bạn là thiếu quảng giao, thiếu sự hòa nhập với đám đông, thiếu khả năng tự thể hiện khi cần chứng tỏ. Do đó, bạn thường vụng về khi nói về mình hay bộc lộ suy nghĩ. Trong giao tiếp, bạn thường ẩn mình ở thế thủ, ngại cởi mở tâm hồn. Bạn rất cần mẫn khi làm việc với chính mình, chỉ riêng mình, nhưng hơi khó làm việc khi cần hợp tác với số đông trong những dự án chung với tập thể. Dù vậy cũng không đến nỗi nào, vì đó chỉ là những thiếu sót nhỏ, dễ khắc phục nếu bạn mạnh dạn hơn khi hòa đồng, khi giao lưu và biết chủ động chia sẻ trong công việc.

Một số ngành nghề phù hợp với tính cách hướng nội: Nghiên cứu khoa học (bao gồm cả tự nhiên và cả xã hội), các ngành nghề kỹ thuật, các nghề thợ, thủ công mỹ nghệ…

Lưu ý: Nếu kết quả chỉ số Hướng nội và Hướng ngoại xấp xỉ bằng nhau thì về cơ bản, bạn có một tính cách trung hòa giữa hướng ngoại và hướng nội. Điều này cũng tốt, có khi rất tốt cho nhiều lĩnh vực trong quan hệ và việc làm.

N – Cách thức tìm hiểu và nhận thức thế giới của bạn thiên về Trực giác:

Theo chủ nghĩa nhân văn, bạn là người có một bản lĩnh thông tuệ và giàu ý thức hướng tới những giá trị cao thượng, vượt trên cái tầm thường. Tính cách hướng thượng đó đem lại cho bạn sự thanh cao trong tâm hồn và nhiều hiệu quả trong công việc. Bạn dễ dàng chấp nhận thua thiệt trước mắt để theo đuổi được cái lợi lâu dài. Với sự tôn trọng ý thức hơn bản năng, bạn thường có khuynh hướng thiên về những giá trị tinh thần hơn hưởng thụ vật chất. Trong cuộc sống và cách nhìn thế giới, bạn coi trọng nhân nghĩa hơn tiền tài, tôn trọng cả quá khứ và tương lai chứ không chỉ chú trọng đến hiện tại. Trong giao tiếp, bạn dễ kết thân với người đôn hậu, giàu lòng vị tha.

Đặc biệt, nhờ khả năng tập trung cao độ, nhờ vốn sống được tích lũy bằng tâm hồn nhân văn, nhất là nhờ năng lực tư duy chiều sâu và trí tưởng tượng phong phú, bạn dễ dàng đạt tới những đỉnh cao sáng tạo trong công việc. Ý thức sáng tạo và khả năng sáng tạo bậc cao sẽ là những điểm tựa vững chắc giúp bạn vượt qua nhiều thử thách, tạo nên nhiều cống hiến có giá trị.

Tuy nhiên, nếu không biết dung hòa giữa trực giác và ý thức, giữa cảm quan và suy nghĩ để lợi dụng thế mạnh của mỗi bên, bạn có thể bị hẫng hụt trong cách giải quyết vấn đề. Trong nhiều trường hợp, nếu không điều chỉnh kịp thời về mặt cảm xúc, bạn có thể sa vào trạng thái vô cảm hoặc cực đoan trong nhận thức và cả trong hành động. Tại đó, bạn hơi coi nhẹ những giá trị thực tế, quá đề cao những siêu giá trị về lý tưởng và tâm hồn. Cũng tại đó, bạn có phần coi thường những cảm xúc đời thường và những ý vị từ hơi thở cuộc sống. Sự sáng tạo của bạn cũng thiếu bén rễ từ đây – một suối nguồn của nhịp sống và của tư duy chiều sâu, nên ảnh hưởng không ít đến thành quả sáng tạo của chính bạn.

Một số ngành nghề, công việc phù hợp với người nhận thức thông qua trực giác: Với khả năng trực giác cao, bạn nên theo các nhóm ngành cần tính sáng tạo, tư duy phản biện ví dụ: nghiên cứu khoa học (tự nhiên, xã hội), công nghệ, các ngành nghề thuộc lĩnh vực nghệ thuật, định hướng chiến lược cho các công ty, tổ chức…

Lưu ý: Nếu kết quả các chỉ số trực giác và giác quan của bạn xấp xỉ bằng nhau thì về cơ bản, bạn có một tính cách trung hòa giữa trực giác và giác quan. Điều này cũng tương đối tốt ở mức độ bạn dễ tạo được sự cân bằng trong nhận thức, tránh chủ quan hoặc cực đoan khi đánh giá hay kiểm định một vấn đề.

F – Tình cảm thường ảnh hưởng đến các quyết định và lựa chọn của bạn:

Bạn sống thiên về tình cảm, giàu lòng vị tha, nhiều cảm xúc hướng thiện. Tâm hồn của bạn khá rộng mở về phía tha nhân và ngoại cảnh, khiến bạn dễ cảm thông với nhiều nghịch cảnh và cả sự trái ngang trong nhân tình thế thái. Trong nhiều trường hợp xử lý liên quan đến người và việc, bạn nghiêng về các giải pháp tình cảm nhiều hơn, giữ gìn mối quan hệ trước sau được tốt hơn. Sự đôn hậu là một điểm son trong tâm hồn bạn. Bạn dễ dàng chấp nhận khó khăn về mình, nhường sẻ thuận lợi cho người, kể cả người mình không ưa. Nhờ vậy, bạn được nhiều người ưa và thường giữ được lòng thanh thản, không mấy liên lụy đến những rắc rối linh tinh. Thế mạnh của bạn là giữ được tâm bình.

Tuy vậy, chính trong thế mạnh đó cũng thể hiện sự hẫng hụt của bạn mỗi khi bạn đi quá đà vì tình thương của bạn đã đặt không đúng chỗ hoặc đầu tư quá liều lượng. Sống tình cảm là rất quý, nhưng quá nghiêng về tình cảm lại là một sai lầm cực đoan và do đó dễ thất bại trong đối nhân xử thế và điều hành công việc. Nếu không giữ được thăng bằng giữa tình cảm và lý trí, bạn sẽ gặp tình trạng được người mà hỏng việc. Mà cái gọi là "được người" đó cũng chỉ tạm thời, chưa hẳn "được" một cách tích cực, vì họ chỉ thấy sự thiên vị mà không quán triệt nguyên tắc, chỉ thấy đạt tình mà không thấu lý.

Một số ngành nghề phù hợp với người sống thiên về tình cảm: Công tác xã hội, dịch vụ công, nghệ thuật, y tế sức khỏe…

Lưu ý: Nếu chỉ số Lý trí và Tình cảm của bạn xấp xỉ bằng nhau thì về cơ bản, bạn có một tính cách cân bằng giữa tình và lý, cương và nhu, kiên quyết và ôn hòa… Đương nhiên, điều này rất tốt trong nhiều trường hợp nhưng không phải tốt với mọi trường hợp. Vấn đề là phải cân nhắc, lựa chọn kỹ khi nào phải đặt lý lên trên, khi nào tình ở trên và khi nào phải dung hòa.

J – Nguyên tắc là phong cách sống và làm việc của bạn:

Tính nguyên tắc bất di bất dịch thường là "hòn đá tảng" trong thái độ sống và phong cách sống của bạn. Bạn lấy nguyên tắc và mọi quy phạm làm tiêu chí hàng đầu để lựa chọn cách ứng xử trước mọi tình huống, mọi típ người và mọi công việc. Cho nên, với nhiều trường hợp, bạn đã rất thành công vì được việc. Trong cuộc sống và sự nghiệp, một tính cách biết tôn trọng nguyên tắc là một tính cách mạnh, thể hiện một bản lĩnh vững vàng trước nhiều thử thách cam go. Nhờ tính cách này, bạn sẵn sàng nói không với cái xấu, hơn thế, bạn có sức đề kháng với sự tấn công của môi trường xấu và nhiều cạm bẫy. Cũng nhờ đó, bạn đã tự vượt lên chính mình, tự chiến thắng mình trong khi nhiều người khác không được vậy.

Tuy thế, nếu quá đà và nhất là nếu không đủ tỉnh táo, bạn dễ trở nên cực đoan, xơ cứng với cách tuân thủ máy móc, ứng xử máy móc, giải quyết máy móc theo những khuôn mẫu máy móc của mọi nguyên tắc vốn dĩ nó mang tính chất lạnh lùng! Nếu nguyên tắc là khuôn vàng thước ngọc thì cũng có những loại thước đo ngoài khuôn vàng đó ít lạnh lùng hơn, có tính "ấm êm và mềm mại" hơn. Nghĩa là, bên cạnh những nguyên tắc xơ cứng (có khi rất chuẩn) của sự đời, vẫn có những cách nghĩ và cách làm uyển chuyển hơn, dịu dàng hơn mà vẫn bảo tồn được cái hay của nhiều phía. Đó là tính nhân văn khi vận dụng nguyên tắc. Trong khoa học về sáng tạo, người ta gọi đó là tùy cơ ứng biến. Trong tâm lý học ứng dụng, gọi đó là sự linh hoạt.

Một số ngành nghề phù hợp với phong cách sống nguyên tắc: Nghiên cứu khoa học, các ngành kỹ thuật, quân sự, an ninh, quản lý/ kinh tế/ tài chính…

Lưu ý : Nếu chỉ số Nguyên tắc và Linh hoạt của bạn xấp xỉ bằng nhau, thì về cơ bản, bạn có một khả năng điều chỉnh để đạt được sự cân bằng giữa tính linh hoạt và tính nguyên tắc. Theo đó, bạn biết tùy cơ ứng biến để khi nào thì phải thượng tôn nguyên tắc, khi nào lại cần đến sự linh hoạt, và khi nào phải vận dụng cả hai. Thông thường trong công việc, phải vận dụng kết hợp cả tính nguyên tắc và tính linh hoạt là tốt hơn cả.

Bí quyết giao tiếp với người INFJ:

– Ý kiến phải có tầm nhìn và mục đích to lớn

– Làm phát huy, lôi cuốn khả năng sáng tạo của họ

– Chờ đợi sự cân nhắc kỹ lưỡng từ người này và rồi cùng thảo luận sâu hơn về vấn đề nào đó với họ

ISFP: The Artists – Nghệ Sĩ

Hướng nội – Giác quan – Tình cảm – Linh hoạt

Những người thuộc nhóm ISFP có lối sống chủ đạo là cảm giác hướng nội, họ giải quyết vấn đề dựa trên cách họ cảm nhận vấn đề như thế nào, hoặc cách chúng hòa hợp với hệ thống giá trị của họ như thế nào.

Ngoài ra, ISFP còn có một lối sống thứ hai là trực giác hướng ngoại, họ cảm nhận mọi thứ thông qua năm giác quan của họ một cách cụ thể và rõ ràng.

* MÔ TẢ CHUNG:

ISFP thường là những người đầu tiên nhận ra sự thay đổi. Rất nhiều trong số họ đổ xô vào các thời trang mới, các cách suy nghĩ mới, hay các xu hướng "hip", một vài người còn là người tạo ra các xu hướng.

ISFP gần với thực tế hơn là INFP nhớ yếu tố S của họ. Các ISFP hầu như chỉ sống trong hiện tại. Họ có những cơn bốc đồng khao khát tự do, đôi khi làm họ trở nên phóng túng vào lúc người khác ít ngờ nhất. Các ISFP phải thường xuyên đè nén cơn bốc đồng của mình cảm thấy "chết trong lòng" và đôi khi chợt bỏ đi và vứt bỏ tất cả.

ISFP có thể tỏ ra rất dễ thương và đáng mến ngay trong lần gặp đầu tiên, với vô số những lời khen ngợi (cả đúng lẫn không đúng) dành cho người khác. Nhưng trong các trường hợp khác, cũng chính con người đó lại rất lầm lì, khó hiểu.

Một vài ISFP nam rất hiếu thắng và thích tranh đua, đặc biệt là trong thể thao hoặc các trò chơi đối kháng, và gặp khó khăn khi phải thất bại. Bản chất thích tranh đua này (cũng thường thấy ở các nhóm SP khác) làm cho họ có vẻ như những người may mắn, can đảm, và thích mạo hiểm.

Phần lớn ISFP gặp khó khăn với các môn học quá chặt chẽ, và nhiều người bỏ học giữa chừng. Họ dễ tập trung chú ý hơn đến các cách học thông qua thực nghiệm và nhiều người rất thành công. ISFP có thể học chơi một nhạc cụ hoặc tập một kỹ năng nào đó mà họ yêu thích nhiều giờ liền mà vẫn cảm thấy hứng thú.

ISFP sống trong thế giới của cảm xúc. Họ thường tỏ ra thích thú với mọi vật qua vẻ bề ngoài, mùi vị, âm thanh và cảm giác của họ về chúng. Họ có khả năng thưởng thức nghệ thuật tốt, và thường có xu hướng trở thành nghệ sĩ về mặt nào đó bởi vì họ có tài năng sáng tạo hoặc sáng tác nhiều tác phẩm có tác động mạnh đến cảm xúc. Họ có hệ thống giá trị mạnh mẽ, và họ luôn đấu tranh để giữ vững chúng trong cuộc sống. Họ cần có cảm giác được sống với những gì họ cảm thấy là đúng, và sẽ chống lại bất kì điều gì đối lập với mục tiêu đó. Họ thường chọn những công việc và nghề nghiệp cho phép họ có sự tự do để có thể hiện thực hóa những mục tiêu cá nhân được dựa trên những giá trị sống của mình.

ISFP có xu hướng sống khép kín, để hiểu rõ họ không phải là điều dễ dàng. Họ chỉ nói ra ý tưởng và chính kiến riêng của mình cho những người thật sự thân thiết. Họ rất tốt bụng, lịch thiệp và nhạy cảm khi tiếp xúc với người khác. Họ quan tâm đến việc làm người khác hạnh phúc và vui vẻ, và sẽ nỗ lực hết mình để làm những việc mà họ tin tưởng.

ISFP bị lôi cuốn bởi vẻ đẹp thẩm mỹ. Họ yêu động vật, và biết thưởng thức vẻ đẹp thiên nhiên. Họ là người độc đáo, độc lập, và luôn cần có không gian riêng. ISFP trân trọng những người dành thời gian để tìm hiểu về họ cũng như những người hỗ trợ họ đạt được mục tiêu theo cách họ muốn. Những người không hiểu họ thường cho rằng lối sống đặc biệt của ISFP là biểu hiện của một người vô lo, nhưng ISFP là người sống rất nghiêm túc, luôn luôn thu thập thông tin và chuyển hóa nó qua thế giới quan của mình, với mục đích tìm kiếm sự rõ ràng và những ý nghĩa ẩn dụ bên trong những thông tin đó.

ISFP luôn hướng đến sự hành động. Họ là những "người thích làm việc", và thường không thấy thoải mái trong việc lý thuyết hóa những khái niệm hoặc ý tưởng, trừ khi họ thấy được ứng dụng thực tiễn của chúng. Họ tiếp thu tốt nhất trong môi trường mà họ có cơ hội được thực hành, và dễ nhàm chán trước những phương pháp học truyền thống, bởi phương pháp này luôn nhấn mạnh lối tư duy trừu tượng. Họ không thích những phân tích khách quan, cũng như những quyết định chỉ dựa trên lập luận logic. Thế giới quan của họ đòi hỏi những quyết định được đưa ra phải được đánh giá dựa trên những niềm tin chủ quan của cá nhân hơn là những luật lệ khách quan.

ISFP cực kì sâu sắc và luôn quan tâm đến mọi người. Họ luôn thu thập thông tin về người khác và tìm hiểu về chúng. Họ thường am hiểu những người xung quanh rất sâu sắc.

ISFP rất ấm áp và đáng mến. Họ quan tâm đến người khác chân thành, và luôn muốn làm vui lòng mọi người. Họ đặc biệt quan tâm đến những người thân thiết bên mình, và thường thể hiện tình cảm đó bằng hành động chứ không bằng lời nói.

ISFP không có mong muốn lãnh đạo hoặc điều khiển người khác, cũng như họ không muốn bị dẫn dắt hay lãnh đạo từ người khác. Họ cần có không gian riêng để có thể đánh giá lại những hoàn cảnh trong cuộc sống của mình dựa trên góc nhìn của chính bản thân, và cũng tôn trọng những ai có nhu cầu tương tự như họ.

ISFP thường không tự ghi nhận công sức của bản thân nhiều dù họ làm rất tốt. Hệ thống giá trị sống của họ thường làm cho họ trở thành những người cầu toàn, và đôi khi làm cho họ phán xét bản thân một cách gay gắt không cần thiết.

ISFP có rất nhiều năng khiếu, đặc biệt trong lĩnh vực sáng tạo nghệ thuật, và hết lòng giúp đỡ mọi người. Đối với ISFP, cuộc sống rõ ràng không phải đơn giản với họ, bởi họ sống khá nghiêm túc. Nhưng họ có những "công cụ" để làm cho cuộc sống của mình và những người xung quanh luôn có nhiều điều thú vị quí báu.

Các ISFP nổi tiếng

Ulysses S. Grant, tổng thống Mỹ

Marilyn Monroe, diễn viên nổi tiếng người Mỹ

Elizabeth Taylor, diễn viên nổi tiếng người Mỹ

Michael Jackson, ông hoàng nhạc Pop

Donald Trump, tỷ phú bất động sản

ISFP VÀ SỰ NGHIỆP

Cho dù bạn là một thanh niên đang tìm kiếm chỗ đứng trong xã hội, hay một người trưởng thành đang muốn biết xem mình đang đi đúng hướng hay không, thì điều quan trọng là bạn hiểu chính mình và những đặc điểm tính cách có khả năng tác động đến sự thành công hay thất bại của bạn trong những ngành nghề khác nhau. Và cũng không kém phần quan trọng là bạn hiểu được điều gì là thực sự có ý nghĩa đối với bạn. Khi được trang bị những hiểu biết về các điểm mạnh và điểm yếu của mình cùng với sự nhận thức về điều mà bạn thực sự coi trọng, thì bạn đang ở trong một tâm thế rất tốt để chọn cho mình một nghề nghiệp mà bạn cảm thấy xứng đáng.

Các ISFP thường có một số nét đặc trưng sau:

- Quan tâm đến môi trường sống và làm việc của mình.
- Sống thực tế.
- Thích một cuộc sống chậm rãi – họ thích tận hưởng cuộc sống tại mọi thời điểm.
- Không thích giải quyết những vấn đề trừu tượng, trừ khi họ thấy được ứng dụng thực tế của nó.
- Chân thành và kiên định với những người và những ý tưởng có tầm quan trọng đối với họ.
- Theo chủ nghĩa cá nhân, không thích lãnh đạo cũng như làm theo người khác.
- Nghiêm túc trong mọi việc, mặc dù họ thường không tỏ ra như vậy.
- Thích trẻ em và động vật.
- Kín tiếng và dè dặt, trừ khi tiếp xúc với những người họ hiểu rõ.
- Đáng tin cậy, nhạy cảm và tốt bụng.
- Luôn giúp đỡ mọi người.
- Đặc biệt phát triển khả năng cảm thụ và đánh giá vẻ đẹp nghệ thuật.

- Là người độc đáo và có óc sáng tạo.
- Tiếp thu tốt nhất trong môi trường thực hành.
- Không thích bị giới hạn vào thời khóa biểu cũng như chế độ ăn uống nghiêm ngặt.
- Cần không gian riêng và sự tự do để làm những việc mình thích.
- Không thích những công việc thường ngày, nhưng sẽ làm nếu cần thiết.

ISFP là cá nhân đặc biệt, họ muốn có một sự nghiệp hơn là một công việc. Họ muốn có một sự nghiệp giúp họ phát triển những giá trị cốt lõi bên trong mình chứ không phải một công việc nửa vời. Vì họ thích sống với hiện tại và dành thời gian để tận hưởng nó, nên họ không thích hợp với môi trường làm việc năng động. Họ cần có không gian riêng và sự tự do để tận dụng khả năng nhận thức nhạy bén của mình. Nếu họ được tự do làm chủ khả năng tự nhiên, họ sẽ đánh thức được người nghệ sĩ tuyệt vời bên trong chính mình. Hầu hết những nghệ sĩ nổi tiếng trên toàn thế giới đều thuộc nhóm ISFP. Vì ISFP luôn quan tâm sâu sắc đến cảm xúc và phản ứng của người khác, và có xu hướng giúp đỡ mọi người, nên ISFP là những nhà tư vấn và giáo viên bẩm sinh.

Danh sách nghề nghiệp dưới đây được tạo ra dựa trên những cảm nhận về nghề nghiệp mà chúng tôi nghĩ rằng sẽ thích hợp cho một ISFP. Mục đích của nó là cho bạn một sự tham khảo chứ không phải là một bản danh sách chi tiết. Không có bất cứ một cam kết nào chứng tỏ rằng những sự nghiệp dưới đây sẽ phù hợp với bạn, bên cạnh đó cũng có thể sự nghiệp thích hợp nhất đối với bạn cũng nằm trong danh sách này.

Những gợi ý nghề nghiệp phù hợp với ISFP:

- Nghệ sĩ
- Nhạc sĩ
- Nhà thiết kế
- Chăm sóc trẻ em / Phát triển trẻ em
- Người làm công tác xã hội / Cố vấn
- Giáo viên
- Nhà tâm lí học
- Bác sĩ thú y
- Kiểm lâm viên
- Bác sĩ khoa nhi

**PHÁT TRIỂN NHÂN CÁCH CỦA ISFP
10 NGUYÊN TẮC ĐỂ ĐẠT THÀNH CÔNG**

1. ***Trau dồi ưu điểm của mình.*** Hãy khích lệ tài năng sáng tạo và chất nghệ sĩ

của bạn. Nuôi dưỡng tâm hồn mình. Hãy tạo cho mình nhiều cơ hội để giúp đỡ những người thiệt thòi, nghèo khổ.

2. ***Hãy đối mặt với khuyết điểm của mình.*** Hãy chấp nhận những điểm mạnh cũng như điểm yếu của mình. Đối mặt và giải quyết những yếu điểm của mình không có nghĩa là bạn phải thay đổi bản thân, mà đó có nghĩa là bạn muốn trở thành con người tốt nhất mà bạn có thể. Bằng cách đối mặt với chúng, bạn đang thể hiện sự kính trọng đối với bản thân chứ không phải là đang tự trách chính mình.

3. ***Thể hiện cảm xúc của mình.*** Đừng để những cảm xúc tiêu cực bao vây bạn. Nếu có những cảm xúc mạnh mẽ, hãy bày tỏ chúng. Đừng để chúng tích tụ lên tới đỉnh điểm để rồi bạn sẽ không thể kiểm soát được bản thân!

4. ***Lắng nghe mọi thứ.*** Cố gắng đừng gạt bỏ mọi chuyện ngay lập tức. Hãy để chúng ngấm từ từ rồi từ đó mới nêu lên ý kiến đánh giá của bạn về chúng.

5. ***Mỉm cười với những lời chỉ trích.*** Hãy nhớ rằng sẽ luôn có người không hiểu bạn hoặc không đồng tình với bạn, dẫu cho họ xem trọng bạn thế nào. Cố gắng xem chúng như một lợi thế để phát triển – và thật sự đúng là như vậy.

6. ***Hãy cố gắng hiểu người khác.*** Nhớ rằng mười lăm nhóm người còn lại sẽ có thế giới quan khác bạn. Cố gắng tìm hiểu họ thuộc nhóm người nào và tìm hiểu về thế giới quan của họ.

7. ***Hãy chịu trách nhiệm với chính bản thân mình.*** Hãy nhớ rằng không ai khác ngoài bạn có thể kiểm soát được cuộc sống của chính mình.

8. ***Hãy biết chấp nhận.*** Bạn sẽ luôn bị thất vọng nếu bạn mong chờ từ người khác quá nhiều. Càng thất vọng về ai đó, bạn lại càng đẩy người đó ra xa mình hơn. Hãy đối xử với người khác thật nhã nhặn như cách bạn muốn họ đối xử với mình.

9. ***Hãy tin tưởng vào những điều tốt đẹp nhất.*** Đừng tự làm nản lòng mình bằng ý nghĩ rằng mình thật tồi tệ. Nhớ rằng một thái độ tích cực sẽ mang đến cho bạn những hoàn cảnh tích cực.

10. ***Nếu chưa chắc chắn, hãy hỏi lại!*** Đừng tự đánh đồng việc thiếu những thông tin phản hồi là một với việc nhận được những thông tin phản hồi tiêu cực. Nếu bạn cần phản hồi từ người khác, hãy hỏi ngay!

ISFP VÀ CÁC MỐI QUAN HỆ

ISFP sống rất tình cảm và tốt bụng, họ luôn nghiêm túc trong những cam kết của mình, và tìm kiếm những mối quan hệ lâu dài. Họ thuộc nhóm người kín đáo, họ không muốn cho người khác biết được suy nghĩ của mình. Điều này làm họ có xu hướng chiều theo ý đối phương trong mối quan hệ tình cảm, và có thể sẽ gây ra rắc rối nếu người đó không hiểu cảm giác của ISFP. Một số ISFP có thói quen không thể hiện cảm xúc và nhu cầu của mình thường cảm thấy họ đang ở trong tình trạng bị lu mờ, bị lờ đi hoặc thậm chí bị người khác "chà đạp". Với bản chất thực dụng và hoài nghi, những cảm xúc như thế có thể khiến cho ISFP trở nên gay gắt, và hoặc là sẽ rời bỏ mối quan hệ đó, hoặc là lợi dụng nó để đạt được những mục đích cá nhân. Mặc dù vấn đề này đôi khi vẫn xảy ra, nhưng nó hiếm khi xuất hiện ở những ISFP biết cách thể hiện cảm xúc của mình với những người thân thiết. Những ISFP này luôn có một cái nhìn ấm áp và tích cực về tình yêu cũng như cuộc sống, và trong những mối quan hệ của mình, họ không bao giờ bị lợi dụng hoặc bị xem nhẹ. ISFP có thể làm mọi thứ để làm người khác vui. Họ rất chung thủy và hay giúp đỡ mọi người bằng cả tấm lòng. Họ rất ghét cãi cọ cũng như xích mích, và luôn muốn được công nhận bởi chính con người thật của mình. Họ cần không gian riêng và cũng luôn tôn trọng không gian cá nhân của người khác.

Điểm mạnh của ISFP

- Nồng nhiệt, thân thiện và quyết đoán.
- Luôn lạc quan.
- Là người biết lắng nghe.
- Thành thạo trong việc giải quyết những chuyện thực tế thường ngày.
- Linh hoạt và thoải mái, thường chiều theo ý người khác.
- Tình yêu thiên nhiên và ưa chuộng những thứ vận hành tốt khiến cho họ luôn muốn sở hữu một ngôi nhà hấp dẫn và đầy đủ chức năng.
- Nghiêm túc trong các cam kết và tìm kiếm những mối quan hệ lâu dài.
- Luôn tôn trọng không gian riêng tư của người khác.
- Có xu hướng thể hiện tình cảm bằng hành động.
- Nhạy cảm và thực tế.

Điểm yếu của ISFP

- Không thành thạo việc quản lí tài chính (hoặc nhiều lĩnh vực khác) trong thời gian lâu dài.
- Không thích xung đột và chỉ trích.
- Luôn tận hưởng cuộc sống hiện tại, đôi khi người ngoài có thể thấy họ lười biếng và chậm chạp.
- Cần có không gian riêng, không thích nó bị xâm phạm.
- Không giỏi thể hiện tình cảm bằng lời nói.
- Có xu hướng che đậy cảm xúc và suy nghĩ, trừ khi buộc phải nói ra.
- Có thể trở nên quá đa nghi và thực tế.

Tóm Tắt Xu Hướng Tính Cách Theo Tên Gọi Từ Chữ Cái Của Nhóm:

ISFP: Hướng nội – Giác quan – Tình cảm – Linh hoạt

I – Bạn thuộc nhóm tính cách Hướng nội:

Tính hướng nội là bản chất của bạn. Thái độ của bạn trong cuộc sống (vào đời và hướng nghiệp) là trầm lắng thể hiện tâm tính của mình theo chiều sâu, cũng lặng thầm làm việc trong tĩnh khuất để cống hiến. Chủ đích của bạn không chuộng bề nổi mà thích bề sâu. Bạn thích sự chu đáo và thâm tình trong quan hệ và trong công việc. Xu hướng của bạn là không thích phô trương, nhất là không màng phô trương danh nghĩa và đồng tiền (dù bạn có). Nếu giàu có, bạn cũng muốn ẩn mình giúp đỡ người khốn khó mà không kể công và không xưng danh. Mặt khác, do được rèn luyện, lại có sẵn bản tính trầm tư và sâu lắng, nên bạn thường mạnh về khả năng tưởng tượng phong phú và tư duy sáng tạo trong cách hành xử và hành nghề.

Tuy nhiên, mặt yếu của bạn là thiếu quảng giao, thiếu sự hòa nhập với đám đông, thiếu khả năng tự thể hiện khi cần chứng tỏ. Do đó, bạn thường vụng về khi nói về mình hay bộc lộ suy nghĩ. Trong giao tiếp, bạn thường ẩn mình ở thế thủ, ngại cởi mở tâm hồn. Bạn rất cần mẫn khi làm việc với chính mình, chỉ riêng mình, nhưng hơi khó làm việc khi cần hợp tác với số đông trong những dự án chung với tập thể. Dù vậy cũng không đến nỗi nào, vì đó chỉ là những thiếu sót nhỏ, dễ khắc phục nếu bạn mạnh dạn hơn khi hòa đồng, khi giao lưu và biết chủ động chia sẻ trong công việc.

Một số ngành nghề phù hợp với tính cách hướng nội: Nghiên cứu khoa học (bao gồm cả tự nhiên và cả xã hội), các ngành nghề kỹ thuật, các nghề thợ, thủ công mỹ nghệ…

Lưu ý: Nếu kết quả chỉ số Hướng nội và Hướng ngoại xấp xỉ bằng nhau thì về cơ bản, bạn có một tính cách trung hòa giữa hướng ngoại và hướng nội. Điều này cũng tốt, có khi rất tốt cho nhiều lĩnh vực trong quan hệ và việc làm.

S – Cách thức tìm hiểu và nhận thức thế giới của bạn thiên về Giác quan:

Bạn là người rất thực tế, không chỉ giàu óc thực tế mà chủ yếu là lấy thực tế làm phương châm sống của mình. Đây là một điểm mạnh trong tính cách của bạn, bạn không thích sự mơ hồ và huyền ảo, càng không thích những lý thuyết xa vời hay sự hứa hẹn viễn vông. Với bạn, chỉ có thực tiễn sống động là câu trả lời đáng tin nhất. Bởi thế, bạn thường lao vào làm việc hơn đọc sách, thích lăn lộn ở hiện trường hơn ngồi một chỗ để nghiên cứu. Nếu phải nghiên cứu khảo sát, bạn thiên về định lượng hơn định tính khi kiểm định một vấn đề.

Tuy nhiên, bạn chưa thấy rõ mình đang non yếu về năng lực tư duy chiều sâu, nhất là về ý thức nhìn xa trông rộng. Tuy khá mạnh về chiến thuật xử lý trong công việc, nhưng bạn thiếu hẳn một tầm nhìn chiến lược. Bởi thế, bạn dễ dành được những cái lợi trước mắt, nhưng bị tổn thất những lợi ích lâu dài, mà chính cái lợi lâu dài mới là cơ bản. Mặt khác, do tầm nhìn hạn hẹp và thiếu ý thức chiều sâu nên bạn khó thấy được những bài học sai lầm của quá khứ hoặc những định hướng cao đẹp của tương lai. Điều đó khiến bạn không có một căn bản để lấy đà khi cần tiến xa. Hơn thế, bạn thiếu luôn cả óc tưởng tượng sáng tạo khi cần phải hoạch định công việc hay xử lý một vấn đề mang tầm vĩ mô.

Một số ngành nghề phù hợp với người nhận thức thiên về giác quan: Các ngành nghề kỹ thuật, các nghề thợ, nhân viên văn phòng…

Lưu ý: Nếu kết quả các chỉ số trực giác và giác quan của bạn xấp xỉ bằng nhau thì về cơ bản, bạn có một tính cách trung hòa giữa trực giác và giác quan. Điều này cũng tương đối tốt ở mức độ bạn dễ tạo được sự cân bằng trong nhận thức, tránh chủ quan hoặc cực đoan khi đánh giá hay kiểm định một vấn đề.

F – Tình cảm thường ảnh hưởng đến các quyết định và lựa chọn của bạn:

Bạn sống thiên về tình cảm, giàu lòng vị tha, nhiều cảm xúc hướng thiện. Tâm hồn của bạn khá rộng mở về phía tha nhân và ngoại cảnh, khiến bạn dễ cảm thông với nhiều nghịch cảnh và cả sự trái ngang trong nhân tình thế thái. Trong nhiều trường hợp xử lý liên quan đến người và việc, bạn nghiêng về các giải pháp tình cảm nhiều hơn, giữ gìn mối quan hệ trước sau được tốt hơn. Sự đôn hậu là một điểm son trong tâm hồn bạn. Bạn dễ dàng chấp nhận khó khăn về mình, nhường sẻ thuận lợi cho người, kể cả người mình không ưa. Nhờ vậy, bạn được nhiều người ưa và thường giữ được lòng thanh thản, không mấy liên lụy đến những rắc rối linh tinh. Thế mạnh của bạn là giữ được tâm bình.

Tuy vậy, chính trong thế mạnh đó cũng thể hiện sự hẫng hụt của bạn mỗi khi bạn đi quá đà vì tình thương của bạn đã đặt không đúng chỗ hoặc đầu tư quá liều lượng. Sống tình cảm là rất quý, nhưng quá nghiêng về tình cảm lại là một sai lầm cực đoan và do đó dễ thất bại trong đối nhân xử thế và điều hành công việc. Nếu không giữ được thăng bằng giữa tình cảm và lý trí, bạn sẽ gặp tình trạng được người mà hỏng việc. Mà cái gọi là "được người" đó cũng chỉ tạm thời, chưa hẳn "được" một cách tích cực, vì họ chỉ thấy sự thiên vị mà không quán triệt nguyên tắc, chỉ thấy đạt tình mà không thấu lý.

Một số ngành nghề phù hợp với người sống thiên về tình cảm: Công tác xã hội, dịch vụ công, nghệ thuật, y tế sức khỏe…

Lưu ý: Nếu chỉ số Lý trí và Tình cảm của bạn xấp xỉ bằng nhau thì về cơ bản, bạn có một tính cách cân bằng giữa tình và lý, cương và nhu, kiên quyết và ôn hòa… Đương nhiên, điều này rất tốt trong nhiều trường hợp nhưng không phải tốt với mọi trường hợp. Vấn đề là phải cân nhắc, lựa chọn kỹ khi nào phải đặt lý lên trên, khi nào tình ở trên và khi nào phải dung hòa.

P – Linh hoạt là phong cách sống và làm việc của bạn:

Trái với người hay nguyên tắc cứng nhắc, bạn là người ưa linh hoạt uyển chuyển trong đối nhân xử thế, kể cả cách tiến hành công việc. Tại đó, không chỉ tính nhân văn đã lên đỉnh cao trong tâm hồn bạn, mà tính sáng tạo cũng lấp lánh trong trí tuệ minh mẫn của bạn. Cuộc sống và sự nghiệp luôn động, nên tính cách của bạn cũng biến chuyển theo những chiều kích đó. Vì vậy, thông thường, bạn không ưa rập khuôn. Mọi nguyên tắc đặt ra chỉ phù hợp với trạng thái tĩnh, rập khuôn và xơ cứng. Cho nên, bạn thường có tâm lý muốn thoát khỏi mọi sự gò bó và đơn điệu. Sức giải phóng cho tính sáng tạo của bạn nhờ đó mà được thăng hoa.

Bạn nhìn mỗi người và mỗi việc theo trạng thái động, rất biện chứng. Tính cách này khiến bạn độ lượng hơn, bao dung hơn, vị tha hơn. Nó cũng khiến bạn chủ động suy nghĩ tìm tòi những giải pháp (cả giải pháp tình thế lẫn giải pháp chiến lược) cho những yêu cầu cải tiến công việc, nhất là khi cần vượt qua khủng hoảng.

Tuy nhiên, bạn cũng nên biết dè chừng và cảnh giác. Bởi vì, tâm lý học nhân cách và tâm lý học sáng tạo đều cho thấy, tính linh hoạt là "con ngựa hay mà cũng là con ngựa chứng". Nếu quá đà, tính linh hoạt sẽ biến thành "ngựa bất kham", bạn khó làm chủ được nó, khiến nó tung tẩy phá cách, phá rào vô tội vạ, làm hỏng việc và hỏng cả hình ảnh sáng láng của bạn trước mọi người. Bởi thế, kỹ năng biết làm chủ cảm xúc, làm chủ trí tuệ, làm chủ tâm hồn trước mọi động thái linh hoạt và sáng tạo… vẫn là những bí quyết thành công của người biết thành nhân.

Một số ngành nghề phù hợp với tính cách linh hoạt: Du lịch, thông tin truyền thông, văn hóa, chính trị, ngoại giao, công tác xã hội, nghệ thuật…

Lưu ý : Nếu chỉ số Nguyên tắc và Linh hoạt của bạn xấp xỉ bằng nhau, thì về cơ bản, bạn có một khả năng điều chỉnh để đạt được sự cân bằng giữa tính linh hoạt và tính nguyên tắc. Theo đó, bạn biết tùy cơ ứng biến để khi nào thì phải thượng tôn nguyên tắc, khi nào lại cần đến sự linh hoạt, và khi nào phải vận dụng cả hai. Thông thường trong công việc, phải vận dụng kết hợp cả tính nguyên tắc và tính linh hoạt là tốt hơn cả.

Bí quyết giao tiếp với người ISFP:

– Tránh đối đầu, hãy hợp tác và tỏ ra lịch sự

– Hãy nhấn mạnh những biện pháp thực tế mà họ có thể sử dụng để giúp đỡ người khác

– Khiến cho công việc vui vẻ – Hãy tận hưởng khoảnh khắc vui vẻ cùng họ

ISTP: The Mechanics – Người Thiết kế và tính Toán

Hướng nội – Giác quan – Lý trí – Linh hoạt

Những người thuộc nhóm ISTP có lối sống chủ đạo là tư duy hướng nội, họ giải quyết mọi việc một cách lí trí và logic.

Ngoài ra, ISTP còn có lối sống thứ hai là giác quan hướng ngoại, họ cảm nhận thế giới một cách rõ ràng qua năm giác quan của mình.

* MÔ TẢ CHUNG:

Giống như phần lớn các SP khác, ISTP thích biểu diễn, nhưng do ảnh hưởng bởi yếu tố T, họ thường chú ý đến kỹ thuật hơn là nghệ thuật. Họ cũng hiếm khi gây ấn tượng về sự hoạt bát. Vẻ ngoài lờ đờ, ISTP để dành sức lực của mình chờ đến khi gặp được một công việc hoặc một cuộc phiêu lưu nào đáng để họ chú ý – họ sẽ bừng tỉnh và làm việc với toàn bộ khả năng của mình. Khi đó, mặc dù vẻ rất phấn khích, nhưng ISTP lại rất tự chủ, họ biết họ cần phải làm gì khi gặp trở ngại, tuy nhiên với người ngoài thì có vẻ như hành động của họ là một chuỗi những sự lộn xộn, và mâu thuẫn.

Nhu cầu về sự riêng tư của ISTP cũng rất khó hiểu, và nó ảnh hưởng xấu đến quan hệ của họ với người khác. Họ cũng có nhu cầu phải hòa đồng vơi những người khác, cả về mặt vật lý lẫn tâm lý, đặc biệt là khi người đó liên quan đến công việc của họ. Đồng thời họ lại muốn được tự do ở một mức độ do họ xác định, nên họ sẽ trở nên rất nguyên tắc khi cảm thấy cách sống của họ bị đe dọa (họ có thể nguyên tắc không kém gì những người thuộc nhóm J).

Trong quan hệ với ISTP, việc tôn trọng phạm vi riêng tư của họ rất quan trọng. Giao tiếp với họ cũng rất khó khăn vì họ thường thể hiện mình qua ngôn ngữ cử chỉ. Khi họ dùng lời, họ thường rất ngắn gọn, thường thể hiện sự hài hước trong những tình huống căng thẳng, nên đôi khi bị xem là trơ lì hay vô vị.

ISTP có thể gặp khó khăn khi phải học về những khái niệm quá trừu tượng hay quá lý thuyết, và đây không phải là thước đo tốt để đánh giá khả năng và sự thông minh của họ. Họ thường có xu hướng nghi ngờ giá trị thực tế của các lý thuyết. ISTP thường thiên về các lớp như mỹ thuật công nghiệp, các chương trình dạy nghề…

Trong việc chọn nghề ISTP rất hợp với cơ khí hoặc các nghề tương tự. Cứu thương, chữa cháy cũng là những nghề nghiệp đáp ứng được nhu cầu mạo hiểm của ISTP. ISTP là những người thích hợp nhất cho các tình huống khẩn cấp, khi mà bản chất bỏ qua tất cả các quy tắc, cơ cấu tổ chức giúp họ tập trung giải quyết tình huống theo cách có hiệu quả nhất.

Các ISTP làm những việc bình thường hơn cũng rất hứng thú với các hoạt động nguy hiểm như đua xe, nhảy dù, chơi tàu lượn… Trong khi luôn ý thức được sự nguy hiểm, ISTP rất gần gũi với thế giới vật lý và họ biết rằng họ có thể vượt qua được nguy hiểm chỉ với một mức độ an toàn nhỏ hơn nhiều so với các nhóm khác.

ISTP luôn muốn tìm hiểu cách mọi thứ vận hành như thế nào. Họ giỏi phân tích logic, và thích áp dụng chúng vào thực tế. Họ lý luận rất tốt, mặc dù họ chẳng bao giờ hứng thú với những định nghĩa và lý thuyết trừ khi họ thấy được ứng dụng thực tế của chúng. Họ thích tháo rời, tìm hiểu những bộ phận để biết cách chúng vận hành như thế nào.

ISTP ưa thích sự mạo hiểm. Họ bị cuốn hút bởi những chiếc xe mô tô, máy bay, nhảy dù, lướt ván… Họ rất can đảm và ưa thích hành động. ISTP là những cá thể độc lập, họ luôn muốn tự quyết định bước tiếp theo nên làm việc gì. Họ không tin và không thích tuân theo những luật lệ hay nguyên tắc, bởi những quy tắc đó sẽ cản trở khả năng "làm theo cách của mình" của họ. Máu phiêu lưu mạo hiểm cùng với mong muốn hành động ngay lập tức làm cho ISTP có xu hướng mau chán khi phải tham gia vào việc gì đó trong thời gian dài.

ISTP rất kiên định với lý lẽ và niềm tin của mình. Họ tin rằng mọi người phải được đối xử công bằng, không thiên vị. Mặc dù không muốn tuân theo luật lệ của người khác, ISTP luôn tuân theo luật lệ và nguyên tắc của chính mình trong mọi hành động. Họ sẽ không bao giờ tham gia vào những việc xâm phạm đến những luật lệ của riêng họ. ISTP rất trung thực và chân thành với những người anh em của mình.

ISTP thích dành thời gian ở một mình. Bởi vì đó là khi họ có thể tổ chức lại mọi việc trong tâm trí một cách rõ ràng nhất. Họ tiếp thu một lượng lớn những sự kiện khách quan mà họ thu thập được từ thế giới bên ngoài, sắp xếp lại và nhận định về những vấn đề đó.

ISTP là những người thiên về làm việc, họ luôn sẵn sàng lao vào công việc. Họ không phải loại người ngồi bàn giấy và vạch định kế hoạch. Với bản tính linh hoạt, họ phản ứng nhanh với những gì xảy ra trước mắt. Họ có kĩ thuật chuyên môn cao, và có thể lãnh đạo về chuyên môn một cách hiệu quả. Họ tập trung vào những cái cụ thể và thực tế. Họ có thể nhanh chóng thấy được những điều thiết thực và những chi tiết có thể giúp họ đưa ra những quyết định kịp thời và hiệu quả.

ISTP không muốn đưa ra nhận xét chủ quan, họ cảm thấy những đánh giá và quyết định đó phải được công bằng và dựa trên thực tiễn. Họ không biết cách làm thế nào gây tác động cho người khác một cách tự nhiên. Họ không để tâm đến cảm giác của chính mình, và thậm chí họ không tin tưởng và chấp nhận chúng, bởi vì họ gặp khó khăn trong việc phân biệt giữa những phản ứng thiên về cảm xúc và những đánh giá có giá trị. Đây có thể là khó khăn chính mà nhiều ISTP gặp phải.

Khi bị căng thẳng tột độ, ISTP thường bùng phát những cơn giận dữ, hoặc trong những tình huống cực đoan khác, họ có thể bị quá tải bởi những cảm xúc mà họ bắt buộc phải chia sẻ với người khác (thường không thích hợp). Khi ISTP tuyệt vọng, họ sẽ dựa vào những đánh giá chủ quan của mình – điều này không phù hợp với bản tính tự nhiên của ISTP – và ISTP phán xét chính bản thân họ bằng sự bất lực của mình khi làm việc gì đó. Họ sẽ tiếp cận công việc với một thái độ gay gắt và cứ nghĩ về những điều tồi tệ nhất.

ISTP thể hiện mình tốt nhất trong những trường hợp khó khăn. Họ thường là những vận động viên xuất sắc, và có khả năng phối hợp nhịp nhàng trong việc quan sát và thể hiện nó qua cơ thể. Họ giỏi theo sát tiến độ kế hoạch và giải quyết chúng. Họ thường không gặp nhiều khó khăn với việc học hành ở trường bởi vì họ là người nội tâm có khả năng suy nghĩ hợp lý. Họ là những người kiên trì, mặc dù trong vài thời điểm họ có thể có xu hướng bùng phát bởi vì họ không để tâm đến cảm xúc của chính mình.

ISTP có nhiều khả năng bẩm sinh, điều này giúp họ có làm tốt trên nhiều lĩnh vực. Tuy nhiên, họ cảm thấy hạnh phúc nhất khi được nhận những công việc năng động đòi hỏi kĩ năng phân tích logic chi tiết và kĩ thuật. Họ tự hào về khả năng "đi những nước cờ" tiếp theo một cách chính xác.

ISTP là những cá thể lạc quan, vui vẻ, bình đẳng, có những ước muốn giản đơn, hào phóng, đáng tin cậy, có khả năng lĩnh hội tốt và họ không muốn trở thành một phần của những cam kết hạn chế.

Những ISTP nổi tiếng:

Lý Tiểu Long – Tượng đài võ thuật huyền thoại

Michael Jordan – Siêu sao bóng rổ Mỹ

Tom Cruise – Diễn viên nổi tiếng người Mỹ

Clint Eastwood – Đạo diễn nổi tiếng người Mỹ

ISTP VÀ SỰ NGHIỆP

Cho dù bạn là một thanh niên đang tìm kiếm chỗ đứng trong xã hội, hay một người trưởng thành đang muốn biết xem mình đang đi đúng hướng hay không, thì điều quan trọng là bạn hiểu chính mình và những đặc điểm tính cách có khả năng tác động đến sự thành công hay thất bại của bạn trong những ngành nghề khác nhau. Và cũng không kém phần quan trọng là bạn hiểu được điều gì là thực sự có ý nghĩa đối với bạn. Khi được trang bị những hiểu biết về các điểm mạnh và điểm yếu của mình cùng với sự nhận thức về điều mà bạn thực sự coi trọng, thì bạn đang ở trong một tâm thế rất tốt để chọn cho mình một nghề nghiệp mà bạn cảm thấy xứng đáng.

Các ISTP thường có những nét đặc trưng sau:

* Có hứng thú trong việc tìm hiểu mọi thứ vận hành như thế nào và tại sao chúng lại như vậy.
* Làm việc hiệu quả thấp trong môi trường phân chia nhóm và cấp bậc, thậm chí có thể cảm thấy bị đàn áp và nhàm chán.
* Luôn thu thập và lưu trữ thông tin từ thế giới bên ngoài.
* Có khả năng tuyệt vời trong việc áp dụng những suy luận logic và lập luận để giải quyết vấn đề và khám phá ra cách vận hành của mọi hoạt động.
* Học tốt nhất khi thực hành.
* Thường nắm vững những lý thuyết và suy nghĩ trừu tượng, nhưng đặc biệt không thích làm việc với chúng trừ khi chúng đem lại những ứng dụng thực tế.
* Là những người năng động thích làm việc.
* Sống với hiện tại hơn là tương lai.
* Yêu thích sự đa dạng và những trải nghiệm mới.
* Luôn thực tế và thực dụng.
* Là người giải quyết vấn đề tuyệt vời, có thể nhanh chóng tìm ra nhiều phương pháp cho một chuỗi những vấn đề thực tế.
* Luôn hướng đến kết quả, thích được thấy những kết quả ngay lập tức cho những nỗ lực mình bỏ ra.
* Luôn thoải mái và dễ hòa nhập với người khác.
* Là người mạo hiểm, ưa thích hành động.
* Độc lập và kiên quyết, thường không thích cam kết.
* Luôn tự tin.

ISTP rất may mắn bởi họ có năng khiếu trên nhiều lĩnh vực. Khả năng suy nghĩ nội tâm đem lại cho họ khả năng tập trung giải quyết nhiều vấn đề khó khăn và nhanh chóng tìm ra hướng giải quyết chúng. Tuy nhiên, để có một cuộc sống hạnh phúc, ISTP cần phải sống một cuộc sống đem lại cho họ sự tự trị và không bị ép buộc bởi ai cả. ISTP sẽ thể hiện khả năng tốt nhất khi làm việc một mình hoặc trong môi trường linh hoạt. Niềm yêu thích của họ là áp dụng kĩ năng lập luận tuyệt vời của mình vào những vấn đề và dữ liệu có sẵn để tìm hiểu ý nghĩa ẩn bên trong chúng, hoặc cách giải quyết cho những vấn đề thực tế.

Danh sách nghề nghiệp dưới đây được tạo ra dựa trên những cảm nhận về nghề nghiệp mà chúng tôi nghĩ rằng sẽ thích hợp cho một ISTP. Mục đích của nó là cho bạn một sự tham khảo chứ không phải là một bản danh sách chi tiết. Không có bất cứ một cam kết nào chứng tỏ rằng những sự nghiệp dưới đây sẽ phù hợp với bạn, bên cạnh đó cũng có thể sự nghiệp thích hợp nhất đối với bạn cũng nằm trong danh sách này.

Những gợi ý nghề nghiệp phù hợp với ISTP:

- Cảnh sát và thám tử
- Pháp y
- Lập trình viên, chuyên gia phân tích hệ thống, chuyên gia máy tính
- Kỹ sư
- Thợ mộc
- Thợ cơ khí
- Phi công, tài xế, vận động viên đua xe
- Vận động viên thể dục thể thao
- Nhà thầu khoán

PHÁT TRIỂN NHÂN CÁCH CỦA ISTP
10 NGUYÊN TẮC ĐỂ ĐẠT THÀNH CÔNG

1. *Trau dồi ưu điểm của mình!* Bạn có khả năng đặc biệt trong việc kiểm soát môi trường vật chất xung quanh, hãy cho phép mình có cơ hội luyện tập những khả năng này. Đua xe, chơi đùa, vẽ vời và luyện tập thể thao… những hoạt động này đều sẽ đem lại cho bạn niềm hạnh phúc.

2. *Đối mặt với điểm yếu của mình!* Hãy đối mặt với những gì mình không biết, và chấp nhận hoàn cảnh mới. Hãy trải nghiệm những hoạt động mới và những con người mới với một cách nhìn mới. Đừng tự cô lập mình trong thế giới riêng của bạn.

3. *Nói về suy nghĩ của bạn.* Thảo luận ý tưởng và nhận thức của mình với những người khác sẽ giúp bạn phát triển khả năng cảm nhận của mình, cũng như giúp bạn hiểu biết hơn về thế giới. Bạn cảm nhận thế giới xung quanh mình càng tốt thì bạn càng có nhiều sức khoẻ và hạnh phúc.

4. *Đừng e sợ tình yêu.* Đó chỉ là những cảm xúc xưa cũ của bạn cố gắng thuyết phục chính mình rằng bạn không yêu ai và không ai yêu bạn. Điều này hoàn toàn không đúng. Không biết phải làm gì không có nghĩa là không thể học được gì. Hãy bước đi tiếp…và hãy yêu! Tình yêu rất ấm áp!

5. *Tôn trọng nhu cầu hành động của mình.* Hãy nhớ rằng bạn cần phải làm việc một cách tích cực để theo kịp tiến độ với những người khác. Đừng tự trách mình khi không thuộc kiểu người thích ngồi yên một chỗ và làm những việc nhàn rỗi. Hãy chọn một người đồng sự đánh giá cao cuộc sống năng động.

6. ***Hãy chấp nhận những nguyên tắc của xã hội.*** Bạn nên chấp nhận rằng xã hội của chúng ta được bao hàm bởi những nguyên tắc cơ bản, và xã hội sẽ không phát triển nếu những nguyên tắc đó không được công nhận và ủng hộ. Trong chế độ dân chủ, người ta bỏ phiếu. Khi đèn đỏ, người ta ngừng xe. Nếu họ ngừng bỏ phiếu bầu vì đối với họ điều đó không quan trọng, ai sẽ là người nắm quyền? Nếu họ không dừng lại khi đèn đỏ bởi điều đó không nằm trong kế hoạch, thì làm sao chúng ta có thể lái xe an toàn? Công việc ưu tiên và kế hoạch của bạn rất quan trọng, nhưng bạn phải thừa nhận rằng những vấn đề của thế giới ngoài kia cũng quan trọng không kém. Đừng gạt bỏ tầm quan trọng của những nguyên tắc, dù cho chúng không có ảnh hưởng trực tiếp đến cuộc sống của bạn.

7. ***Hãy rời khỏi vùng an toàn của bạn!*** Hãy hiểu rằng cách duy nhất để vươn lên là thoát ra khỏi vùng an toàn của mình. Nếu cảm thấy không thoải mái với một ý tưởng hay một trường hợp nào đó vì bạn không chắc chắn làm thế nào để phản ứng, đó là điều tốt! Đó là một cơ hội cho phép bản thân bạn hoàn thiện hơn.

8. ***Hiểu rõ và bày tỏ cảm xúc của mình.*** Có thể bạn sẽ gặp khó khăn trong việc hiểu cảm giác của bạn về một người khác. Việc thấu hiểu cảm giác đó rất quan trọng. Đừng lừa dối người khác với sự mâu thuẫn đó của bạn. Nếu chắc rằng bạn quí trọng một người, hãy nói cho họ biết mỗi lần bạn nghĩ đến điều này. Đây là cách tốt nhất để họ cảm thấy an toàn khi ở trong phạm vi tác động của bạn, và cũng là một cơ hội để phát triển một mối quan hệ bền vững.

9. ***Hãy quan tâm đến người khác.*** Hãy cố gắng hiểu mọi người. Những ý tưởng, suy nghĩ và những ưu tiên của họ trong cuộc sống dĩ nhiên sẽ khác với bạn. Họ cũng có những điều hay đáng để bạn học hỏi. Hãy tìm hiểu xem họ thuộc nhóm người nào.

10. ***Hãy tin tưởng vào những điều tốt đẹp nhất.*** Đừng làm bản thân sợ hãi với những hình ảnh đen tối và khủng khiếp. Hãy nghĩ về những điều tốt đẹp, và điều tốt đẹp nhất sẽ đến với bạn.

ISTP VÀ CÁC MỐI QUAN HỆ

ISTP là những người có khả năng làm việc độc lập và hoàn thành tốt những điều làm họ hứng thú. Họ là những người thông minh, thú vị và hấp dẫn. Họ là người sống với hiện tại và thường không nghĩ đến tương lai quá xa. Một ISTP thường quan niệm "không có gì là tuyệt đối", họ thích phát triển mối quan hệ từng bước một hơn là đưa ra những cam kết về một mối quan hệ lâu dài. Nếu các mối quan hệ làm họ hứng thú và thoả mãn yêu cầu của họ, ISTP sẽ thường xuyên thực hiện nghĩa vụ của mình để giữ gìn mối quan hệ bền vững. Nếu họ cảm thấy không hứng thú thì họ sẽ có xu hướng bước tiếp.

Điểm mạnh của ISTP

* Biết lắng nghe.
* Thường tự tin.
* Luôn lạc quan và vui vẻ.
* Thực tế và thực dụng, họ giải quyết tốt những vấn đề hàng ngày.
* Không sợ xung đột và chỉ trích.
* Có khả năng từ bỏ một mối quan hệ dễ dàng một khi nó đã chấm dứt.
* Có khả năng đưa ra hình phạt mặc dù họ không thích làm việc đó.
* Tôn trọng nhu cầu về không gian riêng tư của người khác.

Điểm cần khắc phục của ISTP

* Sống hoàn toàn ở hiện tại, khó có những cam kết lâu dài.
* Không giỏi thể hiện cảm xúc.
* Không dễ đồng điệu với cảm xúc của người khác, đôi lúc họ có thể vô tâm vô ý.
* Có xu hướng trở nên quá kín đáo và hay thu mình lại.
* Cần rất nhiều không gian riêng và không muốn chúng bị xâm phạm.
* Khao khát hành động và sôi nổi, và có thể khuấy động mọi thứ chỉ để tạo ra chúng.

Tóm Tắt Xu Hướng Tính Cách Theo Tên Gọi Từ Chữ Cái Của Nhóm:

ISTP: Hướng nội – Giác quan – Lý trí – Linh hoạt

I – Bạn thuộc nhóm tính cách Hướng nội:

Tính hướng nội là bản chất của bạn. Thái độ của bạn trong cuộc sống (vào đời và hướng nghiệp) là trầm lắng thể hiện tâm tính của mình theo chiều sâu, cũng lặng thầm làm việc trong tĩnh khuất để cống hiến. Chủ đích của bạn không chuộng bề nổi mà thích bề sâu. Bạn thích sự chu đáo và thâm tình trong quan hệ và trong công việc. Xu hướng của bạn là không thích phô trương, nhất là không màng phô trương danh nghĩa và đồng tiền (dù bạn có). Nếu giàu có, bạn cũng muốn ẩn mình giúp đỡ người khốn khó mà không kể công và không xưng danh. Mặt khác, do được rèn luyện, lại có sẵn bản tính trầm tư và sâu lắng, nên bạn thường mạnh về khả năng tưởng tượng phong phú và tư duy sáng tạo trong cách hành xử và hành nghề.

Tuy nhiên, mặt yếu của bạn là thiếu quảng giao, thiếu sự hòa nhập với đám đông, thiếu khả năng tự thể hiện khi cần chứng tỏ. Do đó, bạn thường vụng về khi nói về mình hay bộc lộ suy nghĩ. Trong giao tiếp, bạn thường ẩn mình ở thế thủ, ngại cởi mở tâm hồn. Bạn rất cần mẫn khi làm việc với chính mình, chỉ riêng mình, nhưng hơi khó làm việc khi cần hợp tác với số đông trong những dự án chung với tập thể. Dù vậy cũng không đến nỗi nào, vì đó chỉ là những thiếu sót nhỏ, dễ khắc phục nếu bạn mạnh dạn hơn khi hòa đồng, khi giao lưu và biết chủ động chia sẻ trong công việc.

Một số ngành nghề phù hợp với tính cách hướng nội: Nghiên cứu khoa học (bao gồm cả tự nhiên và cả xã hội), các ngành nghề kỹ thuật, các nghề thợ, thủ công mỹ nghệ…

Lưu ý: Nếu kết quả chỉ số Hướng nội và Hướng ngoại xấp xỉ bằng nhau thì về cơ bản, bạn có một tính cách trung hòa giữa hướng ngoại và hướng nội. Điều này cũng tốt, có khi rất tốt cho nhiều lĩnh vực trong quan hệ và việc làm.

S – Cách thức tìm hiểu và nhận thức thế giới của bạn thiên về Giác quan:

Bạn là người rất thực tế, không chỉ giàu óc thực tế mà chủ yếu là lấy thực tế làm phương châm sống của mình. Đây là một điểm mạnh trong tính cách của bạn, bạn không thích sự mơ hồ và huyền ảo, càng không thích những lý thuyết xa vời hay sự hứa hẹn viễn vông. Với bạn, chỉ có thực tiễn sống động là câu trả lời đáng tin nhất. Bởi thế, bạn thường lao vào làm việc hơn đọc sách, thích lăn lộn ở hiện trường hơn ngồi một chỗ để nghiên cứu. Nếu phải nghiên cứu khảo sát, bạn thiên về định lượng hơn định tính khi kiểm định một vấn đề.

Tuy nhiên, bạn chưa thấy rõ mình đang non yếu về năng lực tư duy chiều sâu, nhất là về ý thức nhìn xa trông rộng. Tuy khá mạnh về chiến thuật xử lý trong công việc, nhưng bạn thiếu hẳn một tầm nhìn chiến lược. Bởi thế, bạn dễ dành được những cái lợi trước mắt, nhưng bị tổn thất những lợi ích lâu dài, mà chính cái lợi lâu dài mới là cơ bản. Mặt khác, do tầm nhìn hạn hẹp và thiếu ý thức chiều sâu nên bạn khó thấy được những bài học sai lầm của quá khứ hoặc những định hướng cao đẹp của tương lai. Điều đó khiến bạn không có một căn bản để lấy đà khi cần tiến xa. Hơn thế, bạn thiếu luôn cả óc tưởng tượng sáng tạo khi cần phải hoạch định công việc hay xử lý một vấn đề mang tầm vĩ mô.

Một số ngành nghề phù hợp với người nhận thức thiên về giác quan: Các ngành nghề kỹ thuật, các nghề thợ, nhân viên văn phòng…

Lưu ý: Nếu kết quả các chỉ số trực giác và giác quan của bạn xấp xỉ bằng nhau thì về cơ bản, bạn có một tính cách trung hòa giữa trực giác và giác quan. Điều này cũng tương đối tốt ở mức độ bạn dễ tạo được sự cân bằng trong nhận thức, tránh chủ quan hoặc cực đoan khi đánh giá hay kiểm định một vấn đề.

T – Lý trí có tác động nhiều đến các quyết định và lựa chọn của bạn:

Bạn sống thiên về lý trí, nặng về nguyên tắc, đoan chính và cương trực, trật tự và nghiêm minh. Bạn không thích sự nới lỏng kỷ cương, càng không muốn ai vi phạm những quy ước. Bạn cũng tôn trọng tình cảm, nhưng có mức độ, càng không thể đặt tình cảm trên lý trí, không thể vì nhân nhượng tình cảm mà vượt qua nguyên tắc. Những người luôn mẫu mực và giữ đúng phép tắc trong quan hệ (cả quan hệ ứng xử và quan hệ làm việc) là bạn đồng hành chí cốt của bạn. Với bạn, người hợp tác mà không lấy lý trí làm trọng để ứng xử và làm việc thì đó là người yếu đuối, việc sẽ không thành và cuối cùng tình cảm cũng mất. Bởi vậy, đứng trước một vấn đề, bao giờ bạn cũng lấy lý trí ra để soi xét, cân nhắc hơn thiệt, sau đó mới chiếu cố đến tình cảm.

Tuy nhiên, sự nghiêm túc và tính cứng rắn của bạn nếu đi quá đà, không có sự mềm mỏng khi cần thiết, thiếu sự uyển chuyển khôn khéo để "lạt mềm buộc chặt" thì chẳng những tình cảm bị tổn thương mà công việc cũng đổ vỡ. Về mặt này, tính cách của bạn thể hiện một bản sắc xơ cứng, thiếu linh hoạt, không linh động giữa cương và nhu, giữa tình và lý, giữa kiên quyết và ôn hòa. Đây là nguyên nhân thất bại của rất nhiều trường hợp xử lý tình huống và giải quyết vấn đề từ việc nhỏ đến việc lớn. Trong hướng nghiệp và hợp tác khi hành nghề, người khôn ngoan là người biết dung hòa và kết hợp khéo léo các yêu cầu vừa nêu.

Một số ngành nghề phù hợp với người sống thiên về lý trí: Các ngành nghề kỹ thuật, khoa học, công nghệ, an ninh, quốc phòng, kinh doanh…

Lưu ý: Nếu chỉ số Lý trí và Tình cảm của bạn xấp xỉ bằng nhau thì về cơ bản, bạn có một tính cách cân bằng giữa tình và lý, cương và nhu, kiên quyết và ôn hòa… Đương nhiên, điều này rất tốt trong nhiều trường hợp nhưng không phải tốt với mọi trường hợp. Vấn đề là phải cân nhắc, lựa chọn kỹ khi nào phải đặt lý lên trên, khi nào tình ở trên và khi nào phải dung hòa.

P – Linh hoạt là phong cách sống và làm việc của bạn:

Trái với người hay nguyên tắc cứng nhắc, bạn là người ưa linh hoạt uyển chuyển trong đối nhân xử thế, kể cả cách tiến hành công việc. Tại đó, không chỉ tính nhân văn đã lên đỉnh cao trong tâm hồn bạn, mà tính sáng tạo cũng lấp lánh trong trí tuệ minh mẫn của bạn. Cuộc sống và sự nghiệp luôn động, nên tính cách của bạn cũng biến chuyển theo những chiều kích đó. Vì vậy, thông thường, bạn không ưa rập khuôn. Mọi nguyên tắc đặt ra chỉ phù hợp với trạng thái tĩnh, rập khuôn và xơ cứng. Cho nên, bạn thường có tâm lý muốn thoát khỏi mọi sự gò bó và đơn điệu. Sức giải phóng cho tính sáng tạo của bạn nhờ đó mà được thăng hoa.

Bạn nhìn mỗi người và mỗi việc theo trạng thái động, rất biện chứng. Tính cách này khiến bạn độ lượng hơn, bao dung hơn, vị tha hơn. Nó cũng khiến bạn chủ động suy nghĩ tìm tòi những giải pháp (cả giải pháp tình thế lẫn giải pháp chiến lược) cho những yêu cầu cải tiến công việc, nhất là khi cần vượt qua khủng hoảng.

Tuy nhiên, bạn cũng nên biết dè chừng và cảnh giác. Bởi vì, tâm lý học nhân cách và tâm lý học sáng tạo đều cho thấy, tính linh hoạt là "con ngựa hay mà cũng là con ngựa chứng". Nếu quá đà, tính linh hoạt sẽ biến thành "ngựa bất kham", bạn khó làm chủ được nó, khiến nó tung tẩy phá cách, phá rào vô tội vạ, làm hỏng việc và hỏng cả hình ảnh sáng láng của bạn trước mọi người. Bởi thế, kỹ năng biết làm chủ cảm xúc, làm chủ trí tuệ, làm chủ tâm hồn trước mọi động thái linh hoạt và sáng tạo… vẫn là những bí quyết thành công của người biết thành nhân.

Một số ngành nghề phù hợp với tính cách linh hoạt: Du lịch, thông tin truyền thông, văn hóa, chính trị, ngoại giao, công tác xã hội, nghệ thuật…

Lưu ý : Nếu chỉ số Nguyên tắc và Linh hoạt của bạn xấp xỉ bằng nhau, thì về cơ bản, bạn có một khả năng điều chỉnh để đạt được sự cân bằng giữa tính linh hoạt và tính nguyên tắc. Theo đó, bạn biết tùy cơ ứng biến để khi nào thì phải thượng tôn nguyên tắc, khi nào lại cần đến sự linh hoạt, và khi nào phải vận dụng cả hai. Thông thường trong công việc, phải vận dụng kết hợp cả tính nguyên tắc và tính linh hoạt là tốt hơn cả.

Bí quyết giao tiếp với người ISTP:

– Tránh nói chuyện thiên về cảm xúc mà nói chuyện thật logic

– Tôn trọng sự riêng tư của họ và đừng ép họ quan hệ mật thiết với bạn

– Lắng nghe họ nói một cách cẩn thận và để họ suy nghĩ một thời gian

INFP: The Idealists – Nhà Li Tưởng Hóa

Hướng nội – Trực giác – Tình cảm – Linh hoạt

Những người thuộc nhóm INFP có lối sống chủ đạo là cảm xúc hướng nội, ở đó họ xử lý công việc theo cách họ cảm nhận về việc đó, hoặc theo cách mà việc đó phù hợp với hệ thống giá trị cá nhân của họ.

Ngoài ra, INFP còn có một lối sống thứ hai thiên về trực giác hướng ngoại, ở đó họ tiếp nhận mọi việc dựa vào trực giác của mình.

* MÔ TẢ CHUNG:

Dường như những người INFP chẳng bao giờ đánh mất sự hiếu kỳ của họ. Người ta có thể nói họ nhìn thế giới qua cặp kính màu hồng. Hoặc là họ sống trong một thế giới kỳ lạ mà ngay cả những vật vô tri vô giác cũng có sức sống, ở nơi mà cây cỏ, và động vật có thể trở thành con người.

Trẻ em INFP thì giống như các nhân vật trong truyện tranh 'Calvin and Hobbes', chuyển từ hiện thực sang tưởng tượng và ngược lại. Ngoài một vài ngoại lệ, trẻ em INFP thường có thể chơi với bạn bè trong trí tưởng tượng của chúng hoặc làm bạn với lũ thú nhồi bông.

INFP có khả năng nhìn thấy cái tốt trong tất cả mọi người, mọi vật. Ngay cả với những người khó ưa nhất, các INFP vẫn động lòng trắc ẩn. Mức độ cảm xúc của họ thường rất khó nhận ra, ngay cả đối với bản thân người INFP, chỉ đến khi gặp một tình huống cụ thể nào đó, khi được dịp, nó mới bùng nổ một cách mãnh liệt.

Dĩ nhiên, cuộc sống không chỉ có màu hồng và INFP cũng không phải là ngoại lệ, họ cũng bị ảnh hưởng bởi thất bại, thất vọng. Vì INFP thường cho nguyên nhân của thất bại là do năng lực, họ chiến đấu với nó bằng nguyên tắc đạo đức quá cầu toàn của họ; như thể họ phải hành động vì một mục đích cao cả nào đó.

INFP mô tả sự xung đột bên trong con người họ không chỉ đơn thuần là giữa đúng và sai mà là giữa cái Xấu và cái Tốt. Mặc dù không đánh giá thấp cái Xấu, nhưng INFP luôn luôn tin tưởng vào sự thắng lợi của cái Tốt.

Hơn các loại tính cách cảm nhận bằng trực giác khác, INFP tập trung vào làm cho thế giới ngày một tốt hơn. Mục tiêu chính của họ là tìm kiếm ý nghĩa của họ trong cuộc sống. Mục đích của họ là gì? Làm thế nào họ có thể phục vụ nhân loại một cách tốt nhất trong cuộc sống của họ? Họ là những người lý tưởng hóa và cầu toàn, là những người làm việc không mệt mỏi trên con đường chinh phục mục tiêu mà họ đã chọn cho mình.

INFP có trực giác rất tốt về con người. Họ phụ thuộc rất nhiều vào trực giác của mình và sử dụng những khám phá của mình để liên tục tìm kiếm giá trị trong cuộc sống. Họ tìm kiếm sự thật và ý nghĩa đằng sau sự việc. Mỗi cuộc chạm trán và mỗi kiến thức thu nhặt được đều được chuyển đổi qua hệ thống giá trị của INFP và được đánh giá để xem liệu điều đó có tiềm năng giúp INFP xác định hoặc tinh chỉnh đường đi riêng của họ trong cuộc sống hay không. Mục tiêu ở cuối đoạn đường đó luôn không đổi – động lực của INFP là để giúp đỡ người khác và làm cho thế giới ngày càng tốt đẹp hơn.

INFP nhìn chung rất chu đáo và tận tình, là người chịu khó lắng nghe và làm người khác cảm thấy thoải mái. Mặc dù họ có thể dè dặt trong biểu lộ cảm xúc, họ là người rất sâu sắc trong việc chăm sóc và đặc biệt quan tâm đến việc thấu hiểu con người. Sự chân thành này được cảm nhận bởi mọi người làm cho INFP trở thành người bạn giá trị và đáng tin cậy. INFP có thể khá niềm nở với những người mà họ đã thân thiết.

INFP không thích xung đột và tìm mọi cách có thể để tránh xảy ra xung đột. Nếu họ phải đối mặt với việc này, họ sẽ luôn tiếp cận sự xung đột từ góc độ cảm xúc của mình. Trong tình huống xung đột, INFP ít quan trọng việc ai đúng ai sai. Họ tập trung vào những cảm nhận mà xung đột đó mang đến cho họ, và thật sự thì họ không quan tâm liệu họ có đúng hay không. Họ không muốn cảm thấy khó xử. Đặc điểm này đôi khi làm cho họ biểu hiện không hợp lý và thiếu logic trong các tình huống mâu thuẫn. Mặt khác, INFP làm trung gian rất tốt và thường giải quyết tốt các xung đột của người khác vì trực giác của họ hiểu được cảm xúc và quan điểm của người khác, và họ thật sự muốn giúp đỡ những người đó.

INFP rất linh hoạt và thoải mái, cho đến khi một trong những nguyên tắc của họ bị vi phạm. Trước nguy cơ hệ thống nguyên tắc của mình bị đe dọa, INFP có thể trở nên hung hăng tự vệ, chiến đấu ngoan cường cho chính họ. Khi một INFP đã tiếp nhận một công việc hoặc dự án họ quan tâm, nó thường trở thành "sự nghiệp" cho họ. Mặc dù họ không phải là những cá nhân thiên về chi tiết nhưng họ sẽ bao trùm mọi chi tiết có thể với sự quyết tâm và mãnh liệt khi làm việc cho "sự nghiệp" của mình.

Khi nói đến những chi tiết đời thường về cuộc sống, INFP thường hoàn toàn không để ý gì về những điều này. Họ có thể đi những quãng dài trên thảm mà không để ý thấy một vết bẩn nhưng họ lại rất cẩn thận và tỉ mỉ quét từng hạt bụi ra khỏi tập sách dự án của mình.

INFP không thích làm việc với những công việc logic và dữ liệu khô khan. Việc tập trung lên cảm xúc và con người gây trở ngại cho họ khi đối mặt với các phán quyết khách quan. Họ không hiểu hoặc không tin vào hiệu lực của sự phán xét khách quan, điều này khiến họ khá kém hiệu quả trong việc sử dụng những phán xét này. Hầu hết INFP tránh phân tích khách quan, mặc dù một số INFP đã phát triển được khả năng này và có thể sử dụng khá hợp lý. Khi bị căng thẳng, INFP thường lạm dụng lý luận phức tạp trong cơn nóng giận, tung ra dẫn chứng này (thường là không chính xác) đến dẫn chứng khác trong cơn giận không kiểm soát.

INFP có tiêu chuẩn rất cao và rất cầu toàn. Do vậy, họ thường nghiêm khắc đối với bản thân và thường không tự khen ngợi chính mình. INFP có thể gặp khó khăn khi làm việc nhóm trong các dự án bởi vì tiêu chuẩn của họ thường cao hơn những thành viên khác trong nhóm. Trong một số trường hợp, họ có thể có vấn đề về "kiểm soát". INFP cần phải nỗ lực để cân bằng giữa lý tưởng cao xa của họ với những yêu cầu của sinh hoạt thường ngày. Nếu không giải quyết được sự mâu thuẫn này, họ sẽ không bao giờ cảm thấy hài lòng với chính mình và có thể trở nên bối rối và không biết làm gì với cuộc sống của họ.

INFP thường là các nhà văn tài năng. Họ có thể vụng về và không thoải mái khi thể hiện bản thân bằng lời nói nhưng lại có một khả năng tuyệt vời để xác định và thể hiện những gì họ cảm thấy trên giấy viết. INFP cũng thường xuất hiện trong các ngành nghề dịch vụ xã hội như tư vấn hoặc giảng dạy. Họ thể hiện mình tốt nhất trong trường hợp họ làm việc hướng tới cộng đồng tốt đẹp và trong đó họ không cần phải dùng đến những lý luận phức tạp.

Những INFP có thể đem lại những điều to lớn và tuyệt vời khi làm việc trong lĩnh vực mà họ được đào tạo kỹ. Tuy vậy, họ thường không nhận công lao đó về mình. Một số INFP được xem như những nhân tố kích thích lòng nhân đạo vĩ đại trên thế giới.

Các INFP nổi tiếng

William Shakespeare –Nhà soạn kịch lỗi lạc người Anh

Julia Roberts – Diễn viên nổi tiếng

John F. Kennedy, Jr. – Tổng thống nước Mỹ

INFP VÀ SỰ NGHIỆP

Cho dù bạn là một thanh niên đang tìm kiếm chỗ đứng trong xã hội, hay một người trưởng thành đang muốn biết xem mình đang đi đúng hướng hay không, thì điều quan trọng là bạn hiểu chính mình và những đặc điểm tính cách có khả năng tác động đến sự thành công hay thất bại của bạn trong những ngành nghề khác nhau. Và cũng không kém phần quan trọng là bạn hiểu được điều gì là thực sự có ý nghĩa đối với bạn. Khi được trang bị những hiểu biết về các điểm mạnh và điểm yếu của mình cùng với sự nhận thức về điều mà bạn thực sự coi trọng, thì bạn đang ở trong một tâm thế rất tốt để chọn cho mình một nghề nghiệp mà bạn cảm thấy xứng đáng.

Các INFP có một số nét đặc trưng sau:

- Có hệ thống giá trị sống mạnh mẽ.
- Quan tâm đến mọi người.
- Thiên hướng phục vụ, đặt nhu cầu của người khác lên trên nhu cầu của mình.
- Trung thành và cống hiến cho con người và chính nghĩa.
- Hướng về tương lai.
- Luôn muốn được phát triển theo hướng tích cực.
- Sáng tạo và gây cảm hứng cho người khác.
- Dễ chịu và thoải mái, trừ phi có một nguyên tắc sống bị xâm phạm.
- Nhạy cảm và phức tạp.
- Không thích làm việc chi tiết và theo thủ tục.
- Lập dị và cá nhân – "tách rời khỏi đám đông".
- Xuất sắc trong giao tiếp bằng văn bản.
- Thích làm việc một mình và có thể gặp khó khăn khi làm việc trong nhóm.
- Đánh giá cao các mối quan hệ sâu sắc và đích thực.
- Muốn được công nhận và đánh giá cao cho việc họ là ai.

INFP là một cá nhân đặc biệt, nhạy cảm và cần một sự nghiệp hơn là chỉ đơn giản một việc làm. INFP cần cảm thấy mọi thứ họ làm trong cuộc sống là theo đúng với hệ thống giá trị cảm tính mạnh mẽ của mình và những việc đó cũng đang mang họ và/hoặc những người khác theo hướng phát triển tích cực. INFP sẽ cảm thấy hài lòng nhất trong các nghề cho phép họ sống cuộc sống hằng ngày theo đúng các giá trị của mình cũng như trong các ngành nghề mang lại những điều tốt đẹp cho nhân loại. Có một điều rất đáng nói đó là hầu như tất cả những nhà văn vĩ đại trên thế giới là những INFP.

Danh sách nghề nghiệp dưới đây được tạo ra dựa trên những cảm nhận về nghề nghiệp mà chúng tôi nghĩ rằng sẽ thích hợp cho một INFP. Mục đích của nó là cho bạn một sự tham khảo chứ không phải là một bản danh sách chi tiết. Không có bất cứ một cam kết nào chứng tỏ rằng những sự nghiệp dưới đây sẽ phù hợp với bạn, bên cạnh đó cũng có thể sự nghiệp thích hợp nhất đối với bạn cũng nằm trong danh sách này.

Những gợi ý nghề nghiệp phù hợp với INFP

- Nhà văn.
- Cố vấn / Nhân Viên Xã Hội.
- Giáo viên / Giáo sư.

- Nhà tâm lý học.
- Nhà tâm thần học.
- Nhạc sĩ.
- Tăng lữ / Người hoạt động tôn giáo.

**PHÁT TRIỂN NHÂN CÁCH CỦA INFP
10 NGUYÊN TẮC ĐỂ ĐẠT THÀNH CÔNG**

1. ***Trau dồi ưu điểm của mình!*** Khuyến khích khả năng nghệ thuật và sáng tạo của bạn. Nuôi dưỡng đời sống tinh thần của bạn. Cho bạn cơ hội để giúp những người nghèo khổ hoặc không may.

2. ***Hãy đối mặt với khuyết điểm của mình!*** Nhận ra và chấp nhận rằng một số đặc điểm là điểm mạnh và một số là điểm yếu. Đối mặt và giải quyết những yếu điểm của mình không có nghĩa là bạn phải thay đổi bản thân, mà đó có nghĩa là bạn muốn trở thành con người tốt nhất mà bạn có thể. Bằng cách đối mặt với chúng, bạn đang thể hiện sự kính trọng đối với bản thân chứ không phải là đang tự trách chính mình.

3. ***Thể hiện cảm xúc của mình.*** Đừng để những cảm xúc không được biểu lộ dâng trào trong bạn. Nếu bạn có những cảm xúc mạnh mẽ, hãy biểu lộ ra bên ngoài. Đừng để chúng dâng trào bên trong bạn đến một lúc bạn không thể kiểm soát được chúng.

4. ***Hãy biết lắng nghe.*** Đừng gạt bỏ bất cứ điều gì ngay lập tức. Hãy để mọi thứ lắng xuống một lúc rồi mới đưa ra phán xét.

5. ***Mỉm cười trước những lời phê bình.*** Nên nhớ rằng người ta không phải lúc nào cũng đồng ý hoặc hiểu bạn, ngay cả khi họ đánh giá bạn rất cao. Hãy cố xem những bất đồng và lời phê bình là cơ hội để hoàn thiện mình. Trong thực tế, đó mới chính là ý nghĩa của sự phê bình.

6. ***Hãy cố gắng hiểu người khác.*** Nên nhớ rằng có đến mười lăm nhóm tính cách khác, những người có cái nhìn khác so với bạn. Hãy cố gắng tìm hiểu họ thuộc nhóm người nào và hãy cố hiểu quan điểm của họ.

7. ***Chịu trách nhiệm với chính bản thân mình.*** Nên nhớ rằng BẠN là người kiểm soát cuộc sống của bạn tốt hơn bất kỳ ai khác.

8. ***Hãy biết chấp nhận.*** Bạn sẽ luôn thất vọng với người khác nếu bạn đòi hỏi quá nhiều từ họ. Tỏ vẻ thất vọng với một người cũng là cách nhanh nhất làm cho họ tránh xa bạn. Đối xử với người khác hòa nhã như là cách mà bạn muốn người khác đối xử với bạn.

9. ***Hãy tin tưởng vào những điều tốt đẹp nhất.*** Đừng tự gây phiền muộn cho bạn bằng cách giả sử điều tồi tệ nhất. Hãy nhớ rằng thái độ tích cực thường mang lại hoàn cảnh tích cực.

10. ***Nếu chưa chắc chắn, hãy hỏi lại!*** Đừng tự đánh đồng việc thiếu những thông tin phản hồi là một với việc nhận được những thông tin phản hồi tiêu cực. Nếu bạn cần phản hồi nhưng chưa nhận được, hãy mạnh dạn yêu cầu phản hồi.

INFP VÀ CÁC MỐI QUAN HỆ

INFP thể hiện một phong thái bình tĩnh, hiền hòa đối với cuộc sống. Họ xuất hiện để đem lại sự yên tĩnh và thanh bình cho người khác, với những ước vọng đơn giản. Trên thực tế, INFP cảm nhận cuộc sống của mình một cách mạnh mẽ. Trong quan hệ, điều này đã khiến họ có đầy cảm xúc sâu lắng cho yêu thương và quan tâm, điều không thường thấy ở các loại tính cách khác. INFP không dành trọn tất cả tình cảm mãnh liệt của họ cho chỉ một ai và tương đối dè dặt trong việc biểu lộ cảm xúc sâu lắng nhất của mình. Họ dành tình cảm và sự quan tâm sâu sắc nhất cho một vài người thân nhất với họ.

INFP nhìn chung thoải mái, thích hỗ trợ và nuôi dưỡng những mối quan hệ gần gũi. Với cảm xúc nội tâm làm chủ tính cách, họ rất nhạy cảm và dễ đồng điệu với cảm giác của người khác, và cảm thấy thật sự quan tâm và lo lắng cho người khác. Không dễ tin tưởng người khác và thận trọng trong khi khởi đầu một mối quan hệ, nhưng INFP sẽ hết mực trung thành một khi họ đặt ra một lời cam kết. Với những giá trị cốt lõi mạnh mẽ, họ là những cá nhân đánh giá cao chiều sâu và sự chân thật trong các mối quan hệ và coi trọng những người bạn có thể hiểu và chấp nhận quan điểm của INFP. Họ thường dễ hòa nhập và thông cảm, trừ phi một trong những nguyên tắc sống của họ bị vi phạm thì khi đó họ không tiếp tục hòa nhập và trở nên bảo thủ cho những nguyên tắc của họ. Họ sẽ trở nên khắc nghiệt và cứng nhắc trong tình huống như vậy.

Điểm mạnh của INFP

Những thế mạnh của INFP sẽ được biểu lộ ra thông qua những vấn đề liên quan tới đối nhân xử thế:

- Quan tâm và lo lắng cho người khác.
- Nhạy cảm và mẫn cảm về những gì người khác cảm thấy.
- Trung thành và cam kết – họ muốn có mối quan hệ bền lâu.
- Dồi dào tình cảm yêu thương và quan tâm.
- Có xu hướng đáp ứng nhu cầu của người khác.
- Luôn phấn đấu để đôi bên cùng có lợi.
- Nuôi dưỡng, ủng hộ và khuyến khích mối quan hệ.

- Thường dễ nhận biết và thông cảm nhu cầu cần không gian riêng của người khác.
- Có thể bày tỏ cảm xúc tốt.
- Linh hoạt và đa dạng.

Điểm cần khắc phục của INFP

Những điểm yếu của INFP sẽ được biểu lộ ra thông qua những vấn đề liên quan tới đối nhân xử thế:

- Có thể có xu hướng nhút nhát và kín đáo.
- Không muốn người khác xâm phạm "thế giới riêng" của họ.
- Cực kỳ không thích xung đột.
- Cực kỳ không thích sự chỉ trích.
- Rất cần có sự khen ngợi và khẳng định tích cực.
- Có thể phản ứng rất mãnh liệt trong những tình huống căng thẳng.
- Cảm thấy khó khăn từ bỏ một mối quan hệ xấu.
- Cảm thấy khó khăn khi khiển trách hay trừng phạt người khác.
- Có xu hướng dè dặt trong biểu lộ cảm xúc của họ.
- Xu hướng cầu toàn có thể khiến họ không tự khen ngợi bản thân.
- Có xu hướng tự khiển trách mình về những việc xảy ra và nhận lãnh hoàn toàn trách nhiệm về mình.

Tóm Tắt Xu Hướng Tính Cách Theo Tên Gọi Từ Chữ Cái Của Nhóm:

INFP: Hướng nội – Trực giác – Tình cảm – Linh hoạt

I – Bạn thuộc nhóm tính cách Hướng nội:

Tính hướng nội là bản chất của bạn. Thái độ của bạn trong cuộc sống (vào đời và hướng nghiệp) là trầm lắng thể hiện tâm tính của mình theo chiều sâu, cũng lặng thầm làm việc trong tĩnh khuất để cống hiến. Chủ đích của bạn không chuộng bề nổi mà thích bề sâu. Bạn thích sự chu đáo và thâm tình trong quan hệ và trong công việc. Xu hướng của bạn là không thích phô trương, nhất là không màng phô trương danh nghĩa và đồng tiền (dù bạn có). Nếu giàu có, bạn cũng muốn ẩn mình giúp đỡ người khốn khó mà không kể công và không xưng danh. Mặt khác, do được rèn luyện, lại có sẵn bản tính trầm tư và sâu lắng, nên bạn thường mạnh về khả năng tưởng tượng phong phú và tư duy sáng tạo trong cách hành xử và hành nghề.

Tuy nhiên, mặt yếu của bạn là thiếu quảng giao, thiếu sự hòa nhập với đám đông, thiếu khả năng tự thể hiện khi cần chứng tỏ. Do đó, bạn thường vụng về khi nói về mình hay bộc lộ suy nghĩ. Trong giao tiếp, bạn thường ẩn mình ở thế thủ, ngại cởi mở tâm hồn. Bạn rất cần mẫn khi làm việc với chính mình, chỉ riêng mình, nhưng hơi khó làm việc khi cần hợp tác với số đông trong những dự án chung với tập thể. Dù vậy cũng không đến nỗi nào, vì đó chỉ là những thiếu sót nhỏ, dễ khắc phục nếu bạn mạnh dạn hơn khi hòa đồng, khi giao lưu và biết chủ động chia sẻ trong công việc.

Một số ngành nghề phù hợp với tính cách hướng nội: Nghiên cứu khoa học (bao gồm cả tự nhiên và cả xã hội), các ngành nghề kỹ thuật, các nghề thợ, thủ công mỹ nghệ…

Lưu ý: Nếu kết quả chỉ số Hướng nội và Hướng ngoại xấp xỉ bằng nhau thì về cơ bản, bạn có một tính cách trung hòa giữa hướng ngoại và hướng nội. Điều này cũng tốt, có khi rất tốt cho nhiều lĩnh vực trong quan hệ và việc làm.

N – Cách thức tìm hiểu và nhận thức thế giới của bạn thiên về Trực giác:

Theo chủ nghĩa nhân văn, bạn là người có một bản lĩnh thông tuệ và giàu ý thức hướng tới những giá trị cao thượng, vượt trên cái tầm thường. Tính cách hướng thượng đó đem lại cho bạn sự thanh cao trong tâm hồn và nhiều hiệu quả trong công việc. Bạn dễ dàng chấp nhận thua thiệt trước mắt để theo đuổi được cái lợi lâu dài. Với sự tôn trọng ý thức hơn bản năng, bạn thường có khuynh hướng thiên về những giá trị tinh thần hơn hưởng thụ vật chất. Trong cuộc sống và cách nhìn thế giới, bạn coi trọng nhân nghĩa hơn tiền tài, tôn trọng cả quá khứ và tương lai chứ không chỉ chú trọng đến hiện tại. Trong giao tiếp, bạn dễ kết thân với người đôn hậu, giàu lòng vị tha.

Đặc biệt, nhờ khả năng tập trung cao độ, nhờ vốn sống được tích lũy bằng tâm hồn nhân văn, nhất là nhờ năng lực tư duy chiều sâu và trí tưởng tượng phong phú, bạn dễ dàng đạt tới những đỉnh cao sáng tạo trong công việc. Ý thức sáng tạo và khả năng sáng tạo bậc cao sẽ là những điểm tựa vững chắc giúp bạn vượt qua nhiều thử thách, tạo nên nhiều cống hiến có giá trị.

Tuy nhiên, nếu không biết dung hòa giữa trực giác và ý thức, giữa cảm quan và suy nghĩ để lợi dụng thế mạnh của mỗi bên, bạn có thể bị hẫng hụt trong cách giải quyết vấn đề. Trong nhiều trường hợp, nếu không điều chỉnh kịp thời về mặt cảm xúc, bạn có thể sa vào trạng thái vô cảm hoặc cực đoan trong nhận thức và cả trong hành động. Tại đó, bạn hơi coi nhẹ những giá trị thực tế, quá đề cao những siêu giá trị về lý tưởng và tâm hồn. Cũng tại đó, bạn có phần coi thường những cảm xúc đời thường và những ý vị từ hơi thở cuộc sống. Sự sáng tạo của bạn cũng thiếu bén rễ từ đây – một suối nguồn của nhịp sống và của tư duy chiều sâu, nên ảnh hưởng không ít đến thành quả sáng tạo của chính bạn.

Một số ngành nghề, công việc phù hợp với người nhận thức thông qua trực giác: Với khả năng trực giác cao, bạn nên theo các nhóm ngành cần tính sáng tạo, tư duy phản biện ví dụ: nghiên cứu khoa học (tự nhiên, xã hội), công nghệ, các ngành nghề thuộc lĩnh vực nghệ thuật, định hướng chiến lược cho các công ty, tổ chức…

Lưu ý: Nếu kết quả các chỉ số trực giác và giác quan của bạn xấp xỉ bằng nhau thì về cơ bản, bạn có một tính cách trung hòa giữa trực giác và giác quan. Điều này cũng tương đối tốt ở mức độ bạn dễ tạo được sự cân bằng trong nhận thức, tránh chủ quan hoặc cực đoan khi đánh giá hay kiểm định một vấn đề.

F – Tình cảm thường ảnh hưởng đến các quyết định và lựa chọn của bạn:

Bạn sống thiên về tình cảm, giàu lòng vị tha, nhiều cảm xúc hướng thiện. Tâm hồn của bạn khá rộng mở về phía tha nhân và ngoại cảnh, khiến bạn dễ cảm thông với nhiều nghịch cảnh và cả sự trái ngang trong nhân tình thế thái. Trong nhiều trường hợp xử lý liên quan đến người và việc, bạn nghiêng về các giải pháp tình cảm nhiều hơn, giữ gìn mối quan hệ trước sau được tốt hơn. Sự đôn hậu là một điểm son trong tâm hồn bạn. Bạn dễ dàng chấp nhận khó khăn về mình, nhường sẻ thuận lợi cho người, kể cả người mình không ưa. Nhờ vậy, bạn được nhiều người ưa và thường giữ được lòng thanh thản, không mấy liên lụy đến những rắc rối linh tinh. Thế mạnh của bạn là giữ được tâm bình.

Tuy vậy, chính trong thế mạnh đó cũng thể hiện sự hẫng hụt của bạn mỗi khi bạn đi quá đà vì tình thương của bạn đã đặt không đúng chỗ hoặc đầu tư quá liều lượng. Sống tình cảm là rất quý, nhưng quá nghiêng về tình cảm lại là một sai lầm cực đoan và do đó dễ thất bại trong đối nhân xử thế và điều hành công việc. Nếu không giữ được thăng bằng giữa tình cảm và lý trí, bạn sẽ gặp tình trạng được người mà hỏng việc. Mà cái gọi là "được người" đó cũng chỉ tạm thời, chưa hẳn "được" một cách tích cực, vì họ chỉ thấy sự thiên vị mà không quán triệt nguyên tắc, chỉ thấy đạt tình mà không thấu lý.

Một số ngành nghề phù hợp với người sống thiên về tình cảm: Công tác xã hội, dịch vụ công, nghệ thuật, y tế sức khỏe…

Lưu ý: Nếu chỉ số Lý trí và Tình cảm của bạn xấp xỉ bằng nhau thì về cơ bản, bạn có một tính cách cân bằng giữa tình và lý, cương và nhu, kiên quyết và ôn hòa… Đương nhiên, điều này rất tốt trong nhiều trường hợp nhưng không phải tốt với mọi trường hợp. Vấn đề là phải cân nhắc, lựa chọn kỹ khi nào phải đặt lý lên trên, khi nào tình ở trên và khi nào phải dung hòa.

P – Linh hoạt là phong cách sống và làm việc của bạn:

Trái với người hay nguyên tắc cứng nhắc, bạn là người ưa linh hoạt uyển chuyển trong đối nhân xử thế, kể cả cách tiến hành công việc. Tại đó, không chỉ tính nhân văn đã lên đỉnh cao trong tâm hồn bạn, mà tính sáng tạo cũng lấp lánh trong trí tuệ minh mẫn của bạn. Cuộc sống và sự nghiệp luôn động, nên tính cách của bạn cũng biến chuyển theo những chiều kích đó. Vì vậy, thông thường, bạn không ưa rập khuôn. Mọi nguyên tắc đặt ra chỉ phù hợp với trạng thái tĩnh, rập khuôn và xơ cứng. Cho nên, bạn thường có tâm lý muốn thoát khỏi mọi sự gò bó và đơn điệu. Sức giải phóng cho tính sáng tạo của bạn nhờ đó mà được thăng hoa.

Bạn nhìn mỗi người và mỗi việc theo trạng thái động, rất biện chứng. Tính cách này khiến bạn độ lượng hơn, bao dung hơn, vị tha hơn. Nó cũng khiến bạn chủ động suy nghĩ tìm tòi những giải pháp (cả giải pháp tình thế lẫn giải pháp chiến lược) cho những yêu cầu cải tiến công việc, nhất là khi cần vượt qua khủng hoảng.

Tuy nhiên, bạn cũng nên biết dè chừng và cảnh giác. Bởi vì, tâm lý học nhân cách và tâm lý học sáng tạo đều cho thấy, tính linh hoạt là "con ngựa hay mà cũng là con ngựa chứng". Nếu quá đà, tính linh hoạt sẽ biến thành "ngựa bất kham", bạn khó làm chủ được nó, khiến nó tung tẩy phá cách, phá rào vô tội vạ, làm hỏng việc và hỏng cả hình ảnh sáng láng của bạn trước mọi người. Bởi thế, kỹ năng biết làm chủ cảm xúc, làm chủ trí tuệ, làm chủ tâm hồn trước mọi động thái linh hoạt và sáng tạo… vẫn là những bí quyết thành công của người biết thành nhân.

Một số ngành nghề phù hợp với tính cách linh hoạt: Du lịch, thông tin truyền thông, văn hóa, chính trị, ngoại giao, công tác xã hội, nghệ thuật…

Lưu ý : Nếu chỉ số Nguyên tắc và Linh hoạt của bạn xấp xỉ bằng nhau, thì về cơ bản, bạn có một khả năng điều chỉnh để đạt được sự cân bằng giữa tính linh hoạt và tính nguyên tắc. Theo đó, bạn biết tùy cơ ứng biến để khi nào thì phải thượng tôn nguyên tắc, khi nào lại cần đến sự linh hoạt, và khi nào phải vận dụng cả hai. Thông thường trong công việc, phải vận dụng kết hợp cả tính nguyên tắc và tính linh hoạt là tốt hơn cả.

Bí quyết giao tiếp với người INFP:

– Chia sẻ với họ những niềm tin và giá trị xác thực để tạo nên mối quan hệ tốt

– Tôn trọng sự riêng tư và khoảnh khắc cá nhân của họ

– Nhấn mạnh cho họ thấy liệu ý kiến của bạn có thể giúp đỡ những người khác như thế nào

INTP: The Thinkers – Nhà Tư Duy

Hướng nội – Trực giác – Lý trí – Linh hoạt

Những người thuộc nhóm INTP có lối sống chủ đạo là tư duy hướng nội, tức là họ giải quyết vấn đề một cách lý trí và logic.

Ngoài ra, INTP còn có một lối sống thứ hai thiên về trực giác hướng ngoại, họ nắm bắt mọi thứ thông qua trực giác của mình.

* MÔ TẢ CHUNG:

INTP là những người thích suy nghĩ, phân tích. Họ có thể chìm đắm trong các suy nghĩ của mình và xa rời thế giới thực tại xung quanh họ.

INTP rất chính xác trong các mô tả, hình dung mà họ đưa ra, và thường hiệu chỉnh người khác (hoặc có xu hướng) nếu họ tìm thấy có một chút sai sót hoặc tối nghĩa. Khả năng này có thể làm phiền cho những người không đòi hỏi sự chính xác cao, nhưng là một thuận lợi tự nhiên cho INTP trong một số nghề nghiệp, chẳng hạn như ngữ pháp học hay ngôn ngữ học.

Nói chung, INTP là những người khá dễ chịu và thân thiện trong cuộc sống, chỉ đến khi những nguyên tắc của họ bị vi phạm, họ trở nên cứng rắn và nói thẳng. Tuy nhiên, sau đó họ sẽ quay trở lại với vẻ bề ngoài ôn hòa, không muốn thu hút sự chú ý.

Mối lo lắng thường xuyên của các INTP là sợ thất bại. Họ dùng khá nhiều thời gian để tự kiểm tra mình. Với bản chất muốn một kết cục bỏ ngỏ, đi kèm với mong muốn đạt được kết quả tốt nhất (NT) làm cho họ hay do dự.

Quan điểm của INTP cũng rất mơ hồ, nó có thể vừa có sức thuyết phục đối với họ và cả phía phản biện họ. Đây là điểm khác biệt lớn nhất giữa INTP và INTJ, là những người tự tin hơn nhiều và sẵn sàng hành động theo niềm tin của họ.

Toán học là một ngành mà nhiều INTP ưa thích, tương tự là ngôn ngữ, máy tính, và những khoa học phức tạp khác. Các INTP rất say mê tìm hiểu, khám phá, nắm vững và làm việc với hệ thống. Sự say mê này làm cho họ thờ ơ với cuộc sống xung quanh, quên cả thời gian và những thú vui khác. Hoàn thành một mục tiêu, một nhiệm vụ đối với họ cũng không quan trọng bằng tìm tòi, khám phá.

INTP rất quan tâm đến sự chính xác của logic. Họ ít khi phạm phải sai lầm do logic, phần lớn các sai sót của họ là do xem nhẹ một vài chi tiết hoặc do tình huống.

INTP sống trong thế giới của những tiềm năng mang tính giả thuyết. Họ nhìn nhận mọi việc theo hướng làm cách nào mà nó có thể được cải thiện, hay có thể biến đổi thành cái gì. Họ làm việc chủ yếu bằng cách suy nghĩ trong tâm trí, họ có khả năng phân tích những vấn đề khó giải quyết, nhận diện những mô thức, và đưa ra những giải thích hợp lý. Họ tìm kiếm sự rõ ràng trong mọi việc, vì vậy họ có xu hướng trau dồi thêm kiến thức. Họ là những "vị giáo sư đãng trí", người luôn đề cao trí thông minh và khả năng áp dụng tính logic vào giả thiết để tìm ra giải pháp. Người thuộc nhóm INTP điển hình có xu hướng biến vấn đề thành những lời giải thích hợp lý, và do họ dành hầu hết thời gian để suy nghĩ trong tâm trí nên có thể họ không quan tâm đến tầm quan trọng và giá trị của thế giới bên ngoài. Xu hướng tự nhiên của họ trong việc chuyển hóa giả thiết thành sự hiểu biết cụ thể có thể làm họ có cảm giác phải giải quyết những vấn đề mang tính lí thuyết, và hướng xã hội đến một tầm hiểu biết cao hơn.

Người thuộc nhóm INTP quý trọng kiến thức hơn tất cả mọi thứ. Tâm trí họ liên tục tạo ra những giả thiết mới, hay chứng minh hoặc bác bỏ những giả thiết đã có sẵn. Họ tiếp cận với những vấn đề và giả thiết với lòng nhiệt tình và luôn đặt nghi vấn, họ lờ đi những quy luật và ý kiến sẵn có và tự đưa ra hướng tiếp cận của riêng mình cho giải pháp đó. Họ tìm kiếm những mô thức và sự giải thích hợp lý trong bất kỳ vấn đề nào mà họ có hứng thú. Họ thường rất sáng suốt, và có khả năng khách quan phê bình trong những phân tích của chính mình. Họ thích những ý tưởng mới, và cực kỳ hứng thú với những quan điểm trừu tượng và những giả thuyết. Họ thích thảo luận những khái niệm này với người khác. Trong mắt mọi người thì họ dường như hay mơ mộng và hay tạo khoảng cách với người khác, bởi họ dành rất nhiều thời gian đắm mình trong những giả thiết. Người thuộc nhóm INTP ghét làm những việc thường nhật – họ thích xây dựng những hướng giải quyết mang tính lý thuyết phức tạp, và để việc thực hiện chúng lại cho người khác. Họ vô cùng hứng thú với giả thuyết, và sẽ dành phần lớn thời gian và sức lực để tìm kiếm lời giải cho vấn đề đã khơi gợi cho họ sự hứng thú.

Người thuộc nhóm INTP không thích lãnh đạo hoặc điều khiển người khác. Họ rất dễ chấp nhận và linh hoạt trong hầu hết mọi trường hợp, trừ khi một trong những niềm tin mãnh liệt của họ bị xúc phạm hoặc bị nghi ngờ, trong những trường hợp này thì họ sẽ giữ một lập trường cứng nhắc. Người thuộc nhóm INTP thường khép mình khi tiếp xúc với người lạ. Mặt khác, họ rất tự tin khi tiếp xúc với người mà họ đã hiểu rõ, hoặc khi thảo luận những vấn đề mà họ có sự hiểu biết thấu đáo về vấn đề đó.

Người thuộc nhóm INTP thường không có sự cảm thông hoặc coi trọng những quyết định dựa trên cảm xúc và sự chủ quan cá nhân. Họ luôn cố gắng có được những kết luận logic trong mọi vấn đề, và họ cũng không hiểu được tầm quan trọng hoặc sự chính đáng của việc áp dụng những suy xét dựa trên cảm xúc cá nhân để ra quyết định. Vì lí do này nên người thuộc nhóm INTP thường không thể đồng điệu với cảm xúc của người khác, và họ cũng không được tạo hóa trang bị cho khả năng cảm nhận được những nhu cầu cảm xúc của mọi người.

Người thuộc nhóm INTP có thể gặp vấn đề với việc tự đề cao bản thân và chống lại mọi người, điều này sẽ ảnh hưởng đến tiềm năng sáng tạo của họ. Vì mặt cảm xúc của họ là phần ít phát triển hơn cả nên người thuộc nhóm INTP có thể gặp phải khó khăn trong việc mang lại sự ấm áp và chỗ dựa cho người khác, điều mà đôi khi rất cần thiết trong những mối quan hệ thân mật. Nếu họ không nhận ra tầm quan trọng của việc chú ý đến cảm xúc của mọi người, họ có thể phê bình và mỉa mai người khác một cách thái quá. Nếu INTP không thể tìm ra nơi hỗ trợ cho việc phát triển những khả năng tốt nhất của mình, họ thường sẽ trở nên tiêu cực và hay hoài nghi. Nếu INTP chưa phát triển mặt nhận thức một cách đầy đủ, họ có thể trở nên không ý thức về môi trường xung quanh, và sẽ để lộ ra những điểm yếu khi làm những công việc mang tính thường nhật, ví dụ như trả hóa đơn hàng tháng hoặc phải ăn mặc thích hợp.

Đối với người thuộc nhóm INTP, việc những ý tưởng và vấn đề được trình bày một cách chính xác và súc tích là vô cùng quan trọng. Họ thường bày tỏ suy nghĩ của mình về những việc mà họ tin rằng điều đó thật sự đúng. Đôi khi, những suy nghĩ của họ về một ý tưởng thường khó hiểu đối với người khác, nhưng INTP lại thường không biến đổi ý tưởng đó theo cách dễ hiểu để giải thích cho mọi người. INTP thường có xu hướng bỏ dở một đề án khi họ đã có lời giải đáp cho nó, và tiếp tục làm việc kế tiếp. INTP cần phải hiểu rằng việc thể hiện những giả thuyết tiến bộ của họ một cách dễ hiểu là rất quan trọng. Suy cho cùng, một sự khám phá đáng ngạc nhiên sẽ chẳng có ý nghĩa gì nếu bạn là người duy nhất có thể hiểu nó.

INTP thường rất độc lập, khác thường và lập dị. Họ thường không đặt nặng những mục tiêu phổ biến như sự yêu mến và sự bảo đảm. Họ thường có tính cách phức tạp, có xu hướng hiếu động và không kiên định. Họ rất mưu trí và có những mô thức suy nghĩ rất độc đáo, điều này giúp họ phân tích ý tưởng bằng nhiều cách mới mẻ. Vì vậy mà nhiều thành tựu đột phá trong lĩnh vực khoa học trên toàn thế giới thường được tạo ra bởi người thuộc nhóm INTP.

INTP có thể phát huy khả năng tối đa khi có thể độc lập làm việc với những giả thuyết của họ. Khi được làm việc trong môi trường hỗ trợ cho khả năng sáng tạo thiên tài và phát huy tính cách khác thường của mình, INTP có thể tạo ra những sự khác biệt to lớn. Họ là những người tiên phong với những ý tưởng mới trong xã hội của chúng ta.

Các INTP nổi tiếng:

Socrates – Triết gia Hy Lạp cổ đại

Rene Descartes – Triết gia, nhà khoa học, nhà toán học người Pháp

Blaise Pascal – Nhà toán học, vật lý học, triết gia người Pháp

Sir Isaac Newton – Nhà vật lý, nhà thiên văn học, nhà toán học vĩ đại người Anh

C. G. Jung – Nhà tâm lý học nổi tiếng người Thụy Điển

Albert Einstein – Nhà bác học thiên tài người Do Thái

Tiger Woods – Vận động viên golf chuyên nghiệp nổi tiếng

INTP VÀ SỰ NGHIỆP

Cho dù bạn là một thanh niên đang tìm kiếm chỗ đứng trong xã hội, hay một người trưởng thành đang muốn biết xem mình đang đi đúng hướng hay không, thì điều quan trọng là bạn hiểu chính mình và những đặc điểm tính cách có khả năng tác động đến sự thành công hay thất bại của bạn trong những ngành nghề khác nhau. Và cũng không kém phần quan trọng là bạn hiểu được điều gì là thực sự có ý nghĩa đối với bạn. Khi được trang bị những hiểu biết về các điểm mạnh và điểm yếu của mình cùng với sự nhận thức về điều mà bạn thực sự coi trọng, thì bạn đang ở trong một tâm thế rất tốt để chọn cho mình một nghề nghiệp mà bạn cảm thấy xứng đáng.

Các INTP thường có một số nét đặc trưng sau:

- Yêu thích lý thuyết và những ý tưởng trừu tượng.
- Người tìm kiếm sự thật – Họ luôn muốn hiểu rõ vấn đề bằng cách phân tích những nguyên tắc và cấu trúc tiềm ẩn bên trong.
- Coi trọng kiến thức và năng lực hơn những thứ còn lại.
- Có tiêu chuẩn rất cao về hiệu suất làm việc – điều mà họ luôn áp dụng cho chính mình.
- Độc lập và lập dị, có thể gọi là khác người.
- Hiệu quả tốt nhất khi làm việc một mình, và rất coi trọng sự tự do.
- Không có mong muốn lãnh đạo hoặc đi theo người khác.
- Không thích những chi tiết nhàm chán.
- Đặc biệt không quan tâm đến những ứng dụng thực tế của những sáng tạo của họ.
- Sáng tạo và sâu sắc.
- Luôn hướng tới tương lai.
- Thường thông minh và mưu trí.

- Tin tưởng vào sự sáng suốt và ý kiến của chính mình trên hết.
- Sống chủ yếu bên trong tâm trí mình, dường như tách biệt và không muốn liên can tới những người xung quanh.

Người thuộc nhóm INTP được phú cho một món quà đặc biệt trong việc biết tự tạo ra và tự phân tích các lý thuyết cũng như khả năng để chứng minh hoặc bác bỏ chúng. Họ có những hiểu biết rất sâu sắc và là người có tư duy sáng tạo, điều này giúp họ nhanh chóng nắm bắt được những ý tưởng trừu tượng phức tạp. Họ cũng có những kĩ năng đặc biệt về lập luận logic và tư duy hợp lý, điều này cho phép họ phân tích những giả thuyết để tìm hiểu sự thật về chúng một cách thấu đáo. Vì người thuộc nhóm INTP luôn có khuynh hướng tìm kiếm sự minh bạch trong mọi vấn đề, nên họ là sự kết hợp hoàn hảo giữa mong muốn và khả năng thực tế. INTP sẽ rất phù hợp với những công việc cho phép họ có sự tự do trong suy nghĩ và hành động mà ở đó họ có thể chủ yếu làm một mình trong việc phát triển và phân tích những những lý thuyết và khái niệm trừu tượng phức tạp, và mục tiêu trong công việc của họ là khám phá ra sự thật chứ không đơn thuần là khám phá ra một ứng dụng thực tế.

Danh sách nghề nghiệp dưới đây được tạo ra dựa trên những cảm nhận về nghề nghiệp mà chúng tôi nghĩ rằng sẽ thích hợp cho một INTP. Mục đích của nó là cho bạn một sự tham khảo chứ không phải là một bản danh sách chi tiết. Không có bất cứ một cam kết nào chứng tỏ rằng những sự nghiệp dưới đây sẽ phù hợp với bạn, bên cạnh đó cũng có thể sự nghiệp thích hợp nhất đối với bạn cũng nằm trong danh sách này.

Những gợi ý nghề nghiệp phù hợp với INTP:

- Nhà khoa học – đặc biệt trong nghiên cứu Vật Lí, Hóa Học.
- Nhiếp ảnh gia.
- Chiến lược gia.
- Nhà Toán học.
- Giáo sư đại học.
- Lập trình viên, nhà phân tích cấu trúc dữ liệu, người vẽ hoạt hình máy tính và chuyên gia máy tính.
- Chuyên viên thiết lập kỹ thuật.
- Kỹ sư.
- Luật sư.
- Thẩm phán.
- Chuyên viên khám nghiệm hiện trường.
- Người bảo vệ pháp lý và viên kiểm lâm.

PHÁT TRIỂN NHÂN CÁCH CỦA INTP
10 NGUYÊN TẮC ĐỂ ĐẠT THÀNH CÔNG

1. ***Trau dồi ưu điểm của mình!*** Hãy hiểu rằng món quà mà tự nhiên ban cho bạn là sự thành thạo trong việc phân tích những vấn đề và tình huống một cách logic. Vì thế, hãy tạo cho mình cơ hội để luyện tập tài năng này. Bạn sẽ tìm được hạnh phúc thông qua những trải nghiệm đó.

2. ***Hãy đối mặt với khuyết điểm của mình!*** Không ai là hoàn hảo cả. Chấp nhận điểm yếu của mình (mà không tự trách cứ bản thân) sẽ cho bạn sức mạnh để thay đổi cuộc sống theo hướng tốt đẹp hơn.

3. ***Nói về những suy nghĩ của bạn.*** Thảo luận những ý tưởng và nhận thức của mình với người khác sẽ giúp bạn phát triển được trực giác hướng ngoại của mình, và cả sự nhận thức về thế giới. Việc bạn sử dụng những tính cách bổ trợ tốt đến đâu rất quan trọng đối với sức khỏe và hạnh phúc toàn diện của bạn.

4. ***Lắng nghe mọi thứ.*** Cố gắng đừng gạt bỏ mọi thứ ngay lập tức. Cứ để nó ngấm từ từ vào bạn, rồi từ đó hẵng bắt đầu phán xét. Cố gắng đừng loại bỏ những thứ ngoài tầm hiểu biết – chúng không phải là những thứ phi logic.

5. ***Hãy cố gắng hiểu người khác.*** Hãy hiểu rằng mỗi người đều có cuộc sống và quan điểm của riêng mình. Họ có quyền được bày tỏ mong muốn. Hãy tìm hiểu xem họ thuộc nhóm người nào.

6. ***Hãy chấp nhận những nguyên tắc của xã hội.*** Bạn nên chấp nhận rằng xã hội của chúng ta được bao hàm bởi những nguyên tắc cơ bản, và xã hội sẽ không phát triển nếu những nguyên tắc đó không được công nhận và ủng hộ. Trong chế độ dân chủ, người ta bỏ phiếu. Khi đèn đỏ, người ta ngừng xe. Nếu họ ngừng bỏ phiếu bầu vì đối với họ điều đó không quan trọng, ai sẽ là người nắm quyền? Nếu họ không dừng lại khi gặp đèn đỏ bởi điều đó không nằm trong kế hoạch, thì làm sao chúng ta có thể lái xe an toàn? Những ưu tiên và kế hoạch của bạn rất quan trọng, nhưng bạn phải thừa nhận rằng những vấn đề của thế giới bên ngoài cũng quan trọng không kém. Đừng gạt bỏ tầm quan trọng của những nguyên tắc, dù cho chúng không có ảnh hưởng trực tiếp đến cuộc sống của bạn.

7. ***Hãy rời khỏi vùng an toàn của bạn!*** Hãy hiểu rằng cách duy nhất để vươn lên là thoát ra khỏi vùng an toàn của mình. Nếu cảm thấy không thoải mái với một ý tưởng hay một trường hợp nào đó vì bạn không chắc chắn làm thế nào để phản ứng, đó là điều tốt! Đó là một cơ hội cho phép bản thân bạn trưởng thành hơn.

8. ***Hiểu rõ và bày tỏ cảm xúc của mình.*** Có thể bạn sẽ gặp khó khăn trong việc hiểu cảm giác của bạn về một người khác. Việc thấu hiểu cảm giác đó rất quan trọng. Đừng lừa dối người khác với sự mâu thuẫn đó của bạn. Nếu chắc rằng bạn

quí trọng một người, hãy nói cho họ biết mỗi lần bạn nghĩ đến điều này. Đây là cách tốt nhất để họ cảm thấy an toàn khi ở trong phạm vi tác động của bạn, và cũng là một cơ hội để phát triển một mối quan hệ bền vững.

9. ***Hãy chịu trách nhiệm với chính bản thân mình.*** Luôn nhớ rằng không ai có thể điều khiển cuộc sống của bạn ngoài chính bạn. Đừng biến mình thành nạn nhân của hoàn cảnh.

10. ***Hãy tin tưởng vào những điều tốt đẹp nhất!*** Đừng tự hạ gục mình bằng những nỗi lo lắng sợ hãi và bi quan. Hãy nhớ rằng một thái độ tích cực sẽ luôn tạo dựng được những hoàn cảnh tích cực.

INTP VÀ CÁC MỐI QUAN HỆ

INTP sống cuộc sống bên trong tâm trí của mình, nơi tràn ngập sự tưởng tượng và náo động. Vì vậy mà thế giới bên ngoài dường như lu mờ đối với họ. Điều này dẫn đến việc thiếu đi động cơ để hình thành và duy trì những mối quan hệ. Trong cuộc sống của mình, INTP thường không giao thiệp rộng rãi. Họ thích có một vài mối quan hệ thân thiết hơn, những mối quan hệ mà họ thật sự quý trọng và có nhiều ảnh hưởng tới họ. Bởi trọng tâm sự chú ý của INTP chủ yếu là hướng nội, với mục đích là tìm kiếm sự rõ ràng trong từng ý tưởng trừu tượng, nên họ thường không thể đồng điệu với những cảm xúc và nhu cầu của người khác. Họ có xu hướng cảm thấy khó khăn để biết rõ về người khác, và thường thu mình cho tới khi đối phương chứng tỏ rằng họ đáng được lắng nghe những suy nghĩ của INTP.

Luôn đặt việc làm chủ kiến thức và sức mạnh của não bộ lên trên hết, INTP sẽ chọn làm việc với những người mà họ cho là thông minh. Một khi INTP chịu bắt đầu một mối quan hệ nào đó, họ rất thành thật và chung thủy, từ đó hình thành nên sự gắn bó về mặt tình cảm thuần khiết và minh bạch rõ ràng. INTP thường không hứng thú hoặc không hiểu biết nhiều về những trò tán tỉnh liên quan tới những mối quan hệ. Tuy nghiên, nếu có vấn đề xảy ra mà INTP cho là không thể hòa giải được, họ sẽ từ bỏ mối quan hệ và không bao giờ quay lại nữa.

Điểm mạnh của INTP

- Họ rất yêu quí những người xung quanh.
- Thường thoải mái và dễ dãi, luôn chiều theo ý mọi người.
- Hăng say làm những công việc họ có hứng thú.
- Giàu trí tưởng tượng và sáng tạo.
- Thường không lo sợ trước những xung đột hoặc những lời chỉ trích.
- Thường không quá đòi hỏi trước những nhu cầu cá nhân căn bản hàng ngày.

Điểm cần khắc phục của INTP

- Không đồng cảm được với người khác một cách tự nhiên; phản ứng chậm trước những nhu cầu cảm xúc.
- Không giỏi bày tỏ cảm xúc tự nhiên.
- Hay có xu hướng hoài nghi và không tin tưởng người khác.
- Không thành thạo những công việc thực tế, ví dụ như quản lí tiền bạc, trừ khi họ làm việc ở những mảng này.
- Gặp khó khăn trong việc rời bỏ những mối quan hệ không tốt đẹp.
- Có xu hướng bỏ qua những tình huống xung đột bằng cách lờ chúng đi, hoặc sẽ nổi nóng với chúng trong cơn giận dữ.

Tóm Tắt Xu Hướng Tính Cách Theo Tên Gọi Từ Chữ Cái Của Nhóm:

INTP: Hướng nội – Trực giác – Lý trí – Linh hoạt

I – Bạn thuộc nhóm tính cách Hướng nội:

Tính hướng nội là bản chất của bạn. Thái độ của bạn trong cuộc sống (vào đời và hướng nghiệp) là trầm lắng thể hiện tâm tính của mình theo chiều sâu, cũng lặng thầm làm việc trong tĩnh khuất để cống hiến. Chủ đích của bạn không chuộng bề nổi mà thích bề sâu. Bạn thích sự chu đáo và thâm tình trong quan hệ và trong công việc. Xu hướng của bạn là không thích phô trương, nhất là không màng phô trương danh nghĩa và đồng tiền (dù bạn có). Nếu giàu có, bạn cũng muốn ẩn mình giúp đỡ người khốn khó mà không kể công và không xưng danh. Mặt khác, do được rèn luyện, lại có sẵn bản tính trầm tư và sâu lắng, nên bạn thường mạnh về khả năng tưởng tượng phong phú và tư duy sáng tạo trong cách hành xử và hành nghề.

Tuy nhiên, mặt yếu của bạn là thiếu quảng giao, thiếu sự hòa nhập với đám đông, thiếu khả năng tự thể hiện khi cần chứng tỏ. Do đó, bạn thường vụng về khi nói về mình hay bộc lộ suy nghĩ. Trong giao tiếp, bạn thường ẩn mình ở thế thủ, ngại cởi mở tâm hồn. Bạn rất cần mẫn khi làm việc với chính mình, chỉ riêng mình, nhưng hơi khó làm việc khi cần hợp tác với số đông trong những dự án chung với tập thể. Dù vậy cũng không đến nỗi nào, vì đó chỉ là những thiếu sót nhỏ, dễ khắc phục nếu bạn mạnh dạn hơn khi hòa đồng, khi giao lưu và biết chủ động chia sẻ trong công việc.

Một số ngành nghề phù hợp với tính cách hướng nội: Nghiên cứu khoa học (bao gồm cả tự nhiên và cả xã hội), các ngành nghề kỹ thuật, các nghề thợ, thủ công mỹ nghệ…

Lưu ý: Nếu kết quả chỉ số Hướng nội và Hướng ngoại xấp xỉ bằng nhau thì về cơ bản, bạn có một tính cách trung hòa giữa hướng ngoại và hướng nội. Điều này cũng tốt, có khi rất tốt cho nhiều lĩnh vực trong quan hệ và việc làm.

N – Cách thức tìm hiểu và nhận thức thế giới của bạn thiên về Trực giác:

Theo chủ nghĩa nhân văn, bạn là người có một bản lĩnh thông tuệ và giàu ý thức hướng tới những giá trị cao thượng, vượt trên cái tầm thường. Tính cách hướng thượng đó đem lại cho bạn sự thanh cao trong tâm hồn và nhiều hiệu quả trong công việc. Bạn dễ dàng chấp nhận thua thiệt trước mắt để theo đuổi được cái lợi lâu dài. Với sự tôn trọng ý thức hơn bản năng, bạn thường có khuynh hướng thiên về những giá trị tinh thần hơn hưởng thụ vật chất. Trong cuộc sống và cách nhìn thế giới, bạn coi trọng nhân nghĩa hơn tiền tài, tôn trọng cả quá khứ và tương lai chứ không chỉ chú trọng đến hiện tại. Trong giao tiếp, bạn dễ kết thân với người đôn hậu, giàu lòng vị tha.

Đặc biệt, nhờ khả năng tập trung cao độ, nhờ vốn sống được tích lũy bằng tâm hồn nhân văn, nhất là nhờ năng lực tư duy chiều sâu và trí tưởng tượng phong phú, bạn dễ dàng đạt tới những đỉnh cao sáng tạo trong công việc. Ý thức sáng tạo và khả năng sáng tạo bậc cao sẽ là những điểm tựa vững chắc giúp bạn vượt qua nhiều thử thách, tạo nên nhiều cống hiến có giá trị.

Tuy nhiên, nếu không biết dung hòa giữa trực giác và ý thức, giữa cảm quan và suy nghĩ để lợi dụng thế mạnh của mỗi bên, bạn có thể bị hẫng hụt trong cách giải quyết vấn đề. Trong nhiều trường hợp, nếu không điều chỉnh kịp thời về mặt cảm xúc, bạn có thể sa vào trạng thái vô cảm hoặc cực đoan trong nhận thức và cả trong hành động. Tại đó, bạn hơi coi nhẹ những giá trị thực tế, quá đề cao những siêu giá trị về lý tưởng và tâm hồn. Cũng tại đó, bạn có phần coi thường những cảm xúc đời thường và những ý vị từ hơi thở cuộc sống. Sự sáng tạo của bạn cũng thiếu bén rễ từ đây – một suối nguồn của nhịp sống và của tư duy chiều sâu, nên ảnh hưởng không ít đến thành quả sáng tạo của chính bạn.

Một số ngành nghề, công việc phù hợp với người nhận thức thông qua trực giác: Với khả năng trực giác cao, bạn nên theo các nhóm ngành cần tính sáng tạo, tư duy phản biện ví dụ: nghiên cứu khoa học (tự nhiên, xã hội), công nghệ, các ngành nghề thuộc lĩnh vực nghệ thuật, định hướng chiến lược cho các công ty, tổ chức…

Lưu ý: Nếu kết quả các chỉ số trực giác và giác quan của bạn xấp xỉ bằng nhau thì về cơ bản, bạn có một tính cách trung hòa giữa trực giác và giác quan. Điều này cũng tương đối tốt ở mức độ bạn dễ tạo được sự cân bằng trong nhận thức, tránh chủ quan hoặc cực đoan khi đánh giá hay kiểm định một vấn đề.

T – Lý trí có tác động nhiều đến các quyết định và lựa chọn của bạn:

Bạn sống thiên về lý trí, nặng về nguyên tắc, đoan chính và cương trực, trật tự và nghiêm minh. Bạn không thích sự nới lỏng kỷ cương, càng không muốn ai vi phạm những quy ước. Bạn cũng tôn trọng tình cảm, nhưng có mức độ, càng không thể đặt tình cảm trên lý trí, không thể vì nhân nhượng tình cảm mà vượt qua nguyên tắc. Những người luôn mẫu mực và giữ đúng phép tắc trong quan hệ (cả quan hệ ứng xử và quan hệ làm việc) là bạn đồng hành chí cốt của bạn. Với bạn, người hợp tác mà không lấy lý trí làm trọng để ứng xử và làm việc thì đó là người yếu đuối, việc sẽ không thành và cuối cùng tình cảm cũng mất. Bởi vậy, đứng trước một vấn đề, bao giờ bạn cũng lấy lý trí ra để soi xét, cân nhắc hơn thiệt, sau đó mới chiếu cố đến tình cảm.

Tuy nhiên, sự nghiêm túc và tính cứng rắn của bạn nếu đi quá đà, không có sự mềm mỏng khi cần thiết, thiếu sự uyển chuyển khôn khéo để "lạt mềm buộc chặt" thì chẳng những tình cảm bị tổn thương mà công việc cũng đổ vỡ. Về mặt này, tính cách của bạn thể hiện một bản sắc xơ cứng, thiếu linh hoạt, không linh động giữa cương và nhu, giữa tình và lý, giữa kiên quyết và ôn hòa. Đây là nguyên nhân thất bại của rất nhiều trường hợp xử lý tình huống và giải quyết vấn đề từ việc nhỏ đến việc lớn. Trong hướng nghiệp và hợp tác khi hành nghề, người khôn ngoan là người biết dung hòa và kết hợp khéo léo các yêu cầu vừa nêu.

Một số ngành nghề phù hợp với người sống thiên về lý trí: Các ngành nghề kỹ thuật, khoa học, công nghệ, an ninh, quốc phòng, kinh doanh…

Lưu ý: Nếu chỉ số Lý trí và Tình cảm của bạn xấp xỉ bằng nhau thì về cơ bản, bạn có một tính cách cân bằng giữa tình và lý, cương và nhu, kiên quyết và ôn hòa… Đương nhiên, điều này rất tốt trong nhiều trường hợp nhưng không phải tốt với mọi trường hợp. Vấn đề là phải cân nhắc, lựa chọn kỹ khi nào phải đặt lý lên trên, khi nào tình ở trên và khi nào phải dung hòa.

P – Linh hoạt là phong cách sống và làm việc của bạn:

Trái với người hay nguyên tắc cứng nhắc, bạn là người ưa linh hoạt uyển chuyển trong đối nhân xử thế, kể cả cách tiến hành công việc. Tại đó, không chỉ tính nhân văn đã lên đỉnh cao trong tâm hồn bạn, mà tính sáng tạo cũng lấp lánh trong trí tuệ minh mẫn của bạn. Cuộc sống và sự nghiệp luôn động, nên tính cách của bạn cũng biến chuyển theo những chiều kích đó. Vì vậy, thông thường, bạn không ưa rập khuôn. Mọi nguyên tắc đặt ra chỉ phù hợp với trạng thái tĩnh, rập khuôn và xơ cứng. Cho nên, bạn thường có tâm lý muốn thoát khỏi mọi sự gò bó và đơn điệu. Sức giải phóng cho tính sáng tạo của bạn nhờ đó mà được thăng hoa.

Bạn nhìn mỗi người và mỗi việc theo trạng thái động, rất biện chứng. Tính cách này khiến bạn độ lượng hơn, bao dung hơn, vị tha hơn. Nó cũng khiến bạn chủ động suy nghĩ tìm tòi những giải pháp (cả giải pháp tình thế lẫn giải pháp chiến lược) cho những yêu cầu cải tiến công việc, nhất là khi cần vượt qua khủng hoảng.

Tuy nhiên, bạn cũng nên biết dè chừng và cảnh giác. Bởi vì, tâm lý học nhân cách và tâm lý học sáng tạo đều cho thấy, tính linh hoạt là "con ngựa hay mà cũng là con ngựa chướng". Nếu quá đà, tính linh hoạt sẽ biến thành "ngựa bất kham", bạn khó làm chủ được nó, khiến nó tung tẩy phá cách, phá rào vô tội vạ, làm hỏng việc và hỏng cả hình ảnh sáng láng của bạn trước mọi người. Bởi thế, kỹ năng biết làm chủ cảm xúc, làm chủ trí tuệ, làm chủ tâm hồn trước mọi động thái linh hoạt và sáng tạo… vẫn là những bí quyết thành công của người biết thành nhân.

Một số ngành nghề phù hợp với tính cách linh hoạt: Du lịch, thông tin truyền thông, văn hóa, chính trị, ngoại giao, công tác xã hội, nghệ thuật…

Lưu ý : Nếu chỉ số Nguyên tắc và Linh hoạt của bạn xấp xỉ bằng nhau, thì về cơ bản, bạn có một khả năng điều chỉnh để đạt được sự cân bằng giữa tính linh hoạt và tính nguyên tắc. Theo đó, bạn biết tùy cơ ứng biến để khi nào thì phải thượng tôn nguyên tắc, khi nào lại cần đến sự linh hoạt, và khi nào phải vận dụng cả hai. Thông thường trong công việc, phải vận dụng kết hợp cả tính nguyên tắc và tính linh hoạt là tốt hơn cả.

Bí quyết giao tiếp với người INTP:

– Câu chuyện phải lôi cuốn và tác động đến sự sáng tạo của họ

– Phải tranh cãi với họ bằng những lý lẽ thật logic

ESTP: The Doers – Người Năng Động

Hướng ngoại – Giác quan – Lý trí – Linh hoạt

Những người thuộc nhóm ESTP có lối sống chủ đạo là giác quan hướng ngoại, họ cảm thụ thế giới thông qua năm giác quan một cách cụ thể và rõ ràng.

Ngoài ra, ESTP còn có một lối sống thứ hai là tư duy hướng nội, họ biết suy nghĩ một cách lý trí và hợp lý.

* MÔ TẢ CHUNG:

ESTP là những người nhanh nhẹn, hoạt bát. ESTP tìm thấy sự thỏa mãn khi được hành động theo bốc đồng của họ. Các hoạt động gắng liền với sức mạnh, tốc độ, nguy hiểm … thu hút họ. Sự thiếu vắng chúng một thời gian dài làm cho ESTP cảm thấy như bị "chết trong lòng".

Đối đầu trực tiếp là điểm mạnh của ESTP. Dường như họ sinh ra là để trở thành người đứng đầu trong các cuộc cạnh tranh, thi đua. P.T Barnum giải thích khả năng của ESTP: Gần như theo bản năng, ESTP tìm kiếm những dấu hiệu, cử chỉ về điểm yếu của đối tượng. Một khi đã biết, anh ta chờ đợi đến đúng thời điểm thích hợp để tung ra đòn quyết định và giành thắng lợi.

Khá kỳ lạ là ESTP dường như thực sự khâm phục những người có thể đánh bại được họ. "Ngay cả khi trình độ của tôi khá hơn, tôi cũng chịu thua" Một ESTP thừa nhận như vậy sau thất bại. Anh ta khâm phục sức mạnh của anh ta và người khác.

"Hiệu ứng shock" là một kỹ thuật ưa thích của ESTP để thu hút sự chú ý của người khác. ESTP yêu thích được là trung tâm sự chú ý, biểu diễn các khả năng và lòng can đảm của mình.

ESTP có tính cách thân thiện, thẳng thắn. Dễ hào hứng và phấn khích, ESTP là những người sống trong thế giới của hành động. Với bản tính thích xông pha và mạo hiểm, họ sẵn sàng lăn xả vào công việc. Họ sống với hiện tại, và thường không đặt nặng vấn đề xem xét cảm xúc bản thân cũng như những vấn đề lý thuyết. Họ nhìn vào bản chất của vấn đề, nhanh chóng quyết định nên làm gì, giải quyết nhanh chóng và tiếp tục làm công việc khác.

ESTP có khả năng đặc biệt trong việc nắm bắt thái độ và động cơ của người khác. Họ thu nhặt các thông tin mà đa số những người khác không để ý đến, điển hình là nét mặt và thái độ. Họ thường đi trước những người đang tiếp xúc với họ và ESTP sử dụng khả năng này của họ để có được cái họ muốn. Quy tắc và luật lệ được họ xem như nguyên tắc để tham khảo trong ứng xử hơn là một điều bắt buộc.

Nếu một ESTP đã quyết định làm điều gì đó thì họ sẽ theo nó đến cùng, kể cả khi phải vượt qua luật lệ. Tuy nhiên, ESTP có niềm tin mạnh mẽ vào việc đúng sai của vấn đề, và họ sẽ kiên trì làm theo nguyên tắc của mình. ESTP không quan tâm lắm đến những luật lệ xã hội, bởi vì bản tính trung thực của họ sẽ không cho phép họ làm điều gì sai trái trong mọi tình huống.

ESTP có năng lực đặc biệt trong việc tạo năng lượng tích cực. Họ là những người năng động, hoạt bát và luôn mong muốn có được những điều tốt đẹp hơn trong cuộc sống. Họ có thể là kẻ thích đánh cược hoặc một người tiêu xài hoang phí. Họ thường kể chuyện rất hay mà không cần chuẩn bị trước. Họ thích vừa làm việc theo tiến độ hơn là lập kế hoạch trước. Họ thích đùa và là những người rất hài hước. Tuy nhiên, đôi lúc họ có thể gây tổn thương cho người khác mà không biết điều đó, vì họ thường không biết hoặc không quan tâm đến ảnh hưởng từ lời nói của họ đến người khác. Nhưng không phải vì vậy mà họ không quan tâm đến con người, chỉ là vì quá trình ra quyết định của họ không bao gồm cảm xúc của người khác mà chỉ dựa trên lập luận và sự thật mà thôi.

Phần ít được phát triển nhất của ESTP là trực giác. Họ thường mất kiên nhẫn với các lý thuyết và cảm thấy chúng không giúp ích gì nhiều để hoàn thành công việc. ESTP thỉnh thoảng có trực giác mạnh mẽ nhưng lại thường không chính xác, tuy nhiên đôi khi cũng rất sáng suốt và rõ ràng. ESTP không tin vào bản năng của mình, và cũng nghi ngờ trực giác của những người khác.

ESTP thường gặp vấn đề trong học tập, đặc biệt là các chương trình học cao hơn có liên quan nhiều đến lý thuyết. ESTP cảm thấy chán những môn học không có tính thực tế. ESTP có thể rất thông minh nhưng việc học tập sẽ là một khó khăn cho họ.

ESTP luôn cần sự hoạt động, do đó họ làm rất tốt trong các công việc không bị ràng buộc và giới hạn. ESTP là những người bán hàng rất giỏi. Họ sẽ cảm thấy ngột ngạt và buồn chán nếu phải làm các công việc thường nhật. ESTP có nguồn năng lượng tự nhiên và cảm hứng dồi dào khiến họ tự nhiên có tố chất của những nhà kinh doanh. Họ rất hào hứng làm việc và có thể truyền sự hào hứng đó cho những người xung quanh. Họ có thể thuyết phục bất kỳ ai làm theo bất kỳ ý tưởng nào. Họ là những người năng động, ra quyết định rất nhanh. Tóm lại, họ có khả năng tuyệt vời để bắt đầu một công việc nhưng họ thường không giỏi trong việc theo suốt quá trình công việc và có thể để lại phần công việc đó cho người khác làm. Học cách theo sát công việc đến khi kết thúc là điều mà ESTP cần phải chú ý đến.

ESTP là những người thực tế, có óc quan sát, thích đùa, thích mạo hiểm với khả năng phản ứng nhanh xuất sắc và tìm ra giải pháp cho vấn đề. Họ là những người hào hứng và vui tính, là những người truyền lửa rất tốt. Nếu ESTP nhận ra khả năng thiên phú của họ và phát huy nó, họ có thể làm được những điều thực sự đặc biệt.

Các ESTP nổi tiếng

James Buchanan – Tổng thống Mỹ

Ernest Hemingway – Nhà văn nổi tiếng

Eddie Murphy – Diễn viên nổi tiếng

Jimmy Conners – Vận động viên tennis nổi tiếng

Madonna – Ca sĩ nổi tiếng

ESTP VÀ SỰ NGHIỆP

Cho dù bạn là một thanh niên đang tìm kiếm chỗ đứng trong xã hội, hay một người trưởng thành đang muốn biết xem mình đang đi đúng hướng hay không, thì điều quan trọng là bạn hiểu chính mình và những đặc điểm tính cách có khả năng tác động đến sự thành công hay thất bại của bạn trong những ngành nghề khác nhau. Và cũng không kém phần quan trọng là bạn hiểu được điều gì là thực sự có ý nghĩa đối với bạn. Khi được trang bị những hiểu biết về các điểm mạnh và điểm yếu của mình cùng với sự nhận thức về điều mà bạn thực sự coi trọng, thì bạn đang ở trong một tâm thế rất tốt để chọn cho mình một nghề nghiệp mà bạn cảm thấy xứng đáng.

Các ESTP thường có một số nét đặc trưng sau:

- Năng động.
- Sống với hiện tại.
- Không thích các lý thuyết trừu tượng mà không có ứng dụng thực tế.
- Thích thấy kết quả do công việc mình làm ngay lập tức.
- Nhanh nhẹn và nhiều năng lượng.
- Linh hoạt và thích ứng nhanh.
- Có khả năng độc lập ra quyết định.
- Ít khi làm việc theo kế hoạch – tới đâu hay tới đó.
- Vui tính.
- Quan sát tốt.
- Rất giỏi nhớ những chi tiết.
- Giỏi đối nhân xử thế.
- Tự nhiên.
- Khả năng nhìn thấy vấn đề cấp bách và ra quyết định nhanh chóng.
- Thích phiêu lưu mạo hiểm.
- Có thể thích chứng tỏ hoặc phô trương.
- Thích bắt đầu công việc nhưng lại không nhất thiết phải theo đến cùng.

ESTP có những ưu điểm đặc biệt ở loại tính cách của mình. Khả năng quan sát của họ khiến cho họ trở nên cực kỳ giỏi trong việc phân tích và đánh giá thái độ và nhận định của người khác một cách chính xác. Khả năng đối nhân xử thế của họ cho phép họ có lợi thế trong việc tiếp xúc với con người. Vì lí do này, ESTP là người bán hàng rất giỏi. Họ cũng có khả năng phản ứng nhanh và hiệu quả cho những việc cấp thiết như cấp cứu hay trong một hoàn cảnh hỗn loạn. Đây là một kỹ năng quý giá trong rất nhiều lĩnh vực khác nhau, đáng ghi nhận nhất là trong lĩnh vực cần hoạt động như cảnh sát. ESTP thích những trải nghiệm mới và tiếp xúc với con người, và không thích bị ràng buộc hay bị sai khiến. Họ cũng muốn nhìn thấy ngay kết quả của mình và không thích phải học các lý thuyết quá phức tạp. Vì những lí do này, họ nên chọn những ngành tiếp xúc nhiều với con người, và không yêu cầu phải làm quá nhiều nhiệm vụ bị gò bó và chi tiết.

Danh sách nghề nghiệp dưới đây được tạo ra dựa trên những cảm nhận về nghề nghiệp mà chúng tôi nghĩ rằng sẽ thích hợp cho một ESTP. Mục đích của nó là cho bạn một sự tham khảo chứ không phải là một bản danh sách chi tiết. Không có bất cứ một cam kết nào chứng tỏ rằng những sự nghiệp dưới đây sẽ phù hợp với bạn, bên cạnh đó cũng có thể sự nghiệp thích hợp nhất đối với bạn cũng nằm trong danh sách này.

Những gợi ý nghề nghiệp phù hợp với ESTP:

- Nhân viên đại diện bán hàng.
- Cảnh sát/thám tử.
- Y tá/ Nhân viên cấp cứu.
- Kỹ sư máy tính.
- Hỗ trợ kĩ thuật máy tính.
- Doanh nhân.

PHÁT TRIỂN NHÂN CÁCH CỦA ESTP
10 NGUYÊN TẮC ĐỂ ĐẠT THÀNH CÔNG

1. Trau dồi ưu điểm của mình! Tự cho phép mình có cơ hội thể hiện những khả năng bẩm sinh của bạn. Nếu bạn không làm việc ở lĩnh vực thể hiện được điều này, có lẽ đã đến lúc tìm cách để thay đổi hoàn cảnh hiện tại rồi đấy. Hãy nhớ, bạn có thế mạnh trong việc hoàn thành công việc và vượt qua khó khăn.

2. Đối mặt với điểm yếu của mình! Hãy thẳng thắn với bản thân. Những hạn chế của bạn có thể là điểm mạnh của người khác. Vậy thì đã sao? Bạn gặp khó khăn khi nói về cảm xúc hoặc xác định những nhận thức của bản thân, nhưng bạn không cần phải sợ hãi vì điều đó. Hãy cho phép bản thân là người bạn muốn và hãy cho phép người khác giúp bạn hiểu rõ hơn những giới hạn của mình.

3. Nói về những suy nghĩ của mình. Thảo luận ý tưởng và nhận định của mình với những người khác sẽ giúp bạn phát triển thế giới nội tâm của bạn khiến cho bạn trở nên "người" hơn mà không cần phải nhờ các hoạt động bên ngoài. Bạn sử dụng khả năng suy nghĩ nội tâm của mình càng tốt thì bạn càng có nhiều sức khoẻ và hạnh phúc.

4. *Đừng sợ phải thể hiện cảm xúc.* Trực giác muốn bạn luôn là một đứa trẻ bên trong tâm hồn, và điều đó khiến bạn trốn chạy, khiến bạn muốn chứng tỏ mình hơn nữa. Bạn không cần phải chứng tỏ bất kỳ điều gì với bất kỳ ai. Ai cũng có cảm xúc và ai cũng có một chút yếu đuối trong người. Hãy tìm những người mà bạn có cảm giác có thể sẻ chia và nói với họ về cảm giác bên trong cảu mình.

5. *Tôn trọng nhu cầu hành động của mình.* Hãy nhớ rằng bạn cần phải làm việc một cách tích cực để theo kịp tiến độ với những người khác. Đừng tự trách mình khi không thuộc kiểu người thích ngồi yên một chỗ và làm những việc nhàn rỗi. Chọn một người đánh giá cao cuộc sống năng động, nhưng hãy dành thời gian để xem việc có người đó trong cuộc sống của mình có làm thay đổi lối sống của bạn hay không. Đừng quá hấp tấp bởi vì cuộc sống không phải chỉ là những cuộc vui thâu đêm suốt sáng hay những cuộc thám hiểm.

6. *Hiểu được điểm khác biệt của mỗi người.* Hiểu được rằng mỗi người đều thật sự rất khác nhau. Mỗi người có vị trí và giá trị riêng của mình, và bạn cần nhận ra chúng. Bạn có thể học hỏi từ họ vì họ có những khả năng bạn có thể sử dụng được, những khả năng đến từ chính con người họ. Cố gắng hiểu được loại tính cách của họ và quan sát các loại tính cách có thể đưa bạn ra khỏi cảm xúc tiêu cực bởi vì bạn sẽ hiểu rằng mỗi người đều có điểm đặc biệt riêng.

7. *Hãy tự tin thoát ra khỏi vùng an toàn của bạn.* Hiểu được rằng cách duy nhất để trưởng thành là thoát ra khỏi vùng an toàn của mình. Nếu bạn không thấy thoải mái với các ý tưởng hay giải pháp vì bạn không biết phải hành động thế nào, càng tốt! Đó là cơ hội để phát triển.

8. *Xác định và bày tỏ cảm xúc của mình.* Bạn có thể gặp khó khăn khi tìm hiểu chính xác cảm giác của mình khi tiếp xúc với người khác. Bạn cần phải biết rõ cái cảm giác đó là gì. Đừng bắt người khác phải làm theo ý mình. Nếu bạn đánh giá cao ai đó, hãy nói ngay với họ mỗi khi bạn nghĩ về điều đó. Đây là cách tốt nhất để họ cảm thấy an toàn trong tầm ảnh hưởng của bạn và để phát triển một mối quan hệ lâu dài.

9. *Biết rằng sẽ có lúc mình thất bại, tốt thôi!* Không phải ngọn núi nào cũng có thể bị chinh phục, không phải khách hàng nào cũng có thể được thoả mãn, cho dù bạn có cố gắng đến mức nào đi nữa. Bị hạ gục là cơ hội phản ánh lại những gì thật sự quan trọng trong cuộc sống. Lần tới bạn sẽ nhận thách thức đáng giá với khả năng của mình, và có giá trị với những người khác. Bạn có thể là người chiến thắng, và thành quả bạn đạt được sẽ là của bạn. Hãy biến nó thành trò chơi cuộc sống, hãy giúp mọi người cùng thắng.

10. *Mong muốn những điều tốt đẹp nhất.* Đừng lo lắng về những gì tồi tệ có thể xảy ra. Hãy mong muốn những điều tốt đẹp nhất, và chúng sẽ tự động đến với bạn.

ESTP VÀ CÁC MỐI QUAN HỆ

ESTP là những người thích giao tiếp và vui tính luôn mong muốn tận hưởng từng khoảnh khắc của cuộc sống. Họ thích hành động và luôn luôn mong muốn làm việc. Cảm hứng này lan truyền đến những mối quan hệ của họ, và họ khát khao trong việc tận dụng các mối quan hệ mỗi ngày. Họ mau chán và thấy đau khổ khi thay đổi mối quan hệ thường xuyên trừ khi họ tìm thấy một người thích hợp. Họ sống ở hiện tại, do đó những cam kết dài hạn thường không thích hợp với ESTP. Họ có thể cảm thấy cực kì tận tâm, và họ muốn thực hiện những cam kết của mình hằng ngày.

Điểm mạnh của ESTP

- Có thể rất cuốn hút.
- Vui tính, khéo léo và được yêu thích.
- Mộc mạc và gợi cảm.
- Không cảm thấy bị đe doạ bởi xung đột hay chỉ trích.
- Xuất sắc và sáng suốt trong việc giải quyết các vấn đề khẩn cấp.
- Hào hứng và vui tính, họ thích làm mọi thứ thật hài hước.
- Sẵn sàng chơi với trẻ em với vai trò của một đứa "trẻ lớn".
- Có xu hướng chứng tỏ tình yêu bằng những món quà đắt tiền (vừa là ưu điểm và khuyết điểm).

Điểm cần khắc phục của ESTP

- Không có khả năng tự nhiên trong việc đồng cảm với người khác.
- Không giỏi bày tỏ cảm xúc và cảm giác.
- Có thể vô tình làm tổn thương người khác bằng ngôn ngữ.
- Có khả năng quản lý tiền bạc nhưng cũng rất mạo hiểm.
- Sống với hiện tại, không phải là người xây dựng kế hoạch lâu dài.
- Có thể rơi vào thói quen lờ đi những xung đột hơn là giải quyết nó.
- Thực hiện những cam kết dài hạn không phải bản tính của họ.
- Dễ rơi vào trạng thái chán nản.
- Nhanh chóng từ bỏ một mối quan hệ khi cảm thấy chán.

Tóm Tắt Xu Hướng Tính Cách Theo Tên Gọi Từ Chữ Cái Của Nhóm:

ESTP: Hướng ngoại – Giác quan – Lý trí – Linh hoạt

E – Bạn thuộc nhóm tính cách Hướng ngoại:

Bạn có tính cách hướng ngoại trong cuộc sống và khi hướng nghiệp. Thế mạnh của bạn là luôn chứng tỏ bản lĩnh dấn thân trước mọi người. Thông thường, bạn dám đối đầu với thử thách và ít lùi bước trước khó khăn hiện hữu. Xu hướng khẳng định bản thân là chủ đích của bạn khi đối diện với thực tại. Tính hướng ngoại đó còn giúp bạn có thêm nhiều thuận lợi trong giao tiếp: rộng bang giao, dễ chia sẻ, dễ tiếp cận và hội nhập với những điều mới lạ ở nhiều nơi, không gò bó trong khuôn khổ chật hẹp… Nó cũng giúp bạn dễ thành công khi làm những công việc ở bên ngoài, ở nơi chộn rộn đông đúc, ở những tụ điểm cần phải giao tiếp rộng với số đông.

Nhưng, thế yếu của bạn lại là thiếu chiều sâu trong nhận thức và tâm thức, dễ hời hợt và nông cạn. Nội lực của bạn có bề nổi mà thiếu bề dày của trí tuệ và thiếu cả độ sâu sắc của tâm hồn. Do đó, trong hướng nghiệp và cuộc đời, bạn có thể giỏi về chiến thuật khi giải quyết việc trước mắt, mà chưa thể tinh anh và sắc sảo về tầm nhìn chiến lược nếu phải tính đến chuyện lâu dài. Chẳng những thế, do thiếu chiều sâu nên bạn ít có những tư duy trừu tượng và sáng tạo mang tính đột phá trong công việc. Làm việc theo nhóm thì hăng say, nhưng làm việc một mình thì bạn ưa nản.

Một số ngành nghề phù hợp với tính cách hướng ngoại: Thông tin, truyền thông, văn hóa, du lịch, công tác xã hội, chính trị, ngoại giao, kinh doanh, marketing, nghệ thuật biểu diễn…

Lưu ý: Nếu kết quả chỉ số Hướng nội và Hướng ngoại xấp xỉ bằng nhau thì về cơ bản, bạn có một tính cách trung hòa giữa hướng ngoại và hướng nội. Điều này cũng tốt, có khi rất tốt cho nhiều lĩnh vực trong quan hệ và việc làm.

S – Cách thức tìm hiểu và nhận thức thế giới của bạn thiên về Giác quan:

Bạn là người rất thực tế, không chỉ giàu óc thực tế mà chủ yếu là lấy thực tế làm phương châm sống của mình. Đây là một điểm mạnh trong tính cách của bạn, bạn không thích sự mơ hồ và huyền ảo, càng không thích những lý thuyết xa vời hay sự hứa hẹn viễn vông. Với bạn, chỉ có thực tiễn sống động là câu trả lời đáng tin nhất. Bởi thế, bạn thường lao vào làm việc hơn đọc sách, thích lăn lộn ở hiện trường hơnngồi một chỗ để nghiên cứu. Nếu phải nghiên cứu khảo sát, bạn thiên về định lượng hơn định tính khi kiểm định một vấn đề.

Tuy nhiên, bạn chưa thấy rõ mình đang non yếu về năng lực tư duy chiều sâu, nhất là về ý thức nhìn xa trông rộng. Tuy khá mạnh về chiến thuật xử lý trong công việc, nhưng bạn thiếu hẳn một tầm nhìn chiến lược. Bởi thế, bạn dễ dành được những cái lợi trước mắt, nhưng bị tổn thất những lợi ích lâu dài, mà chính cái lợi lâu dài mới là cơ bản. Mặt khác, do tầm nhìn hạn hẹp và thiếu ý thức chiều sâu nên bạn khó thấy được những bài học sai lầm của quá khứ hoặc những định hướng cao đẹp của tương lai. Điều đó khiến bạn không có một căn bản để lấy đà khi cần tiến xa. Hơn thế, bạn thiếu luôn cả óc tưởng tượng sáng tạo khi cần phải hoạch định công việc hay xử lý một vấn đề mang tầm vĩ mô.

Một số ngành nghề phù hợp với người nhận thức thiên về giác quan: Các ngành nghề kỹ thuật, các nghề thợ, nhân viên văn phòng…

Lưu ý: Nếu kết quả các chỉ số trực giác và giác quan của bạn xấp xỉ bằng nhau thì về cơ bản, bạn có một tính cách trung hòa giữa trực giác và giác quan. Điều này cũng tương đối tốt ở mức độ bạn dễ tạo được sự cân bằng trong nhận thức, tránh chủ quan hoặc cực đoan khi đánh giá hay kiểm định một vấn đề.

T – Lý trí có tác động nhiều đến các quyết định và lựa chọn của bạn:

Bạn sống thiên về lý trí, nặng về nguyên tắc, đoan chính và cương trực, trật tự và nghiêm minh. Bạn không thích sự nới lỏng kỷ cương, càng không muốn ai vi phạm những quy ước. Bạn cũng tôn trọng tình cảm, nhưng có mức độ, càng không thể đặt tình cảm trên lý trí, không thể vì nhân nhượng tình cảm mà vượt qua nguyên tắc. Những người luôn mẫu mực và giữ đúng phép tắc trong quan hệ (cả quan hệ ứng xử và quan hệ làm việc) là bạn đồng hành chí cốt của bạn. Với bạn, người hợp tác mà không lấy lý trí làm trọng để ứng xử và làm việc thì đó là người yếu đuối, việc sẽ không thành và cuối cùng tình cảm cũng mất. Bởi vậy, đứng trước một vấn đề, bao giờ bạn cũng lấy lý trí ra để soi xét, cân nhắc hơn thiệt, sau đó mới chiếu cố đến tình cảm.

Tuy nhiên, sự nghiêm túc và tính cứng rắn của bạn nếu đi quá đà, không có sự mềm mỏng khi cần thiết, thiếu sự uyển chuyển khôn khéo để "lạt mềm buộc chặt" thì chẳng những tình cảm bị tổn thương mà công việc cũng đổ vỡ. Về mặt này, tính cách của bạn thể hiện một bản sắc xơ cứng, thiếu linh hoạt, không linh động giữa cương và nhu, giữa tình và lý, giữa kiên quyết và ôn hòa. Đây là nguyên nhân thất bại của rất nhiều trường hợp xử lý tình huống và giải quyết vấn đề từ việc nhỏ đến việc lớn. Trong hướng nghiệp và hợp tác khi hành nghề, người khôn ngoan là người biết dung hòa và kết hợp khéo léo các yêu cầu vừa nêu.

Một số ngành nghề phù hợp với người sống thiên về lý trí: Các ngành nghề kỹ thuật, khoa học, công nghệ, an ninh, quốc phòng, kinh doanh…

Lưu ý: Nếu chỉ số Lý trí và Tình cảm của bạn xấp xỉ bằng nhau thì về cơ bản, bạn có một tính cách cân bằng giữa tình và lý, cương và nhu, kiên quyết và ôn hòa… Đương nhiên, điều này rất tốt trong nhiều trường hợp nhưng không phải tốt với mọi trường hợp. Vấn đề là phải cân nhắc, lựa chọn kỹ khi nào phải đặt lý lên trên, khi nào tình ở trên và khi nào phải dung hòa.

P – Linh hoạt là phong cách sống và làm việc của bạn:

Trái với người hay nguyên tắc cứng nhắc, bạn là người ưa linh hoạt uyển chuyển trong đối nhân xử thế, kể cả cách tiến hành công việc. Tại đó, không chỉ tính nhân văn đã lên đỉnh cao trong tâm hồn bạn, mà tính sáng tạo cũng lấp lánh trong trí tuệ minh mẫn của bạn. Cuộc sống và sự nghiệp luôn động, nên tính cách của bạn cũng biến chuyển theo những chiều kích đó. Vì vậy, thông thường, bạn không ưa rập khuôn. Mọi nguyên tắc đặt ra chỉ phù hợp với trạng thái tĩnh, rập khuôn và xơ cứng. Cho nên, bạn thường có tâm lý muốn thoát khỏi mọi sự gò bó và đơn điệu. Sức giải phóng cho tính sáng tạo của bạn nhờ đó mà được thăng hoa.

Bạn nhìn mỗi người và mỗi việc theo trạng thái động, rất biện chứng. Tính cách này khiến bạn độ lượng hơn, bao dung hơn, vị tha hơn. Nó cũng khiến bạn chủ động suy nghĩ tìm tòi những giải pháp (cả giải pháp tình thế lẫn giải pháp chiến lược) cho những yêu cầu cải tiến công việc, nhất là khi cần vượt qua khủng hoảng.

Tuy nhiên, bạn cũng nên biết dè chừng và cảnh giác. Bởi vì, tâm lý học nhân cách và tâm lý học sáng tạo đều cho thấy, tính linh hoạt là "con ngựa hay mà cũng là con ngựa chứng". Nếu quá đà, tính linh hoạt sẽ biến thành "ngựa bất kham", bạn khó làm chủ được nó, khiến nó tung tẩy phá cách, phá rào vô tội vạ, làm hỏng việc và hỏng cả hình ảnh sáng láng của bạn trước mọi người. Bởi thế, kỹ năng biết làm chủ cảm xúc, làm chủ trí tuệ, làm chủ tâm hồn trước mọi động thái linh hoạt và sáng tạo… vẫn là những bí quyết thành công của người biết thành nhân.

Một số ngành nghề phù hợp với tính cách linh hoạt: Du lịch, thông tin truyền thông, văn hóa, chính trị, ngoại giao, công tác xã hội, nghệ thuật…

Lưu ý :Nếu chỉ số Nguyên tắc và Linh hoạt của bạn xấp xỉ bằng nhau, thì về cơ bản, bạn có một khả năng điều chỉnh để đạt được sự cân bằng giữa tính linh hoạt và tính nguyên tắc. Theo đó, bạn biết tùy cơ ứng biến để khi nào thì phải thượng tôn nguyên tắc, khi nào lại cần đến sự linh hoạt, và khi nào phải vận dụng cả hai. Thông thường trong công việc, phải vận dụng kết hợp cả tính nguyên tắc và tính linh hoạt là tốt hơn cả.

Bí quyết giao tiếp với người ESTP:

– Vui vẻ và đừng nghiêm trọng hóa mọi việc

– Hãy nói cho họ biết họ sẽ được gì khi bắt tay vào làm việc

– Hãy vào thẳng vấn đề và rõ ràng; đừng lấy vấn đề cá nhân ra làm trò đùa

ESFP: The Performers – Người Trình Diễn

Hướng ngoại – Giác quan – Tình cảm – Linh hoạt

Những người thuộc nhóm ESFP có lối sống chủ đạo là giác quan hướng ngoại, tức là họ cảm nhận thế giới bằng năm giác quan của họ theo một cách cụ thể và rõ ràng.

Ngoài ra, ESFP còn có một lối sống thứ hai của là cảm xúc hướng nội, là nơi họ tương tác với mọi thứ theo cách họ cảm nhận chúng, hoặc cách mà chúng thích hợp với giá trị sống của bản thân họ.

*** MÔ TẢ CHUNG:**

"Có tiệc tùng ở đâu vậy?" ESFP thích chỗ đông người, thích sự nhộn nhịp, khoái kể chuyện, và ham vui. Bản chất hiếu động và sôi nổi của họ làm cho họ lúc nào cũng tươi vui. Và các ESFP rất thích các trò giải trí – trên sân khấu, ở chỗ làm, hay ở nhà. Những buổi vui chơi, gặp gỡ là nguồn năng lượng cung cấp sức lực cho các "người của mọi người" này.

SP đôi khi nghĩ và nói theo kiểu "dây cà ra dây muống". Rất nhiều người thuộc nhóm ESFP thường xuyên nhảy từ suy nghĩ này sang suy nghĩ khác khi đang ở giữa câu. Họ hay lan ý này sang ý nọ. Nhưng nếu người nghe biết bỏ qua những chi tiết không liên quan (do sự bốc đồng) thì câu chuyện của họ rất hấp dẫn.

ESFP rất dễ bị thu hút bởi cái mới: ý tưởng mới, thời trang mới, đồ nghề mới … Họ cũng rất thích tán chuyện về người khác. Suy nghĩ của các ESPF thường mộc mạc, giản dị và bao dung

Hầu như tất cả các ESPF đều thích nói nhiều. Nếu bạn thấy một người có thể dành 20 phút để nói về một vấn đề đơn giản, chắc chắn đó là ESFP.

Những người ESFP sống trong thế giới của những người không-có-gì-là-không-thể. Họ yêu mọi người và những trải nghiệm mới mẻ. Họ rất sống động, hài hước và thích làm trung tâm của sự chú ý. Họ sống theo kiểu "ngay ở đây-ngay bây giờ" và thêm vào "gia vị" náo động lẫn kịch tính vào cuộc sống của mình.

ESFP có kĩ năng giao tiếp rất tốt, và có thể hay bắt gặp chính họ trong vai trò của người giảng hòa. Vì họ đưa ra quyết định bằng cách dùng những giá trị bản thân của mình, họ thường rất thông cảm và quan tâm đến sự hài lòng của người khác. Họ cũng là người khá rộng lượng và nồng hậu. Họ rất tinh ý với người khác và có vẻ như cảm nhận được người đó đang gặp chuyện gì trước khi những người khác nhận ra, và sẽ nhiệt tình đưa ra giải pháp cần thiết. Có thể họ không phải là một người cho lời khuyên hay nhất-quả-đất bởi vì họ không thích lý thuyết và lên kế hoạch cho tương lai, nhưng họ lại rất tuyệt trong việc mang đến sự chăm sóc thiết thực.

ESFP hẳn là một cá nhân đầy tính tự phát và lạc quan. Họ thích được vui vẻ. Nếu ESFP chưa phát huy được khả năng tư duy của mình thông qua việc chú tâm hơn việc xử lý thông tin một cách rõ ràng thì họ có xu hướng trở nên cực kì đam mê và đặt xem trọng vào những cảm giác và sự hài lòng tức thời hơn là nghĩa vụ và trách nhiệm của họ. Họ cũng có thể tránh né việc nhìn thấy hậu quả lâu dài cho hành động của mình.

Đối với những người ESFP, cả thế giới giống như một sân khấu. Họ thích được làm trung tâm của sự chú ý và trình diễn trước mọi người. Họ thường cố tình diễn trò để làm vui người khác. Họ thích việc khuấy động các giác quan của người khác và cực kì tài giỏi ở lĩnh vực này. Họ không thích gì hơn là làm cho cuộc sống như một bữa tiệc bất tận, nơi mà họ đóng vai một chủ nhà vui tính nồng nhiệt.

ESFP yêu mến mọi người và mọi người đều yêu mến ESFP. Một trong những khả năng của họ là khả năng chấp nhận tất cả mọi người. Họ rất lạc quan và nhiệt tình, và thành thật với hầu hết mọi người. Một ESFP luôn luôn nồng ấm và rộng lượng với bạn bè, và hầu như đối xử với tất cả mọi người như một người bạn. Tuy nhiên, một ESFP sẽ phản ứng lại rất mạnh mẽ và rất cứng đầu chống lại người đã qua mặt họ. Thường thì họ cực kì không thích gặp phải trường hợp như vậy.

Một ESFP khi bị căng thẳng cực độ sẽ vùi mình vào những suy nghĩ tiêu cực và hình dung ra những tình huống tồi tệ. Là một cá nhân lạc quan sống trong thế giới của những điều khả thi, những hình ảnh tiêu cực hoàn toàn không làm họ hài lòng. Trong nỗ lực đánh bại những suy nghĩ này, họ thường đưa ra những phát biểu đơn giản và mang tính tổng thể để giải quyết cho qua vấn đề đó. Những lí giải được đơn giản hóa này có thể có hoặc không liên quan đến bản chất của vấn đề, nhưng chúng thỏa mãn những người ESFP bằng việc cho phép họ vượt qua nó.

Những người ESFP thường rất thực tế dù là họ ghét khuôn mẫu và những việc lặp đi lặp lại. Họ thích "hòa theo dòng chảy", tin tưởng vào khả năng của mình để ứng biến trong bất cứ tình huống nào xảy đến với họ. Họ tiếp thu tốt nhất với những kinh nghiệm thực tế hơn là học trên sách vở. Họ thấy khó chịu với lý thuyết. Nếu một ESFP chưa phát triển được mặt trực giác của mình, họ thường có xu hướng tránh các tình huống bao gồm nhiều suy luận lý thuyết hoặc những cái phức tạp và mơ hồ. Với lí do này, ESFP thường gặp khó khăn trong trường học. Ngược lại, ESFP thể hiện cực kì xuất sắc trong những hoàn cảnh cho phép họ được học qua việc tương tác với những người khác, hoặc học qua việc thực hành.

ESFP được đánh giá cao về khiếu thẩm mĩ, và nhận thức tốt về hình học không gian và hàm số. Nếu có điều kiện, họ thường sẽ muốn sở hữu những vật dụng đẹp và một ngôi nhà được trang trí khéo léo. Nói chung, họ tìm thấy niềm vui ở những vật có vẻ đẹp thẩm mĩ. Họ hiểu rõ giá trị của những tinh túy trong cuộc sống, ví dụ như thức ăn ngon và rượu ngon.

ESFP là người chơi theo nhóm rất tốt. Anh/cô ấy không hay gây ra rắc rối hoặc làm ầm lên, mà thường tạo ra một môi trường vui nhộn nhất để giúp cho công việc hoàn thành. Những người ESFP sẽ làm nhiệm vụ của mình tốt nhất trong những công việc mà họ có thể sử dụng kĩ năng giao tiếp xuất sắc của mình, cùng với khả năng hòa trộn các ý tưởng thành một khối đồng nhất. Bởi vì là những cá nhân nhạy bén, họ nên chọn những công việc đòi hỏi nhiều tính đa dạng cũng như đòi hỏi kĩ năng giao tiếp tốt.

ESFP thường luôn có cảm giác liên kết mạnh mẽ với người khác và có mối liên kết với động vật và trẻ nhỏ, việc này thường không thể hiện trong hầu hết những loại tính cách khác. Họ cũng có đánh giá cao đối với vẻ đẹp của thiên nhiên.

ESFP có một tình yêu bao la dành cho cuộc sống và biết cách tạo niềm vui. Họ thích mang lại cho người khác niềm vui. Họ rất linh động, dễ thích nghi, yêu mến một cách chân thành với mọi người và thường rất tốt bụng. Họ có một khả năng đặc biệt trong việc tìm niềm vui trong cuộc sống nhưng họ cần phải cẩn thận với việc chỉ sống hoàn toàn với hiện tại.

Các ESFP nổi tiếng

Thánh Mark

Dale Evans

Kathy Lee Gifford

Steve Irwin

Woody Harrelson (Cheers)

ESFP VÀ SỰ NGHIỆP

Cho dù bạn là một thanh niên đang tìm kiếm chỗ đứng trong xã hội, hay một người trưởng thành đang cố tìm hiểu xem mình đang đi đúng hướng hay không, thì điều quan trọng là bạn hiểu chính mình và những đặc điểm tính cách sẽ có tác động đến khả năng thành công hay thất bại ở một số ngành nghề khác nhau. Và cũng không kém phần quan trọng là bạn hiểu được điều gì là thực sự có ý nghĩa đối với bạn. Khi được trang bị những hiểu biết về các điểm mạnh và điểm yếu của mình, đồng thời với sự nhận thức về điều mà bạn thực sự đánh giá cao, thì bạn đang có một điều kiện tốt để lựa chọn nghề nghiệp mà bạn cảm thấy xứng đáng.

Các ESFP thường có một số nét đặc trưng sau:

- Sống với hiện tại.
- Dễ bị kích thích và hứng thú bởi những trải nghiệm mới.
- Thực tế và thiết thực.
- Yêu thích mọi người một cách chân thành.
- Biết cách tận hưởng niềm vui, và biết làm cách nào để tạo niềm vui cho người khác.
- Tự lập và tháo vát.
- Làm việc theo cảm hứng – hiếm khi lên kế hoạch trước.
- Ghét phải theo khuôn mẫu và sự sắp đặt.
- Không thích lý thuyết và các giải thích dài dòng.
- Cảm thấy có mối liên kết đặc biệt với động vật và trẻ em.
- Phát triển mạnh về mặt đánh giá thẩm mĩ.
- Kĩ năng giao tiếp tốt.

ESFP giỏi trong nhiều lĩnh vực nhưng sẽ không hạnh phúc trừ khi họ được tiếp xúc với nhiều người và nhiều kinh nghiệm mới. Họ nên chọn những công việc tạo cho họ cơ hội sử dụng những kĩ năng giao tiếp tuyệt vời và khả năng vẽ nên viễn cảnh thực tế của họ, những thứ cũng sẽ mang đến cho họ những thách thức mới mà họ sẽ không cảm thấy chán.

Danh sách nghề nghiệp dưới đây được tạo ra dựa trên những cảm nhận về nghề nghiệp mà chúng tôi nghĩ rằng sẽ thích hợp cho một ESFP. Mục đích của nó là cho bạn một điểm khởi đầu chứ không phải là một bản liệt kê chi tiết. Không có bất cứ một cam kết nào chứng tỏ rằng những sự nghiệp dưới đây sẽ phù hợp với bạn, bên cạnh đó có thể sự nghiệp thích hợp nhất đối với bạn cũng nằm trong danh sách này.

Những gợi ý nghề nghiệp phù hợp với ESFP

- Nghệ sĩ, người biểu diễn và diễn viên.
- Đại diện bán hàng.
- Tư vấn tâm lý/ Công tác xã hội.
- Chăm sóc trẻ em.
- Thiết kế thời trang.
- Trang trí nội thất.
- Chuyên gia tư vấn.
- Nhiếp ảnh gia.

PHÁT TRIỂN NHÂN CÁCH CỦA ESFP
10 NGUYÊN TẮC ĐỂ ĐẠT THÀNH CÔNG

1. Trau dồi ưu điểm của mình! Phát triển khả năng biểu cảm tự nhiên và những kĩ năng thực hành của bạn. Ấp ủ những trân trọng về thế giới của bạn. Hãy cho bản thân bạn cơ hội tận hưởng cuộc sống một cách trọn vẹn.

2. Đối mặt với khuyết điểm của mình! Chấp nhận những mặt mạnh và yếu của bạn. Đối diện và thỏa hiệp với khuyết điểm không có nghĩa là bạn phải thay đổi con người mình, mà nó có nghĩa là nếu bạn muốn trở thành người tuyệt nhất, bạn có thể. Qua cách đối mặt với những điểm yếu, bạn cảm thấy quý trọng con người thật của mình hơn là chống lại nó.

3. Thể hiện cảm xúc của mình. Đừng để những lo lắng tích tụ bên trong bạn. Nếu bạn gặp khó khăn vì nghi ngờ hay sợ hãi, hãy chia sẻ với những người thân nhất của bạn, những người sẵn sàng lắng nghe và đưa ra lời khuyên. Đừng mắc sai lầm về việc nói cho qua chuyện.

4. Lắng nghe mọi thứ. Hãy cố gắng đừng chấp nhận mọi thứ qua giá trị bề ngoài. Hãy để mọi thứ lắng đọng lại và lắng nghe sự mách bảo của cảm giác của chính bạn.

5. Mỉm cười với những lời chỉ trích. Hãy nhớ rằng sẽ luôn có người không hiểu bạn hoặc không đồng tình với bạn, dẫu cho họ xem trọng bạn thế nào. Cố gắng xem chúng như một lợi thế để phát triển – và thật sự đúng là như vậy. Bạn sẽ trở nên tốt hơn nếu biết lắng nghe những lời góp ý từ người khác.

6. Hãy cố gắng hiểu người khác. Hãy nhớ rằng còn có mười lăm nhóm tính cách khác, những người có cái nhìn khác so với bạn. Cố gắng tìm hiểu họ thuộc nhóm người nào và tìm hiểu về con người của họ.

7. Chịu trách nhiệm với chính bản thân mình. Hãy nhớ rằng mỗi lời nói và hành động của bạn đều tác động đến mọi thứ xung quanh bạn. Vì vậy việc bạn nhận hoàn toàn trách nhiệm và tin tưởng vào những chuẩn mực của bạn là rất quan trọng.

8. Hãy biết chấp nhận. Bạn sẽ luôn gặp thất vọng với những người khác nếu bạn kỳ vọng quá nhiều vào họ. Thất vọng với người khác sẽ chỉ đẩy họ ra xa khỏi bạn mà thôi. Hãy đối xử với mọi người hòa nhã theo cách bạn muốn người ta đối xử với bạn.

9. Hãy tin tưởng vào những điều tốt đẹp nhất. Đừng làm bản thân bạn cảm thấy đau buồn bằng cách khoác lên mình những khuyết điểm. Hãy nhớ là một thái độ tích cực thường tạo ra những hoàn cảnh tích cực.

10. Nếu chưa chắc chắn, hãy đi hỏi! Nếu cảm thấy điều gì đó không ổn mà bạn không thể giải quyết được thì biết đâu người khác có thể. Hãy nhớ rằng có nhiều cách để giải quyết vấn và biết đâu đấy cách của người khác lại chính là câu trả lời!

ESFP VÀ CÁC MỐI QUAN HỆ

ESFP rất vui tính và thú vị khi tiếp xúc. Họ sống với hiện tại và biết cách làm cho mỗi giây phút đó trở nên tuyệt nhất. Họ thích thú một cách chân thành và ấm áp với người khác, và yêu thích việc làm cho người khác hạnh phúc. Họ thường rất tốt bụng và hào phóng và luôn hết mình làm những điều tốt cho người khác. Cách thể hiện tình cảm của họ đơn giản, thẳng thắn và chân thành. Họ không thích lí thuyết và sự phức tạp. Họ thường chống lại những mối quan hệ đòi hỏi họ phải sử dụng trực giác hay suy nghĩ nhiều. Họ thích mọi thứ phải vui vẻ và đằm thắm dù cho tình cảm hay sự nồng nhiệt của họ rất sâu sắc. Khuyết điểm của họ là sống hết mình cho thời điểm hiện tại, do đó đôi khi không nhận ra hướng đi của các mối quan hệ hoặc dễ dàng bị xao nhãng khỏi mục tiêu của mình.

Điểm mạnh của ESFP

- Nhiệt tình và vui vẻ, họ biến mọi thứ trở nên thú vị.
- Thông minh, dí dỏm, thẳng tính và được lòng mọi người.
- Mộc mạc và gợi cảm.
- Thực tế và có khả năng chăm sóc tốt các nhu cầu hàng ngày.
- Có tính nghệ sĩ và sáng tạo, họ thường có một tổ ấm đáng yêu.
- Linh động và đa dạng, họ hòa đồng cực kì tốt.
- Họ có thể chấm dứt một mối quan hệ tồi mặc dù điều đó không hề dễ dàng.
- Luôn hết mình trong từng giây phút.
- Rộng lượng và tốt bụng.

Điểm yếu của ESFP

- Sử dụng tiền bạc một cách lãng phí.
- Thiên về vật chất.
- Cực kì không thích sự chỉ trích, có xu hướng giữ riêng những điều cực kì riêng tư.
- Có xu hướng trốn thoát hay bỏ mặc những tình huống mâu thuẫn hơn là đối diện với chúng.
- Những cam kết suốt cuộc đời có thể là cả một cuộc đấu tranh với họ – họ cần thời gian rất lâu để suy nghĩ về điều này.
- Không chú ý nhiều đến chính nhu cầu của mình.
- Có xu hướng không quan tâm đến sức khỏe của mình, và thậm chí còn đối xử tệ bạc với chính cơ thể của mình.
- Luôn hứng thú với những điều mới lạ, họ có thể hay đi tìm những niềm vui mới.

Tóm Tắt Xu Hướng Tính Cách Theo Tên Gọi Từ Chữ Cái Của Nhóm:

ESFP: Hướng ngoại – Giác quan – Tình cảm – Linh hoạt

E – Bạn thuộc nhóm tính cách Hướng ngoại:

Bạn có tính cách hướng ngoại trong cuộc sống và khi hướng nghiệp. Thế mạnh của bạn là luôn chứng tỏ bản lĩnh dấn thân trước mọi người. Thông thường, bạn dám đối đầu với thử thách và ít lùi bước trước khó khăn hiện hữu. Xu hướng khẳng định bản thân là chủ đích của bạn khi đối diện với thực tại. Tính hướng ngoại đó còn giúp bạn có thêm nhiều thuận lợi trong giao tiếp: rộng bang giao, dễ chia sẻ, dễ tiếp cận và hội nhập với những điều mới lạ ở nhiều nơi, không gò bó trong khuôn khổ chật hẹp… Nó cũng giúp bạn dễ thành công khi làm những công việc ở bên ngoài, ở nơi chộn rộn đông đúc, ở những tụ điểm cần phải giao tiếp rộng với số đông.

Nhưng, thế yếu của bạn lại là thiếu chiều sâu trong nhận thức và tâm thức, dễ hời hợt và nông cạn. Nội lực của bạn có bề nổi mà thiếu bề dày của trí tuệ và thiếu cả độ sâu sắc của tâm hồn. Do đó, trong hướng nghiệp và cuộc đời, bạn có thể giỏi về chiến thuật khi giải quyết việc trước mắt, mà chưa thể tinh anh và sắc sảo về tầm nhìn chiến lược nếu phải tính đến chuyện lâu dài. Chẳng những thế, do thiếu chiều sâu nên bạn ít có những tư duy trừu tượng và sáng tạo mang tính đột phá trong công việc. Làm việc theo nhóm thì hăng say, nhưng làm việc một mình thì bạn ưa nản.

Một số ngành nghề phù hợp với tính cách hướng ngoại: Thông tin, truyền thông, văn hóa, du lịch, công tác xã hội, chính trị, ngoại giao, kinh doanh, marketing, nghệ thuật biểu diễn…

Lưu ý: Nếu kết quả chỉ số Hướng nội và Hướng ngoại xấp xỉ bằng nhau thì về cơ bản, bạn có một tính cách trung hòa giữa hướng ngoại và hướng nội. Điều này cũng tốt, có khi rất tốt cho nhiều lĩnh vực trong quan hệ và việc làm.

S – Cách thức tìm hiểu và nhận thức thế giới của bạn thiên về Giác quan:

Bạn là người rất thực tế, không chỉ giàu óc thực tế mà chủ yếu là lấy thực tế làm phương châm sống của mình. Đây là một điểm mạnh trong tính cách của bạn, bạn không thích sự mơ hồ và huyền ảo, càng không thích những lý thuyết xa vời hay sự hứa hẹn viễn vông. Với bạn, chỉ có thực tiễn sống động là câu trả lời đáng tin nhất. Bởi thế, bạn thường lao vào làm việc hơn đọc sách, thích lăn lộn ở hiện trường hơn ngồi một chỗ để nghiên cứu. Nếu phải nghiên cứu khảo sát, bạn thiên về định lượng hơn định tính khi kiểm định một vấn đề.

Tuy nhiên, bạn chưa thấy rõ mình đang non yếu về năng lực tư duy chiều sâu, nhất là về ý thức nhìn xa trông rộng. Tuy khá mạnh về chiến thuật xử lý trong công việc, nhưng bạn thiếu hẳn một tầm nhìn chiến lược. Bởi thế, bạn dễ dành được những cái lợi trước mắt, nhưng bị tổn thất những lợi ích lâu dài, mà chính cái lợi lâu dài mới là cơ bản. Mặt khác, do tầm nhìn hạn hẹp và thiếu ý thức chiều sâu nên bạn khó thấy được những bài học sai lầm của quá khứ hoặc những định hướng cao đẹp của tương lai. Điều đó khiến bạn không có một căn bản để lấy đà khi cần tiến xa. Hơn thế, bạn thiếu luôn cả óc tưởng tượng sáng tạo khi cần phải công việc hay xử lý một vấn đề mang tầm vĩ mô.

Một số ngành nghề phù hợp với người nhận thức thiên về giác quan: Các ngành nghề kỹ thuật, các nghề thợ, nhân viên văn phòng…

Lưu ý:Nếu kết quả các chỉ số trực giác và giác quan của bạn xấp xỉ bằng nhau thì về cơ bản, bạn có một tính cách trung hòa giữa trực giác và giác quan. Điều này cũng tương đối tốt ở mức độ bạn dễ tạo được sự cân bằng trong nhận thức, tránh chủ quan hoặc cực đoan khi đánh giá hay kiểm định một vấn đề.

F – Tình cảm thường ảnh hưởng đến các quyết định và lựa chọn của bạn:

Bạn sống thiên về tình cảm, giàu lòng vị tha, nhiều cảm xúc hướng thiện. Tâm hồn của bạn khá rộng mở về phía tha nhân và ngoại cảnh, khiến bạn dễ cảm thông với nhiều nghịch cảnh và cả sự trái ngang trong nhân tình thế thái. Trong nhiều trường hợp xử lý liên quan đến người và việc, bạn nghiêng về các giải pháp tình cảm nhiều hơn, giữ gìn mối quan hệ trước sau được tốt hơn. Sự đôn hậu là một điểm son trong tâm hồn bạn. Bạn dễ dàng chấp nhận khó khăn về mình, nhường sẻ thuận lợi cho người, kể cả người mình không ưa. Nhờ vậy, bạn được nhiều người ưa và thường giữ được lòng thanh thản, không mấy liên lụy đến những rắc rối linh tinh. Thế mạnh của bạn là giữ được tâm bình.

Tuy vậy, chính trong thế mạnh đó cũng thể hiện sự hẫng hụt của bạn mỗi khi bạn đi quá đà vì tình thương của bạn đã đặt không đúng chỗ hoặc đầu tư quá liều lượng. Sống tình cảm là rất quý, nhưng quá nghiêng về tình cảm lại là một sai lầm cực đoan và do đó dễ thất bại trong đối nhân xử thế và điều hành công việc. Nếu không giữ được thăng bằng giữa tình cảm và lý trí, bạn sẽ gặp tình trạng được người mà hỏng việc. Mà cái gọi là "được người" đó cũng chỉ tạm thời, chưa hẳn "được" một cách tích cực, vì họ chỉ thấy sự thiên vị mà không quán triệt nguyên tắc, chỉ thấy đạt tình mà không thấu lý.

Một số ngành nghề phù hợp với người sống thiên về tình cảm: Công tác xã hội, dịch vụ công, nghệ thuật, y tế sức khỏe…

Lưu ý:Nếu chỉ số Lý trí và Tình cảm của bạn xấp xỉ bằng nhau thì về cơ bản, bạn có một tính cách cân bằng giữa tình và lý, cương và nhu, kiên quyết và ôn hòa… Đương nhiên, điều này rất tốt trong nhiều trường hợp nhưng không phải tốt với mọi trường hợp. Vấn đề là phải cân nhắc, lựa chọn kỹ khi nào phải đặt lý lên trên, khi nào tình ở trên và khi nào phải dung hòa.

P – Linh hoạt là phong cách sống và làm việc của bạn:

Trái với người hay nguyên tắc cứng nhắc, bạn là người ưa linh hoạt uyển chuyển trong đối nhân xử thế, kể cả cách tiến hành công việc. Tại đó, không chỉ tính nhân văn đã lên đỉnh cao trong tâm hồn bạn, mà tính sáng tạo cũng lấp lánh trong trí tuệ minh mẫn của bạn. Cuộc sống và sự nghiệp luôn động, nên tính cách của bạn cũng biến chuyển theo những chiều kích đó. Vì vậy, thông thường, bạn không ưa rập khuôn. Mọi nguyên tắc đặt ra chỉ phù hợp với trạng thái tĩnh, rập khuôn và xơ cứng. Cho nên, bạn thường có tâm lý muốn thoát khỏi mọi sự gò bó và đơn điệu. Sức giải phóng cho tính sáng tạo của bạn nhờ đó mà được thăng hoa.

Bạn nhìn mỗi người và mỗi việc theo trạng thái động, rất biện chứng. Tính cách này khiến bạn độ lượng hơn, bao dung hơn, vị tha hơn. Nó cũng khiến bạn chủ động suy nghĩ tìm tòi những giải pháp (cả giải pháp tình thế lẫn giải pháp chiến lược) cho những yêu cầu cải tiến công việc, nhất là khi cần vượt qua khủng hoảng.

Tuy nhiên, bạn cũng nên biết dè chừng và cảnh giác. Bởi vì, tâm lý học nhân cách và tâm lý học sáng tạo đều cho thấy, tính linh hoạt là "con ngựa hay mà cũng là con ngựa chướng". Nếu quá đà, tính linh hoạt sẽ biến thành "ngựa bất kham", bạn khó làm chủ được nó, khiến nó tung tẩy phá cách, phá rào vô tội vạ, làm hỏng việc và hỏng cả hình ảnh sáng láng của bạn trước mọi người. Bởi thế, kỹ năng biết làm chủ cảm xúc, làm chủ trí tuệ, làm chủ tâm hồn trước mọi động thái linh hoạt và sáng tạo… vẫn là những bí quyết thành công của người biết thành nhân.

Một số ngành nghề phù hợp với tính cách linh hoạt: Du lịch, thông tin truyền thông, văn hóa, chính trị, ngoại giao, công tác xã hội, nghệ thuật…

Lưu ý :Nếu chỉ số Nguyên tắc và Linh hoạt của bạn xấp xỉ bằng nhau, thì về cơ bản, bạn có một khả năng điều chỉnh để đạt được sự cân bằng giữa tính linh hoạt và tính nguyên tắc. Theo đó, bạn biết tùy cơ ứng biến để khi nào thì phải thượng tôn nguyên tắc, khi nào lại cần đến sự linh hoạt, và khi nào phải vận dụng cả hai. Thông thường trong công việc, phải vận dụng kết hợp cả tính nguyên tắc và tính linh hoạt là tốt hơn cả.

Bí quyết giao tiếp với người ESFP:

– Hãy thân thiện và thẳng thắn

– Nhấn mạnh những cách thực tế có thể giúp đỡ người khác

– Hành động, trả lời ngay lập tức yêu cầu của họ

– Tôn trọng các cá tính và cảm xúc của họ

ENFP: The Inspirers – Người Truyền Cảm Hứng

Hướng ngoại – Trực giác – Tình cảm – Linh hoạt

Những người thuộc nhóm ENFP có lối sống chủ đạo là trực giác hướng ngoại, họ nhận biết thế giới qua trực giác của mình.

Lối sống thứ hai là cảm xúc nội tâm, họ xử lý mọi việc theo cách mà họ cảm nhận chúng, hoặc những việc đó có phù hợp với chuẩn mực của bản thân họ hay không.

* MÔ TẢ CHUNG:

Những người thuộc nhóm ENFP là những người thân thiện và đáng mến. Một trong số những người dễ mềm lòng nhất là những người ENFP. Ở người ENFP có cái mà người ta thường gọi là "bồng bột". Họ có thể là một con người thông thái, nghiêm trang, đạo mạo một thời gian dài, nhưng khi họ có cơ hội, nhưng ngay lập tức họ có thể nghịch phá như một đứa trẻ con, trêu chọc người khác.

Một nghiên cứu cho thấy ENFP chiếm một tỷ lệ cao hơn bình thường trong ngành psychodrama. Phần lớn họ có thiên hướng về nghệ thuật sân khấu. ENFP thích kể chuyện vui, đặc biệt là về bạn bè của họ. Có lẽ vì thiên hướng này mà nhiều người trong số họ thích phóng viên. Tôi có đùa với một người bạn ENFP của tôi là nếu tôi muốn cả thế giới biết về một điều gì đó, tôi chỉ cần nói cho anh ta biết.

ENFP là những người hiểu biết rộng. Chỉ biết vừa đủ cũng làm cho họ hài lòng mặc dù điều này sẽ làm cho một số người thuộc các nhóm thiên về suy nghĩ chính xác cảm thấy khó chịu. Tuy vậy, cũng có một số ENFP thành công trong các khoa học chính xác như toán học.

Bạn bè đối với các ENFP rất quan trọng, thậm chí quan trọng hơn tất cả các nhóm NF khác. Họ rất trung thành với bạn bè, và đôi khi bị biến thành vật hy sinh bởi những người vô tâm hơn. ENFP tìm thấy năng lượng cho mình khi được ở cạnh người khác. Một vài người thực sự gặp khó khăn khi phải ở một mình thường xuyên.

Một người bạn ENFP của tôi, một người làm công tác xã hội, giỏi giao tiếp đến mức có thể "thuần hóa" được những người phỏng vấn cô ta trong buổi phỏng vấn xin việc. Cô ta có khả năng làm cho người lạ cảm thấy thân thuộc.

ENFP đôi khi bị bất ngờ vì bị tình cảm chi phối. Những quyết định vội vàng dựa trên tình cảm có thể sẽ bùng nổ với một kết quả không biết trước được. Không ít ENFP đã đột ngột bỏ việc chỉ vì những giây phút như thế.

Các ENFP rất thân thiện, nhiệt tình, thông minh và có tố chất. Họ coi thế giới này đầy ắp những cơ hội, và họ luôn cảm thấy say mê và hứng thú với mọi thứ. Sự hăng hái nhiệt tình của họ giúp họ có khả năng truyền cảm hứng và động lực cho người khác hơn bất kì loại tính cách nào. Họ có khả năng thuyết phục mọi người về bất cứ điều gì. Họ yêu cuộc sống và nhìn nhận nó như là một món quà đặc biệt đối với họ, và họ luôn sống hết mình để xứng đáng với món quà đó.

ENFP là những người có năng lực và nhiều kĩ năng. Họ đạt hiệu quả cao khi làm những việc họ thực sự hứng thú. Ưa thích những công việc ngắn hạn, trong suốt sự nghiệp của mình họ có thể trải qua nhiều công việc khác nhau. Đối với người ngoài thì có vẻ như ENFP không có định hướng và mục tiêu rõ ràng, nhưng thực tế thì ENFP rất kiên định bởi vì họ có một ý thức rất lớn về giá trị bản thân của mình. Những gì họ làm phải tương xứng với giá trị của bản thân họ. ENFP luôn muốn được sống thật với con người của mình, làm những gì mà họ tin là đúng đắn. Họ nhìn thấy ý nghĩa trong mọi việc xung quanh mình, và họ luôn cố gắng tìm cách thích nghi với cuộc sống và giá trị của bản thân mình để đạt được sự thanh thản trong tâm hồn. Họ luôn luôn ý thức và thậm chí sợ hãi việc đánh mất chính mình. Do cảm hứng là một phần thiết yếu trong cuộc đời của ENFP, và cũng bởi vì họ luôn cố gắng giữ "trung điểm", ENFP thường là một cá nhân đầy nhiệt huyết, với nhiều lý tưởng tiên tiến.

Một ENFP cần phải tập trung vào hoàn thành công việc của mình. Chính vì vậy mà đây là một rắc rối mà một số cá thể mắc phải. Không như các nhóm hướng ngoại khác, các ENFP cần phải có một khoảng thời gian riêng để cân bằng bản thân và chắc chắn rằng họ đang làm đúng với những gì phù hợp với giá trị của họ. Những ENFP có khả năng cân bằng bản thân mình thường là những người rất thành công. Ngược lại, những ENFP khác có thể mắc phải một thói quen đó là bỏ ngang một dự án nào đó nếu họ thấy một dự án mới mang nhiều tiềm năng hơn. Chính vì thế mà họ không bao giờ đạt được những kết quả thực sự đáng kể cho dù họ có khả năng làm được những điều đó.

Hầu hết ENFP có kỹ năng tương tác tốt. Họ thường nồng hậu và quan tâm đến mọi người, và xem trọng các mối quan hệ xã hội. Các ENFP có một nhu cầu mãnh liệt muốn được mọi người quý mến. Đôi lúc, đặc biệt là ở giai đoạn thiếu niên, một ENFP thường có xu hướng "vồn vã" và không thành thật, và thường hành động một cách quá trớn để dành được sự thừa nhận của người khác. Tuy nhiên, một khi ENFP đã học được cách cân bằng nhu cầu được sống thật với bản thân cũng như nhu cầu muốn được thừa nhận của mình, thì họ trở nên rất giỏi trong việc giúp người khác thể hiện điểm mạnh của mình và nhờ đó mà họ luôn được quý mến. Họ có một khả năng trời phú trong việc thấu hiểu một người chỉ qua một khoảng thời gian ngắn tiếp xúc, và họ dùng khả năng ấy cùng sự linh hoạt của mình để tạo dựng quan hệ đối với người khác.

Do thế giới của các ENFP luôn tràn đầy những cơ hội hấp dẫn nên những việc làm đời thường trở thành một cái gì đó tẻ nhạt với họ. Họ không chú trọng đến những dạng công việc mang tính chất quá chi tiết và tẻ nhạt, và thường thì họ sẽ để cho chúng rơi vào quên lãng. Họ sẽ cảm thấy không chút hứng thú gì nếu bị bắt phải làm những dạng công việc đó. Chính vì thế nên đây là một thử thách rất lớn trong cuộc sống của hầu hết các ENFP, và đôi khi gây ra những xung đột giữa các thành viên trong gia đình.

Một ENFP "đi sai đường" có thể trở thành một người thích kiểm soát – và họ đặc biệt rất giỏi trong vấn đề đó. Khả năng thiên phú trong giao tiếp khiến cho họ dễ dàng đạt được những gì mà họ muốn. Hầu hết các ENFP sẽ không lạm dụng khả năng này bởi vì như thế là đi ngược lại với giá trị bản thân của họ.

Đôi khi các ENFP thường đưa ra những phán quyết sai lầm trầm trọng. Họ có một khả năng tuyệt vời trong việc dùng trực giác để nhận thức sự thật về một người hoặc một tình huống nào đó, nhưng khi họ dùng óc suy xét của mình thì nó có thể đưa họ đến một kết luận sai lầm.

Những ENFP nào chưa học được cách làm việc gì đó tới cùng thường gặp khó khăn trong việc gìn giữ hạnh phúc gia đình. Luôn luôn đoán được những khả năng có thể xảy ra nên họ có xu hướng chán ngán với những gì đang có ở thực tại. Ý thức mạnh mẽ về giá trị của mình sẽ giúp cho đa số ENFP luôn hết lòng với các mối quan hệ của mình. Tuy nhiên, các ENFP thường thích một chút gì đó mới lạ trong cuộc sống của mình, nên họ thích xây dựng mối quan hệ với những người cảm thấy thoải mái với những sự thay đổi và thích trải nghiệm những thứ mới lạ.

Những đứa trẻ có cha mẹ thuộc loại ENFP có thể sẽ trải qua những trải nghiệm thú vị, nhưng đôi lúc cũng khiến cho những đứa trẻ mạnh về Giác Quan hoặc Nguyên Tắc cảm thấy căng thẳng. Những đứa trẻ bị ảnh hưởng bởi vòng xoáy cuộc sống của những bậc cha mẹ ENFP sẽ cho rằng họ đầy mâu thuẫn và khó hiểu. Đôi lúc các bậc cha mẹ này muốn là bạn thân nhất của con mình, nhưng đôi lúc họ lại đóng vai những ông bố bà mẹ khó tính. Nhưng các ENFP luôn luôn nhất quán với những giá trị của bản thân mình, và điều này gây nên một ảnh hưởng to lớn đối với con cái của họ.

Về căn bản thì các ENFP là những người rất hạnh phúc. Một khi bị bó buộc vào một thời gian biểu chặt chẽ hoặc những công việc tẻ nhạt thì họ cảm thấy không thoải mái. Các ENFP làm việc hiệu quả nhất trong một môi trường linh động hoặc khi họ làm việc trong một nhóm. Họ có khả năng làm việc độc lập tốt.

Họ có thể tự hoàn thành tốt công việc mà không cần sự giám sát, miễn là công việc được giao đủ hấp dẫn với họ.

Bởi vì họ luôn cảnh giác và nhạy cảm, luôn quan sát xung quanh, ENFP thường bị tình trạng quá tải cơ địa do căng thẳng. Họ có nhu cầu lớn được độc lập, và luôn chống lại việc bị kiểm soát hoặc gán ghép. Họ muốn toàn quyền kiểm soát bản thân mình nhưng lại không thích kiểm soát người khác. Họ không thích thấy người khác trở nên phụ thuộc hoặc bị kìm hãm cũng như thấy chính bản thân mình bị như thế.

ENFP là những cá nhân quyến rũ, chân thật, thích mạo hiểm, nhạy cảm, quan tâm đến người khác và sở hữu một loạt những năng lực khác nhau. Họ dùng những tài năng của mình để đáp ứng nhu cầu bản thân cũng như cho những người thân thiết với họ, dĩ nhiên là trong trường hợp họ có khả năng cân bằng cuộc sống và hoàn thiện khả năng hết mình vì công việc của họ.

Các ENFP nổi tiếng

Samuel Clemens – Nhà văn nổi tiếng người Mỹ

Bill Cosby – Diễn viên, nhà văn, nhạc công nổi tiếng

Dave Thomas – Ông chủ hệ thống thức ăn nhanh Wendy's

Lewis Grizzard – Nhà báo

Meg Ryan – Diễn viên nữ nổi tiếng

Robin Williams – Diễn viên hài nổi tiếng

Sandra Bullock – Diễn viên nữ nổi tiếng

ENFP VÀ SỰ NGHIỆP

Cho dù bạn là một thanh niên đang tìm kiếm chỗ đứng trong xã hội, hay một người trưởng thành đang cố tìm hiểu xem mình đang đi đúng hướng hay không, thì điều quan trọng là bạn hiểu chính mình và những đặc điểm tính cách sẽ có tác động đến khả năng thành công hay thất bại ở một số ngành nghề khác nhau. Và cũng không kém phần quan trọng là bạn hiểu được điều gì là thực sự có ý nghĩa đối với bạn. Khi được trang bị những hiểu biết về các điểm mạnh và điểm yếu của mình, đồng thời với sự nhận thức về điều mà bạn thực sự đánh giá cao, thì bạn đang có một điều kiện tốt để lựa chọn nghề nghiệp mà bạn cảm thấy xứng đáng.

Các ENFP thường có một số nét đặc trưng sau:

*

Có nhiều mục tiêu ngắn hạn.
* Thông minh và bản lĩnh.

- Thân thiện, quan tâm đến mọi người, khả năng giao tiếp tốt.
- Rất mạnh trong việc dùng trực giác và cảm giác để đánh giá người khác.
- Có khả năng liên kết với người khác.
- Nhiệt tình, đặt nhu cầu của người khác lên trên nhu cầu của mình.
- Nhận thức rõ ràng về tương lai.
- Không thích làm những việc có tính thường ngày.
- Thích được người khác thừa nhận và hiểu họ.
- Rất hợp tác và thân thiện.
- Sáng tạo và năng động.
- Kĩ năng giao tiếp và viết lách tốt.
- Là nhà lãnh đạo bẩm sinh, nhưng không thích kiểm soát người khác.
- Không thích người khác điều khiển mình.
- Làm việc theo logic và lý trí – dùng trực giác của mình để hiểu rõ mục tiêu và làm cho tới khi hoàn thành thì thôi.
- Có khả năng thấu hiểu những khái niệm và lý thuyết khó khăn.

ENFP rất may mắn vì họ khá giỏi ở nhiều mặt. Một ENFP có thể đạt được những thành quả cao tại những việc mà họ cảm thấy hứng thú. Tuy nhiên, ENFP rất dễ chán và thường không giỏi lắm trong việc làm cho đến nơi đến chốn. Vì vậy nên họ thường lảng tránh những công việc đòi hỏi phải làm một cách tỉ mẩn, lặp đi lặp lại. Họ sẽ phát huy hết khả năng của mình trong những công việc cho phép họ được thỏa sức sáng tạo những ý tưởng mới hoặc làm việc trong một nhóm. Đối với những việc có tính giới hạn và khuôn khổ thì họ sẽ cảm thấy buồn chán.

Danh sách nghề nghiệp dưới đây được tạo ra dựa trên những cảm nhận về nghề nghiệp mà chúng tôi nghĩ rằng sẽ thích hợp cho một ENFP. Mục đích của nó là cho bạn một sự tham khảo chứ không phải là một bản danh sách chi tiết. Không có bất cứ một cam kết nào chứng tỏ rằng những sự nghiệp dưới đây sẽ phù hợp với bạn, bên cạnh đó cũng có thể sự nghiệp thích hợp nhất đối với bạn cũng nằm trong danh sách này.

Những gợi ý nghề nghiệp phù hợp với ENFP

- Chuyên viên tư vấn.
- Bác sĩ tâm lý.
- Doanh nhân.
- Diễn viên.
- Nhà giáo.
- Luật sư.
- Chính trị gia/ Nhà ngoại giao.
- Nhà văn/ Nhà báo.

- Phóng viên.
- Lập trình viên, chuyên gia phân tích hệ thống hoặc chuyên gia máy tính.
- Khoa học gia/ Kĩ sư.

PHÁT TRIỂN NHÂN CÁCH CỦA ENFP
10 NGUYÊN TẮC ĐỂ ĐẠT THÀNH CÔNG

1. ***Trau dồi ưu điểm của mình.*** Tạo cơ hội cho bản thân có những trải nghiệm mới để hiểu rõ cuộc sống hơn.

2. ***Hãy đối mặt với khuyết điểm của mình***. Hãy chấp nhận những điểm mạnh cũng như điểm yếu của mình. Bằng cách đối mặt với những điểm yếu, bạn có thể vượt qua chúng và chúng sẽ ít có khả năng ảnh hưởng đến bạn.

3. ***Thể hiện cảm xúc của mình***. Đừng để sự tức giận tích lũy trong người bạn. Nếu cảm xúc quá mãnh liệt, hãy bình tĩnh xử lý và thể hiện nó ra bên ngoài, nếu không những cảm xúc đó có thể khiến bạn suy sụp.

4. ***Hãy quyết đoán***. Đừng ngại khi đưa ra một quan điểm hoặc ý kiến. Bạn cần biết cách thể hiện cho người khác thấy tiềm năng và giá trị của một việc để thuyết phục họ điều đó đáng để thực hiện.

5. ***Mỉm cười với những lời chỉ trích.*** Hãy coi những sự bất đồng ý kiến và những mối bất hòa là cơ hội để trưởng thành. Hãy cố gắng học cách lắng nghe những phản hồi và tỏ ra khách quan trong cách phản ứng.

6. ***Hãy cố gắng hiểu người khác***. Hãy nhớ rằng còn mười lăm nhóm tính cách khác, những người có cái nhìn khác với bạn. Thường thì mọi việc sẽ giải quyết dễ dàng hơn nếu bạn hiểu được quan điểm của người khác.

7. ***Thấu hiểu chính bản thân mình.***Không nên vì mọi người quá mức mà quên nhu cầu bản thân. Bạn phải hiểu rằng bản thân mình là quan trọng nhất. Nếu bạn không làm cho bản thân mình hài lòng thì không cách nào bạn có thể làm việc hiệu quả và khiến cho mọi người tin tưởng.

8. ***Chịu trách nhiệm với chính bản thân mình.***Đừng lãng phí chất xám của mình vào việc đổ lỗi cho người khác, hoặc cho rằng mình là nạn nhân của việc đó. Chính bạn phải biết làm chủ bản thân mình chứ không ai khác.

9. ***Hãy tin tưởng vào những điều tốt đẹp nhất.*** Đừng tự khiến bản thân trở nên bi quan vì những điều tệ hại. Hãy nhớ rằng một thái độ tích cực tạo nên những hoàn cảnh tích cực.

10. ***Nếu chưa chắc chắn, hãy hỏi lại.*** Đừng tự đánh đồng việc thiếu những thông tin phản hồi là một với việc nhận được những phản hồi tiêu cực. Nếu bạn cần phản hồi từ người khác, hãy hỏi ngay!

CÁC MỐI QUAN HỆ CỦA ENFP

Các ENFP rất nghiêm túc trong những mối quan hệ, tuy nhiên lại tiếp cận nó với nhiệt huyết và nỗ lực một cách hồn nhiên. Họ đòi hỏi và yêu cầu sự chân thành và sâu sắc trong các mối quan hệ, và họ sẽ cố gắng hết sức để khiến mọi việc như ý muốn. Họ rất nhiệt tình, chu đáo, đáng tin cậy, và luôn cố gắng nuôi dưỡng các mối quan hệ của mình. Họ có một khả năng giao tiếp cực tốt, và có khả năng truyền cảm hứng và giúp cho người khác bộc lộ hết năng lực mà họ có thể. Năng động và sôi nổi, ENFP rất hay đắm mình trong lửa đam mê cuồng nhiệt, và thường được đánh giá cao bởi sự nồng hậu chân thành và lý tưởng cao đẹp.

Điểm mạnh của ENFP

Những thế mạnh của ENFP sẽ được biểu lộ ra thông qua những vấn đề liên quan tới đối nhân xử thế :

- Kĩ năng giao tiếp tốt.
- Thấu hiểu suy nghĩ và động cơ của người khác.
- Dùng nhiệt huyết và cảm hứng của mình giúp người khác đạt được kết quả tốt nhất.
- Rất thân thiện và đáng tin cậy.
- Vui tính, năng động và lạc quan.
- Luôn có tư duy "cùng thắng".
- Luôn cố gắng đáp ứng nhu cầu của người khác.
- Rất trung thành và luôn muốn cống hiến.

Điểm cần khắc phục của ENFP

Những điểm yếu của ENFP cũng sẽ được biểu lộ ra thông qua những vấn đề liên quan tới đối nhân xử thế :

- Có xu hướng chìm đắm trong công việc.
- Nhiệt huyết của họ đôi khi khiến họ trở nên không thực tế.
- Không thích làm những việc tẻ nhạt như lau chùi, trả tiền hóa đơn…
- Níu kéo một mối quan hệ đã trở nên tồi tệ.
- Không thích tranh cãi.
- Không thích bị phê bình.
- Nhu cầu có một mối quan hệ hoàn hảo có thể khiến họ thay đổi những mối quan hệ của mình thường xuyên.

- Rất dễ chán.
- Khó khăn trong việc la mắng hoặc phạt người khác.

Tóm Tắt Xu Hướng Tính Cách Theo Tên Gọi Từ Chữ Cái Của Nhóm:

ENFP: Hướng ngoại – Trực giác – Tình cảm – Linh hoạt

E -Bạn thuộc nhóm tính cách Hướng ngoại:

Bạn có tính cách hướng ngoại trong cuộc sống và khi hướng nghiệp. Thế mạnh của bạn là luôn chứng tỏ bản lĩnh dấn thân trước mọi người. Thông thường, bạn dám đối đầu với thử thách và ít lùi bước trước khó khăn hiện hữu. Xu hướng khẳng định bản thân là chủ đích của bạn khi đối diện với thực tại. Tính hướng ngoại đó còn giúp bạn có thêm nhiều thuận lợi trong giao tiếp: rộng bang giao, dễ chia sẻ, dễ tiếp cận và hội nhập với những điều mới lạ ở nhiều nơi, không gò bó trong khuôn khổ chật hẹp… Nó cũng giúp bạn dễ thành công khi làm những công việc ở bên ngoài, ở nơi chộn rộn đông đúc, ở những tụ điểm cần phải giao tiếp rộng với số đông.

Nhưng, thế yếu của bạn lại là thiếu chiều sâu trong nhận thức và tâm thức, dễ hời hợt và nông cạn. Nội lực của bạn có bề nổi mà thiếu bề dày của trí tuệ và thiếu cả độ sâu sắc của tâm hồn. Do đó, trong hướng nghiệp và cuộc đời, bạn có thể giỏi về chiến thuật khi giải quyết việc trước mắt, mà chưa thể tinh anh và sắc sảo về tầm nhìn chiến lược nếu phải tính đến chuyện lâu dài. Chẳng những thế, do thiếu chiều sâu nên bạn ít có những tư duy trừu tượng và sáng tạo mang tính đột phá trong công việc. Làm việc theo nhóm thì hăng say, nhưng làm việc một mình thì bạn ưa nản.

Một số ngành nghề phù hợp với tính cách hướng ngoại: Thông tin, truyền thông, văn hóa, du lịch, công tác xã hội, chính trị, ngoại giao, kinh doanh, marketing, nghệ thuật biểu diễn…

Lưu ý: Nếu kết quả chỉ số Hướng nội và Hướng ngoại xấp xỉ bằng nhau thì về cơ bản, bạn có một tính cách trung hòa giữa hướng ngoại và hướng nội. Điều này cũng tốt, có khi rất tốt cho nhiều lĩnh vực trong quan hệ và việc làm.

N – Cách thức tìm hiểu và nhận thức thế giới của bạn thiên về Trực giác:

Theo chủ nghĩa nhân văn, bạn là người có một bản lĩnh thông tuệ và giàu ý thức hướng tới những giá trị cao thượng, vượt trên cái tầm thường. Tính cách hướng thượng đó đem lại cho bạn sự thanh cao trong tâm hồn và nhiều hiệu quả trong công việc. Bạn dễ dàng chấp nhận thua thiệt trước mắt để theo đuổi được cái lợi lâu dài. Với sự tôn trọng ý thức hơn bản năng, bạn thường có khuynh hướng thiên về những giá trị tinh thần hơn hưởng thụ vật chất. Trong cuộc sống và cách nhìn thế giới, bạn coi trọng nhân nghĩa hơn tiền tài, tôn trọng cả quá khứ và tương lai chứ không chỉ chú trọng đến hiện tại. Trong giao tiếp, bạn dễ kết thân với người đôn hậu, giàu lòng vị tha.

Đặc biệt, nhờ khả năng tập trung cao độ, nhờ vốn sống được tích lũy bằng tâm hồn nhân văn, nhất là nhờ năng lực tư duy chiều sâu và trí tưởng tượng phong phú, bạn dễ dàng đạt tới những đỉnh cao sáng tạo trong công việc. Ý thức sáng tạo và khả năng sáng tạo bậc cao sẽ là những điểm tựa vững chắc giúp bạn vượt qua nhiều thử thách, tạo nên nhiều cống hiến có giá trị.

Tuy nhiên, nếu không biết dung hòa giữa trực giác và ý thức, giữa cảm quan và suy nghĩ để lợi dụng thế mạnh của mỗi bên, bạn có thể bị hẫng hụt trong cách giải quyết vấn đề. Trong nhiều trường hợp, nếu không điều chỉnh kịp thời về mặt cảm xúc, bạn có thể sa vào trạng thái vô cảm hoặc cực đoan trong nhận thức và cả trong hành động. Tại đó, bạn hơi coi nhẹ những giá trị thực tế, quá đề cao những siêu giá trị về lý tưởng và tâm hồn. Cũng tại đó, bạn có phần coi thường những cảm xúc đời thường và những ý vị từ hơi thở cuộc sống. Sự sáng tạo của bạn cũng thiếu bén rễ từ đây – một suối nguồn của nhịp sống và của tư duy chiều sâu, nên ảnh hưởng không ít đến thành quả sáng tạo của chính bạn.

Một số ngành nghề, công việc phù hợp với người nhận thức thông qua trực giác: Với khả năng trực giác cao, bạn nên theo các nhóm ngành cần tính sáng tạo, tư duy phản biện ví dụ: nghiên cứu khoa học (tự nhiên, xã hội), công nghệ, các ngành nghề thuộc lĩnh vực nghệ thuật, định hướng chiến lược cho các công ty, tổ chức…

Lưu ý: Nếu kết quả các chỉ số trực giác và giác quan của bạn xấp xỉ bằng nhau thì về cơ bản, bạn có một tính cách trung hòa giữa trực giác và giác quan. Điều này cũng tương đối tốt ở mức độ bạn dễ tạo được sự cân bằng trong nhận thức, tránh chủ quan hoặc cực đoan khi đánh giá hay kiểm định một vấn đề.

F – Tình cảm thường ảnh hưởng đến các quyết định và lựa chọn của bạn:

Bạn sống thiên về tình cảm, giàu lòng vị tha, nhiều cảm xúc hướng thiện. Tâm hồn của bạn khá rộng mở về phía tha nhân và ngoại cảnh, khiến bạn dễ cảm thông với nhiều nghịch cảnh và cả sự trái ngang trong nhân tình thế thái. Trong nhiều trường hợp xử lý liên quan đến người và việc, bạn nghiêng về các giải pháp tình cảm nhiều hơn, giữ gìn mối quan hệ trước sau được tốt hơn. Sự đôn hậu là một điểm son trong tâm hồn bạn. Bạn dễ dàng chấp nhận khó khăn về mình, nhường sẻ thuận lợi cho người, kể cả người mình không ưa. Nhờ vậy, bạn được nhiều người ưa và thường giữ được lòng thanh thản, không mấy liên lụy đến những rắc rối linh tinh. Thế mạnh của bạn là giữ được tâm bình.

Tuy vậy, chính trong thế mạnh đó cũng thể hiện sự hẫng hụt của bạn mỗi khi bạn đi quá đà vì tình thương của bạn đã đặt không đúng chỗ hoặc đầu tư quá liều lượng. Sống tình cảm là rất quý, nhưng quá nghiêng về tình cảm lại là một sai lầm cực đoan và do đó dễ thất bại trong đối nhân xử thế và điều hành công việc. Nếu không giữ được thăng bằng giữa tình cảm và lý trí, bạn sẽ gặp tình trạng được người mà hỏng việc. Mà cái gọi là "được người" đó cũng chỉ tạm thời, chưa hẳn "được" một cách tích cực, vì họ chỉ thấy sự thiên vị mà không quán triệt nguyên tắc, chỉ thấy đạt tình mà không thấu lý.

Một số ngành nghề phù hợp với người sống thiên về tình cảm: Công tác xã hội, dịch vụ công, nghệ thuật, y tế sức khỏe…

Lưu ý: Nếu chỉ số Lý trí và Tình cảm của bạn xấp xỉ bằng nhau thì về cơ bản, bạn có một tính cách cân bằng giữa tình và lý, cương và nhu, kiên quyết và ôn hòa… Đương nhiên, điều này rất tốt trong nhiều trường hợp nhưng không phải tốt với mọi trường hợp. Vấn đề là phải cân nhắc, lựa chọn kỹ khi nào phải đặt lý lên trên, khi nào tình ở trên và khi nào phải dung hòa.

P – Linh hoạt là phong cách sống và làm việc của bạn:

Trái với người hay nguyên tắc cứng nhắc, bạn là người ưa linh hoạt uyển chuyển trong đối nhân xử thế, kể cả cách tiến hành công việc. Tại đó, không chỉ tính nhân văn đã lên đỉnh cao trong tâm hồn bạn, mà tính sáng tạo cũng lấp lánh trong trí tuệ minh mẫn của bạn. Cuộc sống và sự nghiệp luôn động, nên tính cách của bạn cũng biến chuyển theo những chiều kích đó. Vì vậy, thông thường, bạn không ưa rập khuôn. Mọi nguyên tắc đặt ra chỉ phù hợp với trạng thái tĩnh, rập khuôn và xơ cứng. Cho nên, bạn thường có tâm lý muốn thoát khỏi mọi sự gò bó và đơn điệu. Sức giải phóng cho tính sáng tạo của bạn nhờ đó mà được thăng hoa.

Bạn nhìn mỗi người và mỗi việc theo trạng thái động, rất biện chứng. Tính cách này khiến bạn độ lượng hơn, bao dung hơn, vị tha hơn. Nó cũng khiến bạn chủ động suy nghĩ tìm tòi những giải pháp (cả giải pháp tình thế lẫn giải pháp chiến lược) cho những yêu cầu cải tiến công việc, nhất là khi cần vượt qua khủng hoảng.

Tuy nhiên, bạn cũng nên biết dè chừng và cảnh giác. Bởi vì, tâm lý học nhân cách và tâm lý học sáng tạo đều cho thấy, tính linh hoạt là "con ngựa hay mà cũng là con ngựa chứng". Nếu quá đà, tính linh hoạt sẽ biến thành "ngựa bất kham", bạn khó làm chủ được nó, khiến nó tung tẩy phá cách, phá rào vô tội vạ, làm hỏng việc và hỏng cả hình ảnh sáng láng của bạn trước mọi người. Bởi thế, kỹ năng biết làm chủ cảm xúc, làm chủ trí tuệ, làm chủ tâm hồn trước mọi động thái linh hoạt và sáng tạo… vẫn là những bí quyết thành công của người biết thành nhân.

Một số ngành nghề phù hợp với tính cách linh hoạt: Du lịch, thông tin truyền thông, văn hóa, chính trị, ngoại giao, công tác xã hội, nghệ thuật…

Lưu ý : Nếu chỉ số Nguyên tắc và Linh hoạt của bạn xấp xỉ bằng nhau, thì về cơ bản, bạn có một khả năng điều chỉnh để đạt được sự cân bằng giữa tính linh hoạt và tính nguyên tắc. Theo đó, bạn biết tùy cơ ứng biến để khi nào thì phải thượng tôn nguyên tắc, khi nào lại cần đến sự linh hoạt, và khi nào phải vận dụng cả hai. Thông thường trong công việc, phải vận dụng kết hợp cả tính nguyên tắc và tính linh hoạt là tốt hơn cả.

Bí quyết giao tiếp với người ENFP:

– Nói đến những điều sáng tạo, đầy hứng thú hay là các phương pháp mới để giải quyết khó khăn.

– Đừng lấn át họ với những thông tin và lập luận

– Hãy khiến mọi chuyện thoải mái, ấm áp và linh hoạt

ENTP: The Visionaries – Người Nhìn Xa Trông Rộng

Hướng ngoại – Trực giác- Lý trí – Linh hoạt

Những người thuộc nhóm ENTP có lối sống chủ đạo là trực giác hướng ngoại, họ nhận biết thế giới qua trực giác của mình.

Ngoài ra ENTP còn có một lối sống thứ hai là tư duy hướng nội, họ giải quyết những vấn đề theo lí trí và logic.

* MÔ TẢ CHUNG:

"Thông minh" có lẽ là từ chính xác nhất để mô tả các ENTP. Một giáo sư đại học có khoảng nửa đề tài nghiên cứu trong đầu, có những bài giảng lý thú về những chủ đề khó hiểu là một ví dụ điển hình về nhóm này. Hoặc là những nhà soạn kịch mà tác phẩm châm biếm của họ không chỉ hài hước mà còn sắc sảo.

ENTP không chỉ giỏi dùng ngôn ngữ mà còn thích tranh luận – vì cảm thấy cần thiết và cũng để chứng tỏ các khả năng ấn tượng của họ. Họ còn có máu hài hước và thích đóng vai người phản biện. Đôi khi họ cũng nhầm lẫn và có thể làm hại những người không hiểu hoặc mặc nhiên chấp nhận các ý tưởng của họ.

Họ cũng rất sáng tạo và khéo léo trong cách giải quyết các vấn đề, đôi khi họ cũng tự lừa bản thân mình bằng cách dùng các "phương pháp giải quyết nhanh gọn" hoặc "đi tắt" bỏ qua các quy định nếu việc làm đó mang lại lợi ích thiết thực. Cả trong công việc lẫn trong gia đình, ENTP rất thích nghịch ngợm – cả về vật chất lẫn trí óc – càng tinh vi, phức tạp lại càng có sức thu hút với họ. Tuy nhiên họ cũng chóng chán và dễ dàng thu hút bởi những trò chơi mới.

Bản chất của ENTP là lạc quan nhưng họ rất dễ bực mình, và cáu kỉnh khi gặp phải những khó khăn nhỏ nhặt. Khi gặp những trở ngại đáng kể thì họ xem đó là sự thách thức đáng kể quyết tâm giải quyết nó. ENTP có xu hướng thiếu kiên nhẫn với những người mà họ cho là ương ngạnh hoặc thiếu thông minh và cũng không có ý định che dấu điều đó. Tuy nhiên, họ cũng rất ân cần, nếu không nói là quyến rũ, khi không bị quấy rầy.

Trong giao tiếp, ENTP có khả năng tạo nên một quan hệ chặt chẽ và nhanh chóng với những người mà họ yêu quý. Với những người thân nhất, mối quan hệ đó có vẻ thoải mái và suồng sã. Với những đồng nghiệp, những người trước đó chỉ nhìn thấy sự chuyên nghiệp của họ, có thể bị họ chinh phục bằng sự cởi mở. ENTP cũng rất giỏi trong việc tìm kiếm những người bạn thông minh và vui tính như họ. Ngoài hai đối tượng đó, ENTP ít chú ý đến phần còn lại của nhân loại ngoại trừ việc xem họ là những thính giả hoặc độc giả (tốt, xấu hoặc tiềm năng) của mình.

Với trực giác hướng ngoại chiếm ưu thế, sở thích của ENTP là tìm hiểu về thế giới xung quanh họ. Họ thường xuyên thu thập ý tưởng và viễn cảnh về những tình huống sẽ xảy ra trong cuộc sống. Sử dụng trực giác để xử lý thông tin, họ có khả năng xử lý tình huống một cách nhanh nhạy và chính xác. Ngoại trừ người anh em ENFP ra, thì ENTP hiểu môi trường xung quanh họ thấu đáo hơn các nhóm người khác.

Khả năng hiểu con người và hoàn cảnh bằng trực giác khiến ENTP có nhiều lợi thế trong cuộc sống. Họ thường nhận biết sự việc nhanh chóng và thấu đáo. Theo đó, họ linh động và thích nghi tốt với nhiều loại công việc. ENTP làm việc rất giỏi với những gì gây hứng thú với họ. Khi đã phát triển được khả năng trực giác và sự hiểu biết thấu đáo, họ trở nên rất nhạy với những cơ hội và tiềm năng điều này có thể khiến họ xoay sở giỏi khi xử lý vấn đề.

ENTP là con người của ý tưởng. Khả năng nhận thức nhạy bén giúp họ nhìn thấy cơ hội ở mọi nơi. Họ hứng thú và say mê với những ý tưởng của mình, và họ có thể đặt niềm đam mê của mình lên trên những thứ khác. Bằng cách này họ có thể nhận được những hỗ trợ cần thiết để đáp ứng ý tưởng của mình.

ENTP không mấy hứng thú trong việc lập kế hoạch hành động hoặc ra quyết định vì họ thích tạo ra ý tưởng và cơ hội hơn. Đối với ENTP, việc theo đuổi và thực hiện một ý tưởng nào đó được họ xem là việc quá lặt vặt. Với một số người thuộc nhóm ENTP, điều này dẫn đến thói quen không bao giờ hoàn thành những gì mà họ bắt đầu. Những ENTP chưa phát triển khả năng suy nghĩ sẽ có xu hướng thay đổi ý tưởng này sang ý tưởng khác mà không hoàn thành kế hoạch của mình. ENTP cần chú trọng việc suy nghĩ thấu đáo về những ý tưởng của mình để có được lợi ích tốt nhất từ chúng.

Tư duy hướng nội là một nhân tố trong quá trình ra quyết định của ENTP. Dẫu cho ENTP thích thu thập thông tin hơn ra quyết định, họ khá lí trí và logic trong việc đi đến kết luận. Khi áp dụng khả năng tư duy vào trực giác của mình, kết quả có thể cực kỳ ấn tượng. Một ENTP điển hình có tầm nhìn rất xa, đầy khả năng sáng tạo và luôn dám nghĩ dám làm.

ENTP là những người có khả năng giao tiếp lưu loát, đầu óc nhanh nhạy, và thích đấu khẩu với người khác. Họ thích gây tranh luận, và thường có xu hướng chuyển từ phe này sang phe khác chỉ để thoả mãn thú vui thích tranh luận của mình. Tuy nhiên, khi họ diễn đạt những ý tưởng cốt lõi của mình, họ cảm thấy lúng túng, nói năng thô lỗ và gắt gỏng.

Nhóm ENTP đôi khi được xem như nhóm "luật sư". Những "luật sư" ENTP luôn hiểu vấn đề một cách nhanh chóng, chính xác và phản ứng một cách khách quan và lí trí. Khả năng tư duy giúp họ hành động và ra quyết định dựa trên những luật lệ trái ngược với những gì thường xảy ra. Nếu ENTP bênh vực cho một tội nhân nào đó, họ sẽ nhanh chóng dựa vào những sơ hở của luật pháp để giúp thân chủ mình thoát tội. Nếu họ thắng trong tình thế này, họ sẽ thấy những hành động của mình hoàn toàn công bằng và thỏa đáng, bởi theo họ thì chúng hợp pháp. Dù cho thân chủ của họ phạm pháp hay vô tội cũng chẳng liên quan gì. Nếu những lí do này không được ENTP kiểm tra lại kĩ lưỡng thì người khác sẽ dễ dàng nhìn ra chúng trái với đạo lí và thậm chí có phần bất lương. ENTP thường không cân nhắc những quan điểm cá nhân trong việc ra quyết định, họ nên chú ý đến những khía cạnh chủ quan của vấn đề. Đây là một vấn đề tiềm ẩn của ENTP. Mặc dù khả năng logic tiếp thêm sức mạnh và mục đích của ENTP nhưng đôi khi chúng có thể tách họ ra khỏi cảm xúc cá nhân và cô lập với những người khác.

Giác quan và Cảm xúc là hai mặt kém phát triển nhất của ENTP. Nếu Giác quan bị xao nhãng thì ENTP thường có xu hướng không quan tâm đến những khía cạnh chi tiết trong cuộc sống. Nếu Cảm xúc bị xao nhãng thì ENTP sẽ không đánh giá đúng giá trị của người khác, hoặc họ có thể trở nên thô lỗ và hung hăng.

Khi gặp căng thẳng, ENTP có thể mất đi khả năng tạo ra cơ hội, và bị ám ảnh bởi những chi tiết quá nhỏ nhặt. Với ENTP những chi tiết này cực kì quan trọng, nhưng trong thực tế thì nó chỉ là những điều nhỏ nhặt mà thôi.

Nhìn chung ENTP là những người nhìn xa trông rộng một cách lạc quan. Họ đánh giá cao kiến thức, và dành hầu hết thời gian tìm kiếm một sự am hiểu sâu sắc hơn. Họ sống trong một thế giới đầy tiềm năng, luôn hứng thú với những ý niệm chung, thử thách và khó khăn. Khi đương đầu với một vấn đề nào đó, họ rất giỏi tùy cơ ứng biến và nhanh chóng tìm ra một giải pháp sáng tạo. Sáng tạo, thông minh, tò mò và luôn thích đưa ra ý tưởng, cuộc sống của ENTP luôn tràn ngập những cơ hội tiềm năng.

Một vài ENTP nổi tiếng

Theodore "Teddy" Roosevelt – Tổng thống Mỹ

Thomas Edison – Nhà phát minh thiên tài

Lewis Carrol – Tác giả Alice in Wonderland

Tom Hanks – Diễn viên nổi tiếng

Céline Dion – Ca sĩ nổi tiếng

ENTP VÀ SỰ NGHIỆP

Cho dù bạn là một thanh niên đang tìm kiếm chỗ đứng trong xã hội, hay một người trưởng thành đang muốn biết xem mình đang đi đúng hướng hay không, thì điều quan trọng là bạn hiểu chính mình và những đặc điểm tính cách có khả năng tác động đến sự thành công hay thất bại của bạn trong những ngành nghề khác nhau. Và cũng không kém phần quan trọng là bạn hiểu được điều gì là thực sự có ý nghĩa đối với bạn. Khi được trang bị những hiểu biết về các điểm mạnh và điểm yếu của mình cùng với sự nhận thức về điều mà bạn thực sự coi trọng, thì bạn đang ở trong một tâm thế rất tốt để chọn cho mình một nghề nghiệp mà bạn cảm thấy xứng đáng.

Các ENTP thường có một số nét đặc trưng sau:

- Thích đưa ra dự án.
- Thích đưa ra ý tưởng và giả thuyết.
- Sáng tạo và khéo léo.
- Lanh lợi và có năng lực.
- Linh hoạt và đa dạng.
- Có khả năng giao tiếp tuyệt vời.
- Thích tranh luận với người khác.
- Kĩ năng đối nhân xử thế tuyệt vời.
- Có khả năng lãnh đạo bẩm sinh, nhưng không thích lãnh đạo.
- Không thích bị người khác lãnh đạo.
- Vui vẻ và đầy nhiệt huyết, có thể thúc đẩy những người khác.
- Đề cao kiến thức và năng lực.
- Logic, là người suy nghĩ có lý lẽ.
- Dễ dàng hiểu được những khái niệm và những luận thuyết khó.
- Thích giải quyết những vấn đề khó khăn.
- Không thích những kế hoạch làm việc cũng như môi trường làm việc bị hạn chế.
- Không thích những việc thường ngày và những việc lặt vặt.

ENTP là những người may mắn bởi họ sở hữu rất nhiều năng lực tiềm tàng. Nhìn chung ENTP rất giỏi với những thứ làm họ cảm thấy hứng thú. ENTP dường như thành công trên mọi lĩnh vực. Vì có nhiều sự lựa chọn đến với mình, ENTP dễ dàng chọn những công việc cho phép họ có được sự tự do cá nhân, công việc mà họ có thể sử dụng sự sáng tạo của mình để có những ý tưởng mới và giải quyết vấn đề. Họ sẽ không thoải mái khi bị đưa vào khuôn phép hoặc bị giới hạn.

Danh sách nghề nghiệp dưới đây được tạo ra dựa trên những cảm nhận về nghề nghiệp mà chúng tôi nghĩ rằng sẽ thích hợp cho một ENTP. Mục đích của nó là cho bạn một sự tham khảo chứ không phải là một bản danh sách chi tiết. Không có bất cứ một cam kết nào chứng tỏ rằng những sự nghiệp dưới đây sẽ phù hợp với bạn, bên cạnh đó cũng có thể sự nghiệp thích hợp nhất đối với bạn cũng nằm trong danh sách này.

Những gợi ý nghề nghiệp phù hợp với ENTP:

- Luật sư.
- Nhà tâm lý học.
- Doanh nhân.
- Thợ chụp ảnh.
- Cố vấn.
- Kỹ sư.
- Nhà khoa học.
- Diễn viên.
- Nhân viên đại diện bán hàng.
- Tiếp thị cá nhân.
- Lập trình viên, nhà phân tích cấu trúc dữ liệu, chuyên gia máy tính.

PHÁT TRIỂN NHÂN CÁCH CỦA ENTP
10 NGUYÊN TẮC ĐỂ ĐẠT THÀNH CÔNG

1. ***Trau dồi ưu điểm của mình.*** Năng khiếu nhìn thấu sự việc sẽ đem lại cho bạn khả năng làm hài lòng chính mình và người khác qua sự thông minh của bạn. Hãy đảm bảo rằng bạn tham gia những hoạt động và những việc có thể giúp bạn bộc lộ được tiềm năng này ở cấp độ có giá trị nhất.

2. ***Đối mặt với khuyết điểm của mình.*** Hãy chấp nhận những điểm mạnh cũng như điểm yếu của mình. Bằng cách đối mặt với những điểm yếu, bạn có thể vượt qua chúng và chúng sẽ ít có khả năng ảnh hưởng đến bạn.

3. ***Đề cập đến quan điểm của mình.*** Thảo luận với người khác về những gì bạn thấy sẽ giúp họ hiểu rõ bạn hơn, và cho bạn cơ hội để khám phá ra những phương hướng mà sự giúp đỡ của họ có thể cân bằng những ý tưởng của bạn.

4. ***Thư giãn và tận hưởng cuộc sống.*** Hãy bỏ thời gian để nhìn nhận lại những gì bạn có – những món quà mà cuộc sống đã đem đến cho bạn. Hãy cố gắng khám phá ra những giá trị và tầm quan trọng của những công việc hàng ngày, những công việc luôn hỗ trợ và nuôi dưỡng tâm hồn bạn.

5. ***Hãy cố gắng hiểu người khác.*** Hãy hiểu rằng mỗi người có cuộc sống và quan điểm của riêng mình. Mọi người đều có quyền đề nghị. Hãy cố gắng xác định tính cách của những người xung quanh mình.

6. ***Nhận ra những nguyên tắc và những kết cấu là điều cần thiết.*** Nên nhớ rằng nếu không có sự hỗ trợ và lòng trung thành từ những người xung quanh, không ai có thể theo đuổi những giấc mơ của mình cả. Con đường của bạn đã được sắp đặt, và mỗi hòn đá lót đường tạo nên một sự khác biệt trong nhu cầu con người về lòng

trung thành và sự bảo đảm. Nếu không bổ sung được kết cấu ấy, bạn sẽ không thể tiến xa.

7. ***Thoát ra khỏi vùng an toàn của bạn.***Hãy hiểu rằng cách duy nhất để hoàn thiện mình chính là thoát ra khỏi vùng an toàn của bạn. Nếu cảm thấy không thoải mái vì bị bế tắc, rất tốt vì đó là một cơ hội tốt cho bạn trưởng thành.

8. ***Lắng nghe và biểu lộ cảm xúc của mình.***Bạn có thể gặp khó khăn trong việc nhận ra những cảm xúc của mình, tuy nhiên việc này rất quan trọng. Đừng làm tổn thương người khác. Nếu xác định là mình đánh giá cao một người nào đó, hãy nói với họ mỗi khi bạn nghĩ đến nó. Đây là cách tốt nhất để họ cảm thấy an toàn trong tình thương của bạn, cũng như là cơ hội tốt để phát triển một mối quan hệ lâu dài.

9. ***Chịu trách nhiệm với chính bản thân mình.*** Hãy nhớ rằng không ai có thể điều khiển cuộc sống của bạn ngoài chính bạn. Đừng biến mình trở thành nạn nhân của những lời biện hộ.

10. ***Hãy tin tưởng vào những điều tốt đẹp nhất, nhưng nên thận trọng.*** Thái độ lạc quan gần như luôn tạo ra những tình huống lạc quan. Nên nhớ: để giữ chúng tồn tại và có giá trị, bạn phải cẩn thận lên kế hoạch xây dựng chúng trên những nền móng vững chắc.

ENTP VÀ CÁC MỐI QUAN HỆ

Là loại người tự nhiên, lạc quan và thoải mái, ENTP có thể làm mọi người xung quanh vui vẻ. Họ nhận được rất nhiều niềm vui và sự hài lòng từ việc gây ảnh hưởng với những người khác, đặc biệt trong việc tranh luận về những giả thuyết và ý niệm gây cho họ sự hứng thú. Họ cũng có xu hướng khởi xướng cuộc tranh luận bởi họ rất thích tranh cãi. Họ thường vui vẻ và thích giao du, cũng như rất quyến rũ. Họ gặp vấn đề trong việc đôi khi còn lơ là những mối quan hệ thân thiết khi tham gia vào một dự án hoặc một ý tưởng mới nào đó.

Những điểm mạnh của ENTP

- Nhiệt tình, lạc quan, được nhiều người biết đến.
- Có sức thuyết phục cao.
- Có khả năng giao tiếp tuyệt vời.
- Rất thích phát triển và nâng cao những mối quan hệ của họ.
- Thoải mái, linh hoạt và dễ dàng hòa nhập.
- Là người của ý tưởng, luôn làm việc với một kế hoạch hoặc ý tưởng tổng quát.
- Giỏi kiếm tiền nhưng không giỏi quản lí chúng.
- Luôn nghiêm túc trong những mối quan hệ.
- Có thể tiếp tục bước tiếp sau khi rời bỏ một mối quan hệ.

Điểm cần khắc phục của ENTP

- Luôn bị thu hút bởi cái mới và họ hay thay đổi người yêu thường xuyên.
- Có khuynh hướng đi lệch với kế hoạch và ý tưởng ban đầu.
- Tính thích tranh luận là nguyên nhân gây ra tranh cãi.
- Kiếm bao nhiêu tiêu bấy nhiêu, thường không kiểm soát được túi tiền của mình.
- Dù nghiêm túc nhưng họ sẽ từ bỏ những mối quan hệ mà sẽ không có cơ hội phát triển lâu dài.

Tóm Tắt Xu Hướng Tính Cách Theo Tên Gọi Từ Chữ Cái Của Nhóm:

ENTP: Hướng ngoại – Trực giác- Lý trí – Linh hoạt

E – Bạn thuộc nhóm tính cách Hướng ngoại:

Bạn có tính cách hướng ngoại trong cuộc sống và khi hướng nghiệp. Thế mạnh của bạn là luôn chứng tỏ bản lĩnh dấn thân trước mọi người. Thông thường, bạn dám đối đầu với thử thách và ít lùi bước trước khó khăn hiện hữu. Xu hướng khẳng định bản thân là chủ đích của bạn khi đối diện với thực tại. Tính hướng ngoại đó còn giúp bạn có thêm nhiều thuận lợi trong giao tiếp: rộng bang giao, dễ chia sẻ, dễ tiếp cận và hội nhập với những điều mới lạ ở nhiều nơi, không gò bó trong khuôn khổ chật hẹp… Nó cũng giúp bạn dễ thành công khi làm những công việc ở bên ngoài, ở nơi chộn rộn đông đúc, ở những tụ điểm cần phải giao tiếp rộng với số đông.

Nhưng, thế yếu của bạn lại là thiếu chiều sâu trong nhận thức và tâm thức, dễ hời hợt và nông cạn. Nội lực của bạn có bề nổi mà thiếu bề dày của trí tuệ và thiếu cả độ sâu sắc của tâm hồn. Do đó, trong hướng nghiệp và cuộc đời, bạn có thể giỏi về chiến thuật khi giải quyết việc trước mắt, mà chưa thể tinh anh và sắc sảo về tầm nhìn chiến lược nếu phải tính đến chuyện lâu dài. Chẳng những thế, do thiếu chiều sâu nên bạn ít có những tư duy trừu tượng và sáng tạo mang tính đột phá trong công việc. Làm việc theo nhóm thì hăng say, nhưng làm việc một mình thì bạn ưa nản.

Một số ngành nghề phù hợp với tính cách hướng ngoại: Thông tin, truyền thông, văn hóa, du lịch, công tác xã hội, chính trị, ngoại giao, kinh doanh, marketing, nghệ thuật biểu diễn…

Lưu ý: Nếu kết quả chỉ số Hướng nội và Hướng ngoại xấp xỉ bằng nhau thì về cơ bản, bạn có một tính cách trung hòa giữa hướng ngoại và hướng nội. Điều này cũng tốt, có khi rất tốt cho nhiều lĩnh vực trong quan hệ và việc làm.

N – Cách thức tìm hiểu và nhận thức thế giới của bạn thiên về Trực giác:

Theo chủ nghĩa nhân văn, bạn là người có một bản lĩnh thông tuệ và giàu ý thức hướng tới những giá trị cao thượng, vượt trên cái tầm thường. Tính cách hướng thượng đó đem lại cho bạn sự thanh cao trong tâm hồn và nhiều hiệu quả trong công việc. Bạn dễ dàng chấp nhận thua thiệt trước mắt để theo đuổi được cái lợi lâu dài. Với sự tôn trọng ý thức hơn bản năng, bạn thường có khuynh hướng thiên về những giá trị tinh thần hơn hưởng thụ vật chất. Trong cuộc sống và cách nhìn thế giới, bạn coi trọng nhân nghĩa hơn tiền tài, tôn trọng cả quá khứ và tương lai chứ không chỉ chú trọng đến hiện tại. Trong giao tiếp, bạn dễ kết thân với người đôn hậu, giàu lòng vị tha.

Đặc biệt, nhờ khả năng tập trung cao độ, nhờ vốn sống được tích lũy bằng tâm hồn nhân văn, nhất là nhờ năng lực tư duy chiều sâu và trí tưởng tượng phong phú, bạn dễ dàng đạt tới những đỉnh cao sáng tạo trong công việc. Ý thức sáng tạo và khả năng sáng tạo bậc cao sẽ là những điểm tựa vững chắc giúp bạn vượt qua nhiều thử thách, tạo nên nhiều cống hiến có giá trị.

Tuy nhiên, nếu không biết dung hòa giữa trực giác và ý thức, giữa cảm quan và suy nghĩ để lợi dụng thế mạnh của mỗi bên, bạn có thể bị hẫng hụt trong cách giải quyết vấn đề. Trong nhiều trường hợp, nếu không điều chỉnh kịp thời về mặt cảm xúc, bạn có thể sa vào trạng thái vô cảm hoặc cực đoan trong nhận thức và cả trong hành động. Tại đó, bạn hơi coi nhẹ những giá trị thực tế, quá đề cao những siêu giá trị về lý tưởng và tâm hồn. Cũng tại đó, bạn có phần coi thường những cảm xúc đời thường và những ý vị từ hơi thở cuộc sống. Sự sáng tạo của bạn cũng thiếu bén rễ từ đây – một suối nguồn của nhịp sống và của tư duy chiều sâu, nên ảnh hưởng không ít đến thành quả sáng tạo của chính bạn.

Một số ngành nghề, công việc phù hợp với người nhận thức thông qua trực giác: Với khả năng trực giác cao, bạn nên theo các nhóm ngành cần tính sáng tạo, tư duy phản biện ví dụ: nghiên cứu khoa học (tự nhiên, xã hội), công nghệ, các ngành nghề thuộc lĩnh vực nghệ thuật, định hướng chiến lược cho các công ty, tổ chức…

Lưu ý: Nếu kết quả các chỉ số trực giác và giác quan của bạn xấp xỉ bằng nhau thì về cơ bản, bạn có một tính cách trung hòa giữa trực giác và giác quan. Điều này cũng tương đối tốt ở mức độ bạn dễ tạo được sự cân bằng trong nhận thức, tránh chủ quan hoặc cực đoan khi đánh giá hay kiểm định một vấn đề.

T – Lý trí có tác động nhiều đến các quyết định và lựa chọn của bạn:

Bạn sống thiên về lý trí, nặng về nguyên tắc, đoan chính và cương trực, trật tự và nghiêm minh. Bạn không thích sự nới lỏng kỷ cương, càng không muốn ai vi phạm những quy ước. Bạn cũng tôn trọng tình cảm, nhưng có mức độ, càng không thể đặt tình cảm trên lý trí, không thể vì nhân nhượng tình cảm mà vượt qua nguyên tắc. Những người luôn mẫu mực và giữ đúng phép tắc trong quan hệ (cả quan hệ ứng xử và quan hệ làm việc) là bạn đồng hành chí cốt của bạn. Với bạn, người hợp tác mà không lấy lý trí làm trọng để ứng xử và làm việc thì đó là người yếu đuối, việc sẽ không thành và cuối cùng tình cảm cũng mất. Bởi vậy, đứng trước một vấn đề, bao giờ bạn cũng lấy lý trí ra để soi xét, cân nhắc hơn thiệt, sau đó mới chiếu cố đến tình cảm.

Tuy nhiên, sự nghiêm túc và tính cứng rắn của bạn nếu đi quá đà, không có sự mềm mỏng khi cần thiết, thiếu sự uyển chuyển khôn khéo để "lạt mềm buộc chặt" thì chẳng những tình cảm bị tổn thương mà công việc cũng đổ vỡ. Về mặt này, tính cách của bạn thể hiện một bản sắc xơ cứng, thiếu linh hoạt, không linh động giữa cương và nhu, giữa tình và lý, giữa kiên quyết và ôn hòa. Đây là nguyên nhân thất bại của rất nhiều trường hợp xử lý tình huống và giải quyết vấn đề từ việc nhỏ đến việc lớn. Trong hướng nghiệp và hợp tác khi hành nghề, người khôn ngoan là người biết dung hòa và kết hợp khéo léo các yêu cầu vừa nêu.

Một số ngành nghề phù hợp với người sống thiên về lý trí: Các ngành nghề kỹ thuật, khoa học, công nghệ, an ninh, quốc phòng, kinh doanh…

Lưu ý:Nếu chỉ số Lý trí và Tình cảm của bạn xấp xỉ bằng nhau thì về cơ bản, bạn có một tính cách cân bằng giữa tình và lý, cương và nhu, kiên quyết và ôn hòa… Đương nhiên, điều này rất tốt trong nhiều trường hợp nhưng không phải tốt với mọi trường hợp. Vấn đề là phải cân nhắc, lựa chọn kỹ khi nào phải đặt lý lên trên, khi nào tình ở trên và khi nào phải dung hòa.

P – Linh hoạt là phong cách sống và làm việc của bạn:

Trái với người hay nguyên tắc cứng nhắc, bạn là người ưa linh hoạt uyển chuyển trong đối nhân xử thế, kể cả cách tiến hành công việc. Tại đó, không chỉ tính nhân văn đã lên đỉnh cao trong tâm hồn bạn, mà tính sáng tạo cũng lấp lánh trong trí tuệ minh mẫn của bạn. Cuộc sống và sự nghiệp luôn động, nên tính cách của bạn cũng biến chuyển theo những chiều kích đó. Vì vậy, thông thường, bạn không ưa rập khuôn. Mọi nguyên tắc đặt ra chỉ phù hợp với trạng thái tĩnh, rập khuôn và xơ cứng. Cho nên, bạn thường có tâm lý muốn thoát khỏi mọi sự gò bó và đơn điệu. Sức giải phóng cho tính sáng tạo của bạn nhờ đó mà được thăng hoa.

Bạn nhìn mỗi người và mỗi việc theo trạng thái động, rất biện chứng. Tính cách này khiến bạn độ lượng hơn, bao dung hơn, vị tha hơn. Nó cũng khiến bạn chủ động suy nghĩ tìm tòi những giải pháp (cả giải pháp tình thế lẫn giải pháp chiến lược) cho những yêu cầu cải tiến công việc, nhất là khi cần vượt qua khủng hoảng.

Tuy nhiên, bạn cũng nên biết dè chừng và cảnh giác. Bởi vì, tâm lý học nhân cách và tâm lý học sáng tạo đều cho thấy, tính linh hoạt là "con ngựa hay mà cũng là con ngựa chướng". Nếu quá đà, tính linh hoạt sẽ biến thành "ngựa bất kham", bạn khó làm chủ được nó, khiến nó tung tẩy phá cách, phá rào vô tội vạ, làm hỏng việc và hỏng cả hình ảnh sáng láng của bạn trước mọi người. Bởi thế, kỹ năng biết làm chủ cảm xúc, làm chủ trí tuệ, làm chủ tâm hồn trước mọi động thái linh hoạt và sáng tạo... vẫn là những bí quyết thành công của người biết thành nhân.

Một số ngành nghề phù hợp với tính cách linh hoạt: Du lịch, thông tin truyền thông, văn hóa, chính trị, ngoại giao, công tác xã hội, nghệ thuật...

Lưu ý : Nếu chỉ số Nguyên tắc và Linh hoạt của bạn xấp xỉ bằng nhau, thì về cơ bản, bạn có một khả năng điều chỉnh để đạt được sự cân bằng giữa tính linh hoạt và tính nguyên tắc. Theo đó, bạn biết tùy cơ ứng biến để khi nào thì phải thượng tôn nguyên tắc, khi nào lại cần đến sự linh hoạt, và khi nào phải vận dụng cả hai. Thông thường trong công việc, phải vận dụng kết hợp cả tính nguyên tắc và tính linh hoạt là tốt hơn cả.

Bí quyết giao tiếp với người ENTP:

– Tập trung vào những ý tưởng sáng tạo

– Nhận nhiều câu hỏi từ người này – đừng ép họ đưa ra quyết định quá nhanh

– Hãy linh hoạt và đón nhận những đề xuất cho sự phát triển về sau

ESTJ: The Guardians – Người Giám Hộ

Hướng ngoại – Giác quan – Lý trí – Nguyên tắc

Những người thuộc nhóm ESTJ có lối sống chủ đạo là tư duy hướng ngoại, tức là họ xử lý mọi việc bằng lý trí và óc logic.

Ngoài ra, ESTJ còn có lối sống thứ hai thiên về giác quan hướng nội, họ cảm nhận thế giới bằng các giác quan một cách rõ ràng và cụ thể.

* MÔ TẢ CHUNG:

ESTJ thích hợp với trật tự và sự liên tục. Là người hướng ngoại, sự chú ý của họ hướng đến tổ chức con người, mà nó cụ thể hóa thành giám sát. Trong khi nhóm ENTJ thích tổ chức và điều động con người theo ý tưởng của chính họ, dựa trên một chương trình do chính họ vạch ra, thì ESTJ hài lòng với những quy tắc, luật lệ có sẵn, thông thường được định ra bởi một cấp có quyền cao hơn.

ESTJ là những người thích tụ tập. họ tìm kiếm những người có cùng sở thích trong các câu lạc bộ, hội đoàn, nhà thờ hay các tổ chức xã hội khác. Họ có nhu cầu được giao lưu cùng với các SJ khác. Gia đình cũng là một phần quan trọng của ESTJ, và việc tham gia vào các sự kiện như đám cưới, đám hỏi, hay các cuộc họp mặt gia đình đối với họ là rất cần thiết.

Truyền thống cũng rất quan trọng đối với các ESTJ. Họ nhớ rất kỹ các ngày lễ, sinh nhật, và các dịp kỷ niệm hang năm khác và tổ chức một cách long trọng. ESJT cũng có xu hướng tìm kiếm nguồn gốc của mình, họ cũng thích tra cứu trong gia phả để tìm ra các tổ tiên nổi tiếng.

Phục vụ, một biểu hiện cụ thể của trách nhiệm, cũng là một mối quan tâm chính của ESTJ. Họ phục vụ người khác rất tận tình và ngược lại cũng đòi hỏi nhận được dịch vụ chu đáo. Nếu là thương gia, các ESTJ sẽ cung cấp các dịch vụ rất đáng tin cậy và làm rất nhiều thứ để nâng cao hình ảnh của họ.

ESTJ rất nhạy cảm với tính chính thống. Phân lớn những đánh giá của họ đối với con người và sự việc phản ánh sư nhạy cảm của họ đối với những gì được coi là "bình thường" và không bình thường. Sự khôi hài của ESTJ thường xoay quanh những sự việc hoặc người có những hành động, cư xử "không bình thường"

ESTJ đề cao tính cần cù, chịu khó. Đối với họ, quyền lực, địa vị, và danh vọng phải có được từ lao động. Sự lười biếng ít khi nào được họ thông cảm.

ESTJ là những người trực tính, là con người của các nguyên tắc đã được nói rõ. ESJT sẵn sang đứng lên để ủng hộ những gì mà họ tin la đúng, ngay cả khi họ hầu như không có cơ hội chiến thắng. ESTJ dám làm những chuyện liều lĩnh.

Những nghề nghiệp có sức thu hút đối với ESTJ là giáo viên, huấn luyện viên, ngân hang, chính trị và quản lý (ở mọi cấp).

ESTJ sống trong thế giới của sự thực tế và những nhu cầu cụ thể. Họ sống với hiện tại, luôn luôn quan sát môi trường xung quanh mình để chắc chắn rằng mọi việc đều vận hành một cách trơn tru và chính xác. Họ tôn trọng truyền thống và pháp luật và có một hệ thống những chuẩn mực và niềm tin rõ ràng. Họ cũng trông mong điều đó ở những người khác, và họ sẽ không chấp nhận hoặc cảm thông với những người không coi trọng hệ thống này. ESTJ rất coi trọng năng lực và sự hiệu quả, họ rất thích được nhìn thấy những kết quả tức thì cho nỗ lực của mình.

ESTJ là những người luôn chịu trách nhiệm. Họ có một cái nhìn rõ ràng về cách mọi việc cần phải làm như thế nào, điều này hiển nhiên giúp họ đảm nhận vai trò của một nhà lãnh đạo. Họ rất tự tin và năng nổ. Đặc biệt, họ rất có tài trong việc nghĩ ra các hệ thống và những kế hoạch để hành động, cũng như có khả năng nhìn thấy được những bước cần phải làm để hoàn thành một nhiệm vụ cụ thể nào đó. Vì họ có những niềm tin rất mạnh mẽ, nên đôi khi họ có thể trở nên rất khắt khe và hay xét đoán người khác, và họ thường bộc lộ suy nghĩ của bản thân không chút e dè nếu như người nào đó không đạt tới chuẩn mực mà họ đề ra. Nhưng chí ít thì những biểu lộ của họ là chân thật bởi vì ESTJ là những cá nhân cực kỳ thẳng thắn và thành thật.

ESTJ thường là những công dân rất mẫu mực, và là cột trụ của xã hội. Họ rất coi trọng những cam kết, và họ tuân thủ theo những định nghĩa của chính họ về chuẩn mực của một "công dân tốt" một cách nghiêm túc. ESTJ rất thích tương tác với người khác và thích được vui đùa. ESTJ có thể trở nên rất hăng hái và vui tính tại những hoạt động xã hội, đặc biệt là những hoạt động hướng tới gia đình, xã hội và công việc.

ESTJ cần phải chú ý đến xu hướng trở nên quá cứng nhắc và cứ chăm chăm vào những tiểu tiết của mình. Do họ rất kiên định với hệ thống niềm tin của mình, nên điều quan trọng mà họ cần phải nhớ là cần phải tôn trọng ý kiến và quan điểm của người khác. Nếu họ không chú ý đến cảm xúc của bản thân, họ có thể gặp rắc rối trong việc đáp ứng những nhu cầu muốn kết thân của người khác, và họ còn có thể vô tình làm tổn thương cảm giác của họ bằng cách dùng óc logic và lý trí vào những việc mà đáng lẽ ra cần dùng đến cảm xúc nhiều hơn.

Khi bị stress, một ESTJ thường cảm thấy bị cô lập với người khác. Họ có cảm giác rằng mình bị hiểu lầm và bị đánh giá thấp, và rằng nỗ lực của họ bị xem nhẹ. Trong những tình huống bình thường thì ESTJ rất giỏi ăn nói cũng như không có vấn đề trong việc bộc lộ suy nghĩ, tuy nhiên khi đang bị stress thì họ gặp nhiều khó khăn trong việc diễn giải cảm xúc thành lời và diễn tả cho người khác hiểu cảm xúc đó.

ESTJ đánh giá cao sự an ninh và trật tự xã hội hơn hết thảy, và họ cảm thấy có trách nhiệm phải làm mọi thứ để đạt được mục đích này. Họ sẽ tham gia hoạt động xã hội, bầu cử và làm những việc có thể giúp cải thiện an ninh và trật tự xã hội.

ESTJ luôn nỗ lực hết mình trong hầu hết những việc mà họ làm. Trong công việc, hôn nhân cũng như trong xã hội, họ có thể làm tất cả mọi thứ với một nhiệt huyết mạnh mẽ nếu như họ nghĩ việc đó là cần thiết. Họ rất tận tâm, thực dụng, thực tế và đáng tin cậy. ESTJ có thể làm mọi thứ cần thiết để đạt được mục đích hay mục tiêu cụ thể nào đó. Bên cạnh đó, họ lại có thể không nhận ra hoặc đánh giá cao tầm quan trọng của những mục tiêu không nằm trong tầm nhìn thực tế của mình. Tuy nhiên, nếu như ESTJ có khả năng nhận ra mối liên quan của những mục tiêu đó với những liên hệ thực tế, chắc chắn rằng họ sẽ nỗ lực hết mình để thấu hiểu vấn đề và kết hợp chúng vào công cuộc thực hiện mục tiêu của mình.

Các ESTJ nổi tiếng:

Andrew Jackson – Tổng thống Mỹ

George W. Bush – Tổng thống Mỹ

John D. Rockefeller – Tỷ phú người Mỹ

Sam Walton – Người sáng lập WalMart

ESTJ VÀ SỰ NGHIỆP

Cho dù bạn là một thanh niên đang tìm kiếm chỗ đứng trong xã hội, hay một người trưởng thành đang muốn biết xem mình đang đi đúng hướng hay không, thì điều quan trọng là bạn hiểu chính mình và những đặc điểm tính cách có khả năng tác động đến sự thành công hay thất bại của bạn trong những ngành nghề khác nhau. Và cũng không kém phần quan trọng là bạn hiểu được điều gì là thực sự có ý nghĩa đối với bạn. Khi được trang bị những hiểu biết về các điểm mạnh và điểm yếu của mình cùng với sự nhận thức về điều mà bạn thực sự coi trọng, thì bạn đang ở trong một tâm thế rất tốt để chọn cho mình một nghề nghiệp mà bạn cảm thấy xứng đáng.

Các ESTJ thường có một số nét đặc trưng sau:

- Nhà lãnh đạo bẩm sinh – họ thích được dẫn đầu.
- Coi trọng an ninh và truyền thống.
- Trung thành.
- Chăm chỉ và đáng tin cậy.
- Năng động và khỏe mạnh.
- Có một hệ thống rõ ràng về những chuẩn mực và niềm tin.

- Không thích sự thiếu năng lực và kém hiệu quả.
- Khả năng tổ chức tuyệt vời.
- Thích thú trong việc xây dựng trật tự và cấu trúc.
- Rất chu đáo.
- Sẽ theo đuổi các dự án cho đến khi hoàn thành thì thôi.
- Thẳng thắn và trung thực.
- Khát khao được hoàn thành nghĩa vụ của mình.

ESTJ có rất nhiều lựa chọn trong nghề nghiệp của họ. Họ rất giỏi trong nhiều việc khác nhau bởi vì họ luôn luôn dồn hết tâm trí và sức lực để làm cho mọi thứ thật tốt đẹp. Họ sẽ thấy thoải mái nhất khi giữ vai trò lãnh đạo, bởi vì họ có xu hướng tự nhiên trong việc lãnh trách nhiệm. ESTJ thích hợp nhất cho những công việc đòi hỏi phải thiết lập trật tự và cấu trúc.

Danh sách nghề nghiệp dưới đây được tạo ra dựa trên những cảm nhận về nghề nghiệp mà chúng tôi nghĩ rằng sẽ thích hợp cho một ESTJ. Mục đích của nó là cho bạn một sự tham khảo chứ không phải là một bản danh sách chi tiết. Không có bất cứ một cam kết nào chứng tỏ rằng những sự nghiệp dưới đây sẽ phù hợp với bạn, bên cạnh đó cũng có thể sự nghiệp thích hợp nhất đối với bạn cũng nằm trong danh sách này.

Những gợi ý nghề nghiệp phù hợp với ESTJ

- Lãnh đạo quân đội
- Quản lý
- Cảnh sát/ Thám tử
- Quan tòa
- Nhân viên kế toán
- Nhà giáo
- Bán hàng

PHÁT TRIỂN NHÂN CÁCH CỦA ESTJ
10 NGUYÊN TẮC ĐỂ ĐẠT THÀNH CÔNG

1. *Trau dồi ưu điểm của mình!* Bạn được trao cho một khả năng tuyệt vời để tạo ra những phép tắc xử thế hợp lý vượt hẳn trải nghiệm bản thân mình. Hãy cho phép những nguyên tắc đó được phát triển hết mức có thể bằng cách tạo ra chúng với sự cân nhắc kĩ càng bằng những thông tin sẵn có.

2. *Đối mặt với điểm yếu của mình!* Hãy chấp nhận khuyết điểm của mình, và cố gắng vượt qua chúng. Đặc biệt, bạn phải chống lại xu hướng phán xét một cách quá nhanh, và nhớ rằng việc cân nhắc cảm xúc của người khác là rất quan trọng.

3. *Hãy suy xét thật kĩ về những dữ kiện hoặc viết chúng ra*. Bạn cần phải suy xét kĩ càng để quyết định những nguyên tắc hợp lý mà mình sẽ làm theo. Diễn đạt hoặc viết chúng ra giấy có thể sẽ là một công cụ tốt cho bạn.

4. *Thấu hiểu mọi thứ*. Đừng bỏ qua các ý tưởng ban đầu chỉ vì bạn nghĩ rằng bạn đã biết kết quả rồi. Hãy lắng nghe để hiểu biết lẫn nhau.

5. *Khi bạn giận dữ, bạn thất bại*. Sự kiên định đối với những nguyên tắc của bạn rất đáng ngưỡng mộ nhưng nó có thể gây hại cho bạn nếu bạn rơi vào cái "Bẫy Giận Dữ". Hãy nhớ rằng cơn giận sẽ phá hoại các mối quan hệ cá nhân của bạn, và có thể làm tổn thương sâu sắc đến người khác. Suy xét thật kỹ sự tức giận của bạn trước khi bạn trút nó lên đầu người khác. Sự bất đồng và thất vọng chỉ có thể được kiểm soát bằng một thái độ khách quan và bình thản.

6. *Hãy là chính bạn trong các mối quan hệ*. Đừng mong rằng mình sẽ trở thành một người đa cảm hoặc nồng nhiệt quá mức. Hãy nhận ra rằng những mối quan hệ vững chắc nhất của bạn với người khác sẽ bắt nguồn từ lý trí, chứ không phải từ tình cảm. Bạn nghĩ rằng hành động của bạn sẽ nói thay tình cảm của bạn, nhưng đối với một số người thì như vậy là chưa đủ. Hãy quan tâm đến nhu cầu tình cảm của mọi người, hãy thể hiện tình cảm và sự tôn trọng chân thành đối với họ bằng chính con người thật của bạn. Luôn là chính mình, bạn nhé!

7. *Chịu trách nhiệm với chính bản thân mình.* Đừng đổ lỗi những rắc rối trong cuộc sống của mình lên đầu người khác. Hãy bình tâm tìm kiếm giải pháp. Không ai có thể kiểm soát cuộc sống của bạn tốt hơn bạn.

8. *Hãy khiêm tốn.* Đánh giá bản thân nghiêm khắc như bạn đánh giá người khác vậy.

9. *Kiềm chế ham muốn kiểm soát người khác.* Bạn không thể nào ép người khác tán thành với lối suy nghĩ của mình được. Có thể bạn nghĩ rằng mình biết điều gì tốt nhất cho người khác, nhưng thật ra điều mà bạn biết chỉ là "làm thế nào họ có thể làm tốt nhất" dựa trên những quan điểm mà bạn cho là đúng mà thôi. Bạn muốn sống theo ước muốn của bạn thì họ cũng vậy mà thôi. Thay vì đánh giá hoặc kiểm soát họ, hãy tập trung khả năng phán xét của mình để tạo ra những nguyên tắc mang tính khách quan thì tốt hơn.

10. *Hãy dành thời gian cho bản thân mình.* Hãy cho phép phần nội tâm của bạn được phát triển. Bạn sẽ thấy rất nhiều lợi ích của việc cân bằng cả bên trong lẫn bên ngoài.

ESTJ VÀ CÁC MỐI QUAN HỆ

ESTJ rất nhiệt huyết. Họ khát khao muốn được hoàn thành nhiệm vụ và nghĩa vụ của mình, đặc biệt là khi chúng liên quan tới gia đình. Ưu tiên của họ thông thường theo thứ tự sau: chúa trời, gia đình và cuối cùng là bạn bè. Họ cố gắng nỗ lực hết mình để hoàn thành công việc mà mình được giao dựa trên thứ tự ưu tiên trên. Họ rất tận tâm và luôn có trách nhiệm trong các mối quan hệ của mình mà họ cho rằng chúng sẽ kéo dài mãi mãi và không thể thay đổi được. Họ thích được dẫn đầu, nên có thể rất hay kiểm soát người bạn đời và con cái của mình. Họ có một sự kính trọng đối với truyền thống và thể chế, họ cũng kỳ vọng rằng người bạn đời và con cái của mình cũng ủng hộ những điều này. Họ chẳng có thời gian cũng như mong muốn giao tiếp với những người không cùng quan điểm với ESTJ.

Điểm mạnh của ESTJ

* Thường hăng hái, lạc quan và thân thiện.
* Kiên định và đáng tin tưởng, họ có thể tăng cao sự an toàn cho gia đình của họ.
* Nỗ lực hết mình để hoàn thành nhiệm vụ và bổn phận của mình.
* Có trách nhiệm trong những công việc ở nhà.
* Rất biết cách sử dụng tiền bạc (mặc dù có chút bảo thủ).
* Không dễ bị ảnh hưởng bởi xung đột hoặc chỉ trích.
* Thích thú trong việc tìm giải pháp cho những xung đột hơn là lơ nó đi.
* Rất nghiêm túc trong các cam kết của mình, và mong muốn tìm kiếm những mối quan hệ lâu dài.
* Có khả năng đứng dậy sau một mối quan hệ đổ vỡ.
* Có khả năng đưa ra hình thức kỷ luật khi cần thiết.

Điểm yếu của ESTJ

* Có xu hướng nghĩ rằng mình luôn luôn đúng.
* Có xu hướng lúc nào cũng muốn lãnh đạo người khác.
* Không chịu nổi sự thiếu hiệu quả và tùy tiện.
* Không dễ đồng cảm với người khác.
* Không giỏi lắm trong việc bộc lộ cảm nghĩ và cảm xúc của mình.
* Có thể vô ý làm tổn thương người khác bằng những câu nói thiếu nhạy cảm.
* Tư duy theo chủ nghĩa duy vật và giai cấp.
* Đa số đều cảm thấy không thoải mái với sự thay đổi, cũng như chuyển đến một khu vực hoàn toàn mới.

Tóm Tắt Xu Hướng Tính Cách Theo Tên Gọi Từ Chữ Cái Của Nhóm:

ESTJ: Hướng ngoại – Giác quan – Lý trí – Nguyên tắc

E – Bạn thuộc nhóm tính cách Hướng ngoại:

Bạn có tính cách hướng ngoại trong cuộc sống và khi hướng nghiệp. Thế mạnh của bạn là luôn chứng tỏ bản lĩnh dấn thân trước mọi người. Thông thường, bạn dám đối đầu với thử thách và ít lùi bước trước khó khăn hiện hữu. Xu hướng khẳng định bản thân là chủ đích của bạn khi đối diện với thực tại. Tính hướng ngoại đó còn giúp bạn có thêm nhiều thuận lợi trong giao tiếp: rộng bang giao, dễ chia sẻ, dễ tiếp cận và hội nhập với những điều mới lạ ở nhiều nơi, không gò bó trong khuôn khổ chật hẹp… Nó cũng giúp bạn dễ thành công khi làm những công việc ở bên ngoài, ở nơi chộn rộn đông đúc, ở những tụ điểm cần phải giao tiếp rộng với số đông.

Nhưng, thế yếu của bạn lại là thiếu chiều sâu trong nhận thức và tâm thức, dễ hời hợt và nông cạn. Nội lực của bạn có bề nổi mà thiếu bề dày của trí tuệ và thiếu cả độ sâu sắc của tâm hồn. Do đó, trong hướng nghiệp và cuộc đời, bạn có thể giỏi về chiến thuật khi giải quyết việc trước mắt, mà chưa thể tinh anh và sắc sảo về tầm nhìn chiến lược nếu phải tính đến chuyện lâu dài. Chẳng những thế, do thiếu chiều sâu nên bạn ít có những tư duy trừu tượng và sáng tạo mang tính đột phá trong công việc. Làm việc theo nhóm thì hăng say, nhưng làm việc một mình thì bạn ưa nản.

Một số ngành nghề phù hợp với tính cách hướng ngoại: Thông tin, truyền thông, văn hóa, du lịch, công tác xã hội, chính trị, ngoại giao, kinh doanh, marketing, nghệ thuật biểu diễn…

Lưu ý: Nếu kết quả chỉ số Hướng nội và Hướng ngoại xấp xỉ bằng nhau thì về cơ bản, bạn có một tính cách trung hòa giữa hướng ngoại và hướng nội. Điều này cũng tốt, có khi rất tốt cho nhiều lĩnh vực trong quan hệ và việc làm.

S – Cách thức tìm hiểu và nhận thức thế giới của bạn thiên về Giác quan:

Bạn là người rất thực tế, không chỉ giàu óc thực tế mà chủ yếu là lấy thực tế làm phương châm sống của mình. Đây là một điểm mạnh trong tính cách của bạn, bạn không thích sự mơ hồ và huyền ảo, càng không thích những lý thuyết xa vời hay sự hứa hẹn viễn vông. Với bạn, chỉ có thực tiễn sống động là câu trả lời đáng tin nhất. Bởi thế, bạn thường lao vào làm việc hơn đọc sách, thích lăn lộn ở hiện trường hơn ngồi một chỗ để nghiên cứu. Nếu phải nghiên cứu khảo sát, bạn thiên về định lượng hơn định tính khi kiểm định một vấn đề.

Tuy nhiên, bạn chưa thấy rõ mình đang non yếu về năng lực tư duy chiều sâu, nhất là về ý thức nhìn xa trông rộng. Tuy khá mạnh về chiến thuật xử lý trong công việc, nhưng bạn thiếu hẳn một tầm nhìn chiến lược. Bởi thế, bạn dễ dành được những cái lợi trước mắt, nhưng bị tổn thất những lợi ích lâu dài, mà chính cái lợi lâu dài mới là cơ bản. Mặt khác, do tầm nhìn hạn hẹp và thiếu ý thức chiều sâu nên bạn khó thấy được những bài học sai lầm của quá khứ hoặc những định hướng cao đẹp của tương lai. Điều đó khiến bạn không có một căn bản để lấy đà khi cần tiến xa. Hơn thế, bạn thiếu luôn cả óc tưởng tượng sáng tạo khi cần phải hoạch định công việc hay xử lý một vấn đề mang tầm vĩ mô.

Một số ngành nghề phù hợp với người nhận thức thiên về giác quan: Các ngành nghề kỹ thuật, các nghề thợ, nhân viên văn phòng…

Lưu ý: Nếu kết quả các chỉ số trực giác và giác quan của bạn xấp xỉ bằng nhau thì về cơ bản, bạn có một tính cách trung hòa giữa trực giác và giác quan. Điều này cũng tương đối tốt ở mức độ bạn dễ tạo được sự cân bằng trong nhận thức, tránh chủ quan hoặc cực đoan khi đánh giá hay kiểm định một vấn đề.

T – Lý trí có tác động nhiều đến các quyết định và lựa chọn của bạn:

Bạn sống thiên về lý trí, nặng về nguyên tắc, đoan chính và cương trực, trật tự và nghiêm minh. Bạn không thích sự nới lỏng kỷ cương, càng không muốn ai vi phạm những quy ước. Bạn cũng tôn trọng tình cảm, nhưng có mức độ, càng không thể đặt tình cảm trên lý trí, không thể vì nhân nhượng tình cảm mà vượt qua nguyên tắc. Những người luôn mẫu mực và giữ đúng phép tắc trong quan hệ (cả quan hệ ứng xử và quan hệ làm việc) là bạn đồng hành chí cốt của bạn. Với bạn, người hợp tác mà không lấy lý trí làm trọng để ứng xử và làm việc thì đó là người yếu đuối, việc sẽ không thành và cuối cùng tình cảm cũng mất. Bởi vậy, đứng trước một vấn đề, bao giờ bạn cũng lấy lý trí ra để soi xét, cân nhắc hơn thiệt, sau đó mới chiếu cố đến tình cảm.

Tuy nhiên, sự nghiêm túc và tính cứng rắn của bạn nếu đi quá đà, không có sự mềm mỏng khi cần thiết, thiếu sự uyển chuyển khôn khéo để "lạt mềm buộc chặt" thì chẳng những tình cảm bị tổn thương mà công việc cũng đổ vỡ. Về mặt này, tính cách của bạn thể hiện một bản sắc xơ cứng, thiếu linh hoạt, không linh động giữa cương và nhu, giữa tình và lý, giữa kiên quyết và ôn hòa. Đây là nguyên nhân thất bại của rất nhiều trường hợp xử lý tình huống và giải quyết vấn đề từ việc nhỏ đến việc lớn. Trong hướng nghiệp và hợp tác khi hành nghề, người khôn ngoan là người biết dung hòa và kết hợp khéo léo các yêu cầu vừa nêu.

Một số ngành nghề phù hợp với người sống thiên về lý trí: Các ngành nghề kỹ thuật, khoa học, công nghệ, an ninh, quốc phòng, kinh doanh…

Lưu ý: Nếu chỉ số Lý trí và Tình cảm của bạn xấp xỉ bằng nhau thì về cơ bản, bạn có một tính cách cân bằng giữa tình và lý, cương và nhu, kiên quyết và ôn hòa… Đương nhiên, điều này rất tốt trong nhiều trường hợp nhưng không phải tốt với mọi trường hợp. Vấn đề là phải cân nhắc, lựa chọn kỹ khi nào phải đặt lý lên trên, khi nào tình ở trên và khi nào phải dung hòa.

J – Nguyên tắc là phong cách sống và làm việc của bạn:

Tính nguyên tắc bất di bất dịch thường là "hòn đá tảng" trong thái độ sống và phong cách sống của bạn. Bạn lấy nguyên tắc và mọi quy phạm làm tiêu chí hàng đầu để lựa chọn cách ứng xử trước mọi tình huống, mọi típ người và mọi công việc. Cho nên, với nhiều trường hợp, bạn đã rất thành công vì được việc. Trong cuộc sống và sự nghiệp, một tính cách biết tôn trọng nguyên tắc là một tính cách mạnh, thể hiện một bản lĩnh vững vàng trước nhiều thử thách cam go. Nhờ tính cách này, bạn sẵn sàng nói không với cái xấu, hơn thế, bạn có sức đề kháng với sự tấn công của môi trường xấu và nhiều cạm bẫy. Cũng nhờ đó, bạn đã tự vượt lên chính mình, tự chiến thắng mình trong khi nhiều người khác không được vậy.

Tuy thế, nếu quá đà và nhất là nếu không đủ tỉnh táo, bạn dễ trở nên cực đoan, xơ cứng với cách tuân thủ máy móc, ứng xử máy móc, giải quyết máy móc theo những khuôn mẫu máy móc của mọi nguyên tắc vốn dĩ nó mang tính chất lạnh lùng! Nếu nguyên tắc là khuôn vàng thước ngọc thì cũng có những loại thước đo ngoài khuôn vàng đó ít lạnh lùng hơn, có tính "ấm êm và mềm mại" hơn. Nghĩa là, bên cạnh những nguyên tắc xơ cứng (có khi rất chuẩn) của sự đời, vẫn có những cách nghĩ và cách làm uyển chuyển hơn, dịu dàng hơn mà vẫn bảo tồn được cái hay của nhiều phía. Đó là tính nhân văn khi vận dụng nguyên tắc. Trong khoa học về sáng tạo, người ta gọi đó là tùy cơ ứng biến. Trong tâm lý học ứng dụng, gọi đó là sự linh hoạt.

Một số ngành nghề phù hợp với phong cách sống nguyên tắc: Nghiên cứu khoa học, các ngành kỹ thuật, quân sự, an ninh, quản lý/ kinh tế/ tài chính…

Lưu ý :Nếu chỉ số Nguyên tắc và Linh hoạt của bạn xấp xỉ bằng nhau, thì về cơ bản, bạn có một khả năng điều chỉnh để đạt được sự cân bằng giữa tính linh hoạt và tính nguyên tắc. Theo đó, bạn biết tùy cơ ứng biến để khi nào thì phải thượng tôn nguyên tắc, khi nào lại cần đến sự linh hoạt, và khi nào phải vận dụng cả hai. Thông thường trong công việc, phải vận dụng kết hợp cả tính nguyên tắc và tính linh hoạt là tốt hơn cả.

Bí quyết giao tiếp với người ESTJ:

– Tôn trọng cảm nhận của họ! Nhìn sâu vào mắt họ để trả lời câu hỏi của họ

– Hãy nói với nhau những điểm đã được thỏa thuận trước

– Hãy trình bày rõ ràng và cụ thể – có thể liệt kê các bước ra nếu cần

ESFJ: The Caregivers – Người Chăm Sóc

Hướng ngoại – Giác quan – Tình cảm – Nguyên tắc

Những người thuộc nhóm ESFJ có lối sống chủ đạo là cảm xúc hướng ngoại, tức là họ cảm nhận thế giới qua cảm xúc của mình và những điều đó được thế giới quan của họ phản ánh như thế nào.

Ngoài ra ESFJ còn có một lối sống thứ hai thiên về giác quan hướng nội, nghĩa là họ cảm nhận mọi việc qua năm giác quan của mình một cách cụ thể và rõ ràng.

* MÔ TẢ CHUNG:

Là người bảo trợ cho các buổi lễ sinh nhật, hội hè, … ESFJ yêu thích các cuộc vui. Họ rất thích tham gia các buổi lễ hội truyền thống và sẵn sàng đứng ra tổ chức.

Khi tất cả mọi người đều ngang hàng với nhau, ESFJ thích đứng ra nhận trách nhiệm. Họ có nhìn ra vấn đề một cách rõ ràng, phân công công việc một cách dễ dàng, làm việc chăm chỉ, và vui chơi bằng tất cả sự đam mê.

ESFJ, cũng như các SJ khác, rất tôn trọng và tin tưởng những người lớn tuổi, giàu kinh nghiệm hoặc có thâm niên. Họ rất tận tâm giúp đỡ người khác và cũng cho rằng người khác sẽ sẵn sàng giúp đỡ họ.

ESFJ rất dễ bị tổn thương. Và khi họ bị tổn thương, họ không thể đè nén cảm xúc. Họ là những người rất dễ mến và thân thiện, nhưng không kiềm chế được khi bị làm phật ý hoặc không hài lòng. Một số ESFJ có thể định hướng những cảm xúc mạnh mẽ này để cho ra những màn trình diễn "để đời" trên sân khấu hoặc trên màn bạc.

ESFJ cũng hay bị thiêu đốt bởi các cảm xúc mạnh mẽ và mâu thuẫn. Cảm giác về đúng sai của họ bị giằng xé bởi lòng nhân từ và bác ái. Cảnh tượng ESFJ tự đấu tranh với chính bản thân rất đáng chú ý. Mỗi khi cần có quyết định (nhất là khi quyết định đó tạo ra mâu thuẫn, xung đột), đảm bảo sẽ có một cuộc đấu tranh giữa các giá trị đúng/sai bên trong ESFJ. Đầu tiên là một quyết định "vững chắc" dựa trên lẽ phải, sau đó đổi thành một quyết định dựa trên quan điểm thận trọng để đề phòng các thái độ thù địch…

ESFJ cảm thấy nguy hiểm ở khắp nơi – vi trùng, thời tiết, tật xấu trong con người, tính xảo quyệt – tất cả đều đáng nghi ngờ : ESFJ là những người siêu cảnh giác. Nhờ những đức tính này ESFJ có thể cực kỳ thành công trong ngành y tế hoặc giáo dục ở bậc tiểu học.

ESFJ rất thương người. Họ rất thân thiện và ấm áp. Họ sử dụng hai tính cách "Cảm xúc" và "Phán xét" để lấy những thông tin đặc biệt và chi tiết từ người khác và chuyển chúng thành những phán xét hỗ trợ. Họ có khả năng đặc biệt có thể làm bộc lộ được những mặt tốt của người khác. Họ nhanh chóng hiểu người khác nghĩ gì cũng như nắm bắt được ý kiến của mọi người. Mong muốn được yêu quí và có được những điều tốt đẹp đã thúc đẩy ESFJ nhiệt tình giúp đỡ mọi người. Mọi người muốn ở quanh ESFJ, bởi ESFJ có một khả năng đặc biệt là luôn làm cho người khác có ấn tượng tốt về mình.

ESFJ là người có trách nhiệm cao và luôn độc lập trong mọi việc. Họ đề cao sự an toàn và ổn định, và luôn quan tâm đến những điều chi tiết nhất trong cuộc sống. Họ nhìn thấy được những gì cần phải làm, và sẽ làm mọi thứ để đảm bảo công việc đó được hoàn tất. Họ có hứng thú cũng như rất thành thạo khi làm những công việc này.

ESFJ rất ấm áp và tràn đầy năng lượng. Họ cần sự ủng hộ từ mọi người để cảm thấy tự hào về chính mình. Họ cảm thấy đau buồn khi nhận được sự thờ ơ và bản thân họ không hiểu tại sao con người lại tàn nhẫn với nhau. Họ là người luôn biết cho đi và một khi thấy người khác hạnh phúc, họ sẽ cảm thấy tự mình vui vẻ và thỏa mãn. Họ muốn bản thân mình và những gì mình cho đi được trân trọng và được đánh giá cao. Họ luôn nhạy cảm với mọi người, và sẵn sàng cho đi sự quan tâm thiết thực. ESFJ là mẫu người điển hình của sự quan tâm, và họ sẽ gặp khó khăn trong việc nhìn ra hoặc chấp nhận sự thật không tốt về những người mà họ luôn dành nhiều tình cảm.

Bị cảm xúc chi phối tính cách của mình, ESFJ luôn chú trọng việc thấu hiểu người khác. Họ có nhu cầu rất mạnh mẽ muốn được yêu thương và muốn được ở vị trí quản lý. Họ rất nhạy cảm trong việc thấu hiểu người khác, và họ thường thay đổi cách cư xử của mình để làm hài lòng hơn với những người ngay lúc đó đang ở bên cạnh họ.

Hệ thống giá trị của ESFJ được xác định rõ ràng. Họ thường có những ý tưởng chính xác về mọi việc nên như thế nào, và không ngần ngại bày tỏ ý kiến của mình. Tuy vậy, hệ thống giá trị và đạo đức được họ đặt nặng lên thế giới bên ngoài hơn là đặt lên hệ thống giá trị của riêng họ. Có thể họ có một hệ thống luân thường đạo lý của riêng mình, nhưng nó lại được hình thành từ cộng đồng xung quanh hơn là những giá trị của chính họ.

Những ESFJ được lớn lên và nuôi dạy trong một môi trường với hệ thống giá trị đạo đức tinh túy sẽ là những con người nhân hậu, có tâm hồn rộng lượng và sẵn sàng cho bạn tất cả những gì họ có mà không phải đắn đo gì. Lòng vị tha của họ luôn chân thành và thuần khiết. Những ESFJ không có cơ hội phát triển những giá trị của riêng mình dựa trên những nguyên tắc của thế giới bên ngoài có thể sẽ tạo ra và phát triển những nguyên tắc có vấn đề. Trong những trường hợp như vậy, hầu hết ESFJ thường tin vào những giá trị lệch lạc của họ. Họ không hề có sự hiểu biết gì về những giá trị có thể giúp họ tốt hơn. Trong trường hợp phải cân nhắc những giá trị của mình để ra quyết định, họ sẽ tìm thấy nhiều hỗ trợ cho bất kì sự vi phạm về đạo đức nào mà họ muốn bào chữa. Những ESFJ này thật sự nguy hiểm. Cảm xúc hướng ngoại dẫn dắt họ làm chủ cảm xúc và hành động, còn sự thiếu hụt trực giác ngăn cản họ nhìn nhận vấn đề một cách bao quát. Họ thường rất nổi tiếng và giỏi giao tiếp với mọi người, cũng như giỏi lôi kéo người khác. Không giống người anh em ENFJ, họ không có được trực giác để hiểu được hệ quả của hành động mình gây ra. Họ có xu hướng lôi kéo người khác để đạt được kết quả mình mong muốn, ngay cả khi họ tin rằng mình đang làm theo một hệ thống chuẩn mực đạo đức.

Tất cả ESFJ đều có xu hướng tự nhiên trong việc muốn điều khiển được môi trường xung quanh mình. Ưu thế về cảm xúc hướng ngoại của họ đòi hỏi một kết cấu và tổ chức chặt chẽ, cũng như sự kín đáo. ESFJ hầu hết đều thích hợp với môi trường làm việc có trật tự. Họ không thích làm những công việc trừu tượng, có những định nghĩa lý thuyết, hoặc những phân tích chung chung. Trong cuộc sống của mình, ESFJ nên lưu ý việc muốn điều khiển những người không thích bị người khác quản lí.

ESFJ tôn trọng và tin tưởng luật lệ của chính quyền, và họ nghĩ những người khác cũng nên như vậy. Họ theo truyền thống và thích làm theo lề thói cũ hơn là mạo hiểm theo phương cách mới. Nhu cầu được an toàn đẩy đưa họ chấp nhận và tuyệt đối tuân theo những chính sách của hệ thống luật pháp có sẵn. Điều này làm họ đôi khi mù quáng tuân theo luật mà không cần đặt nghi vấn hoặc hiểu chút gì về chúng.

Những ESFJ lớn lên trong môi trường phát triển kém lí tưởng thường dễ dao động, tất cả những gì họ chú tâm là làm sao để người khác hài lòng. Họ cũng có thể rất tự chủ, hoặc quá nhạy cảm và tưởng tượng ra những ý định xấu dù mọi thứ chẳng có gì.

ESFJ thường gắn với nhiều đặc điểm liên quan đến người phụ nữ trong xã hội của chúng ta. Tuy nhiên, những người đàn ông ESFJ lại thường không xuất hiện với dáng vẻ phụ nữ. Ngược lại, ESFJ luôn nhận thức được vai trò của nam giới cũng như phụ nữ và họ sẽ làm đúng với vai trò của mình trong xã hội này. Những ESFJ nam giới rất nam tính (mặc dù vẫn khá nhạy cảm khi bạn đã khá hiểu họ) và phụ nữ ESFJ cũng rất nữ tính.

ESFJ luôn ấm áp, cảm thông, hay giúp đỡ, hợp tác, khéo léo, thực tế, thấu đáo, kiên định, có tổ chức, nhiệt tình và tràn đầy năng lượng. Họ thích truyền thống và sự an ninh, tìm kiếm sự cân bằng trong cuộc sống mà họ có thể giao thiệp và giữ liên lạc với bạn bè và gia đình.

Các ESFJ nổi tiếng

William J. Clinton – Tổng thống Mỹ

Desi Arnaz – Nhạc sĩ, diễn viên và nhà biên tập phim

Mary Tyler Moore – Diễn viên nữ nổi tiếng

Dixie Carter – Diễn viên nữ nổi tiếng

Nancy Kerrigan – Diễn viên trượt băng nghệ thuật nổi tiếng

ESFJ VÀ SỰ NGHIỆP

Cho dù bạn là một thanh niên đang tìm kiếm chỗ đứng trong xã hội, hay một người trưởng thành đang muốn biết xem mình đang đi đúng hướng hay không, thì điều quan trọng là bạn hiểu chính mình và những đặc điểm tính cách có khả năng tác động đến sự thành công hay thất bại của bạn trong những ngành nghề khác nhau. Và cũng không kém phần quan trọng là bạn hiểu được điều gì là thực sự có ý nghĩa đối với bạn. Khi được trang bị những hiểu biết về các điểm mạnh và điểm yếu của mình cùng với sự nhận thức về điều mà bạn thực sự coi trọng, thì bạn đang ở trong một tâm thế rất tốt để chọn cho mình một nghề nghiệp mà bạn cảm thấy xứng đáng.

Các ESFJ thường có một số nét đặc trưng sau:

- Có tổ chức.
- Trung thành.
- Đáng tin cậy.
- Thích sáng tạo trật tự, cấu trúc và thời khóa biểu.
- Thích gây ảnh hưởng với những người khác.
- Ấm áp và dễ cảm thông.
- Có xu hướng ưu tiên nhu cầu của người khác.
- Rất thạo việc chăm sóc người khác.
- Rất hợp tác, là một thành viên tốt khi làm việc nhóm.
- Thực tế.
- Đề cao cuộc sống an toàn và thanh bình.
- Thích sự đang dạng, làm tốt những công việc thường.
- Cần sự chấp nhận của người khác.
- Cảm thấy hài lòng khi cho đi.

- Sống thực tế – không thích những gì thuộc về tương lai.

ESFJ thường có hai đặc điểm chính có thể giúp họ tìm ra hướng đi đúng cho mình: 1) họ cực kì có tổ chức và thích sáng tạo sự trật tự, và 2) họ cảm thấy hài lòng khi cho đi và giúp đỡ người khác. Vì vậy, họ sẽ làm tốt những công việc liên quan đến sáng tạo hoặc duy trì sự trật tự và cấu trúc, và họ sẽ cảm thấy thoải mái nhất khi làm những công việc phục vụ mọi người.

Danh sách nghề nghiệp dưới đây được tạo ra dựa trên những cảm nhận về nghề nghiệp mà chúng tôi nghĩ rằng sẽ thích hợp cho một ESFJ. Mục đích của nó là cho bạn một sự tham khảo chứ không phải là một bản danh sách chi tiết. Không có bất cứ một cam kết nào chứng tỏ rằng những sự nghiệp dưới đây sẽ phù hợp với bạn, bên cạnh đó cũng có thể sự nghiệp thích hợp nhất đối với bạn cũng nằm trong danh sách này.

Những gợi ý nghề nghiệp phù hợp với ESFJ:

- Kinh doanh hộ gia đình
- Y tá
- Giáo viên
- Lãnh đạo
- Chăm sóc trẻ em
- Chăm sóc sức khỏe tại gia
- Tăng lữ hoặc những việc liên quan đến tôn giáo
- Trưởng phòng
- Cố vấn/ Công tác xã hội
- Thủ thư/ Kế toán
- Trợ lí giám đốc

PHÁT TRIỂN NHÂN CÁCH CỦA ESFJ
10 NGUYÊN TẮC ĐỂ ĐẠT THÀNH CÔNG

1. ***Trau dồi ưu điểm của mình!*** Hãy để khả năng chăm sóc và cho đi trời phú của mình lan tỏa ra thế giới bên ngoài, hãy cho cả thế giới biết về món quà trời phú này của bạn. Hãy cho phép mình có được cơ hội chăm sóc và phát triển gia đình và nơi làm việc của bạn, những việc mà sẽ đem lại những giá trị cho bản thân bạn và cả những người khác nữa. Hãy tìm công việc hoặc sở thích nào đó cho phép bạn nhận ra được sức mạnh của mình.

2. ***Đối mặt với điểm yếu của mình!*** Bạn nên biết và chấp nhận rằng có những việc sẽ không bao giờ được như mong muốn. Hãy hiểu rằng những người khác cần nhìn nhận thế giới theo cách riêng của họ. Đối mặt và giải quyết với những bất hòa hoặc

sự khác biệt của người khác không có nghĩa bạn phải thay đổi bản thân, điều đó có nghĩa bạn cho phép mình có cơ hội trưởng thành. Bằng cách đối mặt với yếu điểm của mình, bạn đang thể hiện sự tôn trọng bản thân mình cũng như tôn trọng những người khác.

3. ***Hãy khám phá thế giới của người khác.*** Đừng để bản thân lầm tưởng rằng bạn luôn biết rõ điều gì là tốt đẹp cho những người xung quanh. Hãy mở cửa trái tim để đón nhận cơ hội thấu hiểu nhu cầu thật sự của họ, thông qua việc nhìn nhận rằng cách họ nhìn thế giới này cũng rất đúng đắn nhưng lại có thể khác với cách nhìn của bạn.

4. ***Đừng quá hấp tấp.*** Hãy để mọi việc diễn ra tự nhiên trước khi bạn phán xét nó, và cho phép người khác khám phá ra điều gì tốt nhất cho họ trong khi bạn cố gắng tìm hiểu tất cả những thay đổi và những hoàn cảnh bất ngờ.

5. ***Hãy nhìn nhận thế giới một cách tỉ mỉ.*** Hãy nhớ rằng, mọi việc thường không như bề ngoài của nó. Bạn cần phải nhìn sâu vào bên trong để khám phá ra sự thật, đặc biệt trong trường hợp mà bạn cảm thấy chắc chắn với quyết định đầu tiên của mình. Ẩn sâu bên trong mọi việc có rất nhiều tầng ý nghĩa và sự thật mà bạn cần khám phá.

6. ***Thử để người khác gánh vác một phần công việc.*** Bằng cách để người khác đưa ra ý kiến riêng của mình, bạn không chỉ có thể điều khiển được mọi việc mà còn công nhận họ như một phần cuộc sống của bạn. Hãy nhớ rằng, sẽ tốt hơn nếu bạn giúp người khác hiểu được ý kiến của bạn hơn là để họ không biết gì cả.

7. ***Chịu trách nhiệm trước những người khác.*** Hãy nhớ rằng họ cần hiểu bạn và chính bạn cũng vậy. Bày tỏ ý kiến về sự ngờ vực và những khó khăn cũng như những lí do của mình để họ có thể trở thành người bạn đồng hành của bạn trên con đường đạt được mục tiêu.

8. ***Đừng tự nhốt mình.*** Ở trong vùng an toàn của mình, suy cho cùng rồi cũng sẽ tự chuốc lấy thất bại. Hãy biến chuỗi ngày của mình là những ngày mà bạn bước ra thế giới ngoài kia và khám phá ra được nhiều điều hay. Điều này sẽ giúp bạn mở rộng sự hiểu biết và chú trọng những ý tưởng cũng như cơ hội mới.

9. ***Hãy tin tưởng vào những điều tốt đẹp nhất.*** Đừng đợi người khác làm theo ý bạn. Mỗi người đều có giá trị riêng, cũng như hoàn cảnh đều có thể trở thành điều tốt đẹp. Nếu tin vào điều này, bạn sẽ tìm được cách biến nó thành sự thật.

10. ***Nếu chưa chắc chắn, hãy hỏi lại.*** Đừng tự đánh đồng việc thiếu những thông tin phản hồi là một với việc nhận được những phản hồi tiêu cực. Nếu bạn cần phản hồi từ người khác, hãy hỏi ngay!

ESFJ VÀ CÁC MỐI QUAN HỆ

ESFJ sống rất tình cảm và luôn đánh giá cao những mối quan hệ thân thiết cá nhân. Họ luôn muốn phục vụ người khác, và hạnh phúc của riêng họ là được thấy những người thân yêu bên cạnh mình sống vui vẻ. Họ được đánh giá cao bởi sự ấm áp chân thành và bản chất quan tâm của mình, cũng như khả năng đặc biệt có thể phát triển những mặt tốt nhất của người khác. Họ thường không giỏi giải quyết xung đột, nhưng thường có xu hướng rất điềm tĩnh và thuyết phục. Những mối quan hệ được đặt làm trọng tâm trong cuộc sống của họ, và họ luôn nỗ lực hết mình để phát triển và duy trì những mối quan hệ cá nhân. Họ cũng mong muốn có được điều này từ những người khác.

Điểm mạnh của ESFJ

* Nỗ lực và cố gắng không ngừng để hoàn thành nghĩa vụ và bổn phận của mình.
* Bản chất của họ là ấm áp, thân thiện và luôn hỗ trợ người khác.
* Thích giúp đỡ người khác.
* Luôn nghiêm túc trong mọi mối quan hệ, và tìm kiếm mối quan hệ lâu dài.
* Trách nghiệm và thực tế, có thể nhờ họ lo việc chăm sóc hàng ngày.
* Lạc quan và được mọi người biết đến, họ thường rất quyến rũ.
* Giỏi quản lí tiền bạc.
* Có tư tưởng truyền thống và hướng về cội nguồn, họ là người thường tổ chức những sự kiện truyền thống đặc biệt của gia đình.

Điểm yếu của ESFJ

* Thường không linh hoạt trước những hay đổi hoặc khi chuyển đến nơi khác sống.
* Không thích xung đột và phê phán.
* Cần nhiều sự khẳng định để cảm thấy hài lòng về bản thân.
* Quá coi trọng danh vọng và quá quan tâm đến cách mọi người nhìn mình.
* Gặp khó khăn khi chấp nhận một mối quan hệ tan vỡ, và luôn tự cho đó là lỗi của mình.
* Khó chấp nhận những mặt tiêu cực của những người thân bên cạnh họ.
* Ít chú ý đến những nhu cầu cá nhân, luôn tự hy sinh vì người khác.
* Có thể có xu hướng làm những điều sai trái để có được thứ họ muốn.

Tóm Tắt Xu Hướng Tính Cách Theo Tên Gọi Từ Chữ Cái Của Nhóm:

ESFJ: Hướng ngoại – Giác quan – Tình cảm – Nguyên tắc

E – Bạn thuộc nhóm tính cách Hướng ngoại:

Bạn có tính cách hướng ngoại trong cuộc sống và khi hướng nghiệp. Thế mạnh của bạn là luôn chứng tỏ bản lĩnh dấn thân trước mọi người. Thông thường, bạn dám đối đầu với thử thách và ít lùi bước trước khó khăn hiện hữu. Xu hướng khẳng định bản thân là chủ đích của bạn khi đối diện với thực tại. Tính hướng ngoại đó còn giúp bạn có thêm nhiều thuận lợi trong giao tiếp: rộng bang giao, dễ chia sẻ, dễ tiếp cận và hội nhập với những điều mới lạ ở nhiều nơi, không gò bó trong khuôn khổ chật hẹp… Nó cũng giúp bạn dễ thành công khi làm những công việc ở bên ngoài, ở nơi chộn rộn đông đúc, ở những tụ điểm cần phải giao tiếp rộng với số đông.

Nhưng, thế yếu của bạn lại là thiếu chiều sâu trong nhận thức và tâm thức, dễ hời hợt và nông cạn. Nội lực của bạn có bề nổi mà thiếu bề dày của trí tuệ và thiếu cả độ sâu sắc của tâm hồn. Do đó, trong hướng nghiệp và cuộc đời, bạn có thể giỏi về chiến thuật khi giải quyết việc trước mắt, mà chưa thể tinh anh và sắc sảo về tầm nhìn chiến lược nếu phải tính đến chuyện lâu dài. Chẳng những thế, do thiếu chiều sâu nên bạn ít có những tư duy trừu tượng và sáng tạo mang tính đột phá trong công việc. Làm việc theo nhóm thì hăng say, nhưng làm việc một mình thì bạn ưa nản.

Một số ngành nghề phù hợp với tính cách hướng ngoại: Thông tin, truyền thông, văn hóa, du lịch, công tác xã hội, chính trị, ngoại giao, kinh doanh, marketing, nghệ thuật biểu diễn…

Lưu ý: Nếu kết quả chỉ số Hướng nội và Hướng ngoại xấp xỉ bằng nhau thì về cơ bản, bạn có một tính cách trung hòa giữa hướng ngoại và hướng nội. Điều này cũng tốt, có khi rất tốt cho nhiều lĩnh vực trong quan hệ và việc làm.

S – Cách thức tìm hiểu và nhận thức thế giới của bạn thiên về Giác quan:

Bạn là người rất thực tế, không chỉ giàu óc thực tế mà chủ yếu là lấy thực tế làm phương châm sống của mình. Đây là một điểm mạnh trong tính cách của bạn, bạn không thích sự mơ hồ và huyền ảo, càng không thích những lý thuyết xa vời hay sự hứa hẹn viễn vông. Với bạn, chỉ có thực tiễn sống động là câu trả lời đáng tin nhất. Bởi thế, bạn thường lao vào làm việc hơn đọc sách, thích lăn lộn ở hiện trường hơn ngồi một chỗ để nghiên cứu. Nếu phải nghiên cứu khảo sát, bạn thiên về định lượng hơn định tính khi kiểm định một vấn đề.

Tuy nhiên, bạn chưa thấy rõ mình đang non yếu về năng lực tư duy chiều sâu, nhất là về ý thức nhìn xa trông rộng. Tuy khá mạnh về chiến thuật xử lý trong công việc, nhưng bạn thiếu hẳn một tầm nhìn chiến lược. Bởi thế, bạn dễ dành được những cái lợi trước mắt, nhưng bị tổn thất những lợi ích lâu dài, mà chính cái lợi lâu dài mới là cơ bản. Mặt khác, do tầm nhìn hạn hẹp và thiếu ý thức chiều sâu nên bạn khó thấy được những bài học sai lầm của quá khứ hoặc những định hướng cao đẹp của tương lai. Điều đó khiến bạn không có một căn bản để lấy đà khi cần tiến xa. Hơn thế, bạn thiếu luôn cả óc tưởng tượng sáng tạo khi cần phải hoạch định công việc hay xử lý một vấn đề mang tầm vĩ mô.

Một số ngành nghề phù hợp với người nhận thức thiên về giác quan: Các ngành nghề kỹ thuật, các nghề thợ, nhân viên văn phòng…

Lưu ý:Nếu kết quả các chỉ số trực giác và giác quan của bạn xấp xỉ bằng nhau thì về cơ bản, bạn có một tính cách trung hòa giữa trực giác và giác quan. Điều này cũng tương đối tốt ở mức độ bạn dễ tạo được sự cân bằng trong nhận thức, tránh chủ quan hoặc cực đoan khi đánh giá hay kiểm định một vấn đề.

F – Tình cảm thường ảnh hưởng đến các quyết định và lựa chọn của bạn:

Bạn sống thiên về tình cảm, giàu lòng vị tha, nhiều cảm xúc hướng thiện. Tâm hồn của bạn khá rộng mở về phía tha nhân và ngoại cảnh, khiến bạn dễ cảm thông với nhiều nghịch cảnh và cả sự trái ngang trong nhân tình thế thái. Trong nhiều trường hợp xử lý liên quan đến người và việc, bạn nghiêng về các giải pháp tình cảm nhiều hơn, giữ gìn mối quan hệ trước sau được tốt hơn. Sự đôn hậu là một điểm son trong tâm hồn bạn. Bạn dễ dàng chấp nhận khó khăn về mình, nhường sẻ thuận lợi cho người, kể cả người mình không ưa. Nhờ vậy, bạn được nhiều người ưa và thường giữ được lòng thanh thản, không mấy liên lụy đến những rắc rối linh tinh. Thế mạnh của bạn là giữ được tâm bình.

Tuy vậy, chính trong thế mạnh đó cũng thể hiện sự hẫng hụt của bạn mỗi khi bạn đi quá đà vì tình thương của bạn đã đặt không đúng chỗ hoặc đầu tư quá liều lượng. Sống tình cảm là rất quý, nhưng quá nghiêng về tình cảm lại là một sai lầm cực đoan và do đó dễ thất bại trong đối nhân xử thế và điều hành công việc. Nếu không giữ được thăng bằng giữa tình cảm và lý trí, bạn sẽ gặp tình trạng được người mà hỏng việc. Mà cái gọi là "được người" đó cũng chỉ tạm thời, chưa hẳn "được" một cách tích cực, vì họ chỉ thấy sự thiên vị mà không quán triệt nguyên tắc, chỉ thấy đạt tình mà không thấu lý.

Một số ngành nghề phù hợp với người sống thiên về tình cảm: Công tác xã hội, dịch vụ công, nghệ thuật, y tế sức khỏe…

Lưu ý:Nếu chỉ số Lý trí và Tình cảm của bạn xấp xỉ bằng nhau thì về cơ bản, bạn có một tính cách cân bằng giữa tình và lý, cương và nhu, kiên quyết và ôn hòa… Đương nhiên, điều này rất tốt trong nhiều trường hợp nhưng không phải tốt với mọi trường hợp. Vấn đề là phải cân nhắc, lựa chọn kỹ khi nào phải đặt lý lên trên, khi nào tình ở trên và khi nào phải dung hòa.

J – Nguyên tắc là phong cách sống và làm việc của bạn:

Tính nguyên tắc bất di bất dịch thường là "hòn đá tảng" trong thái độ sống và phong cách sống của bạn. Bạn lấy nguyên tắc và mọi quy phạm làm tiêu chí hàng đầu để lựa chọn cách ứng xử trước mọi tình huống, mọi típ người và mọi công việc. Cho nên, với nhiều trường hợp, bạn đã rất thành công vì được việc. Trong cuộc sống và sự nghiệp, một tính cách biết tôn trọng nguyên tắc là một tính cách mạnh, thể hiện một bản lĩnh vững vàng trước nhiều thử thách cam go. Nhờ tính cách này, bạn sẵn sàng nói không với cái xấu, hơn thế, bạn có sức đề kháng với sự tấn công của môi trường xấu và nhiều cạm bẫy. Cũng nhờ đó, bạn đã tự vượt lên chính mình, tự chiến thắng mình trong khi nhiều người khác không được vậy.

Tuy thế, nếu quá đà và nhất là nếu không đủ tỉnh táo, bạn dễ trở nên cực đoan, xơ cứng với cách tuân thủ máy móc, ứng xử máy móc, giải quyết máy móc theo những khuôn mẫu máy móc của mọi nguyên tắc vốn dĩ nó mang tính chất lạnh lùng! Nếu nguyên tắc là khuôn vàng thước ngọc thì cũng có những loại thước đo ngoài khuôn vàng đó ít lạnh lùng hơn, có tính "ấm êm và mềm mại" hơn. Nghĩa là, bên cạnh những nguyên tắc xơ cứng (có khi rất chuẩn) của sự đời, vẫn có những cách nghĩ và cách làm uyển chuyển hơn, dịu dàng hơn mà vẫn bảo tồn được cái hay của nhiều phía. Đó là tính nhân văn khi vận dụng nguyên tắc. Trong khoa học về sáng tạo, người ta gọi đó là tùy cơ ứng biến. Trong tâm lý học ứng dụng, gọi đó là sự linh hoạt.

Một số ngành nghề phù hợp với phong cách sống nguyên tắc: Nghiên cứu khoa học, các ngành kỹ thuật, quân sự, an ninh, quản lý/ kinh tế/ tài chính…

Lưu ý :Nếu chỉ số Nguyên tắc và Linh hoạt của bạn xấp xỉ bằng nhau, thì về cơ bản, bạn có một khả năng điều chỉnh để đạt được sự cân bằng giữa tính linh hoạt và tính nguyên tắc. Theo đó, bạn biết tùy cơ ứng biến để khi nào thì phải thượng tôn nguyên tắc, khi nào lại cần đến sự linh hoạt, và khi nào phải vận dụng cả hai. Thông thường trong công việc, phải vận dụng kết hợp cả tính nguyên tắc và tính linh hoạt là tốt hơn cả.

Bí quyết giao tiếp với người ESFJ:

– Tôn trọng cảm nhận của họ! Nhìn thẳng vào mắt họ và trả lời câu hỏi của họ

– Hãy nói với nhau những điều đã được thỏa thuận trước

– Trình bày sự việc rõ ràng và cụ thể – liệt kê ra các bước để thực hiện nếu cần thiết

ENFJ: The Givers – Người Cho Đi

Hướng ngoại – Trực giác – Tình cảm – Nguyên tắc

Những người thuộc nhóm ENFJ có lối sống chủ đạo là cảm xúc hướng ngoại, tức là họ giải quyết những vấn đề theo cảm tính, hoặc theo cách mà những vấn đề đó phù hợp với hệ thống giá trị cá nhân của họ.

Lối sống thứ hai là trực giác hướng nội, họ suy nghĩ về mọi việc dựa vào trực giác của bản thân.

* MÔ TẢ CHUNG:

Họ là các giáo viên nhân từ. ENFJ có một sức thu hút mạnh mẽ làm cho người khác tin tưởng vào sự hướng dẫn, giúp đỡ của họ. Rất nhiều ENFJ có thể lôi kéo, dụ dỗ người khác dễ dàng nhờ khả năng giao tiếp và nghệ thuật bán hàng đặc biệt. Nhưng không phải ENFJ muốn dụ dỗ người khác, họ chỉ tin tưởng vào mơ ước của mình, và cho rằng họ chỉ là người giúp đỡ, hướng dẫn người khác, và thường thì họ cũng chỉ như vậy.

ENFJ cũng là những người hiểu biết rộng. Họ có cái nhìn toàn cảnh. Họ còn có khả năng tập trung vào nhiều thứ. Một vài người có thể đảm đương nhiều trách nhiệm và dự án cùng một lúc. Nhiều ENFJ có khả năng kinh doanh tuyệt vời.

ENFJ là những người có tổ chức và quyết đoán (nhóm J), nhưng họ khác với những nhóm J khác cả về mặt tổ chức lẫn tính ngang bướng. ENFJ là những người có tổ chức trên phương diện quan hệ xã hội. Văn phòng của họ có thể lộn xộn hay không, nhưng kết luận của họ (dựa trên cảm xúc) về con người và động cơ hành động thường nhanh chóng và đáng tin cậy hơn các nhóm khác.

ENFJ hiểu và trân trọng người khác. Như mọi người thuộc nhóm NF (hay rộng hơn là nhóm F), họ thường hy sinh nhu cầu của bản thân cho người khác. Họ cũng có ranh giới tâm lý mỏng manh hơn các nhóm khác, và dễ bị thương tổn hay thậm chí bị lợi dụng bởi người kém nhạy cảm hơn. Gánh nặng mà người ENFJ tự chất lên mình thường cũng nặng hơn khả năng chịu đựng của họ.

ENFJ là những người có mối quan tâm đặc biệt đến con người. Họ hiểu được những khả năng của con người. Và hơn tất cả các nhóm khác, họ là những người có kĩ năng "đối nhân xử thế" xuất sắc. Họ hiểu và quan tâm đến mọi người, và có khả năng đặc biệt là mang lại điều tốt đẹp nhất cho người khác. Trao yêu thương, hỗ trợ và dành thời gian cho người khác là niềm hứng thú chính của các ENFJ. Họ biết cách lắng nghe, thấu hiểu, hỗ trợ cũng như động viên những người khác. Họ cảm thấy mãn nguyện nhất khi đem lại những giá trị cho người khác.

Bởi vì ENFJ có khả năng đối nhân xử thế phi thường, họ có khả năng khiến người khác làm chính xác những gì họ muốn. Họ "đi guốc trong bụng" người khác và luôn nhận được cách phản ứng mà họ mong muốn. Những động cơ của ENFJ thường không xuất phát từ sự ích kỉ, nhưng có một số ENFJ – họ phát triển một cách chưa hoàn thiện – được biết đến như là những người đã sử dụng sức mạnh của mình để thao túng người khác.

Bởi vì ENFJ là những người rất hướng ngoại, cho nên việc có thời gian ở một mình sẽ cực kỳ quan trọng đối với họ. Điều đó có thể là vấn đề đối với ENFJ, vì họ có xu hướng tự làm khó mình và trở nên bế tắc khi ở một mình. Vì vậy, ENFJ cần phải tránh tách biệt bản thân và nên hòa nhập với những người khác trong các hoạt động thường ngày hơn. Các ENFJ có xu hướng định hướng cuộc sống và những ưu tiên của họ theo nhu cầu của người khác mà không nhận ra những gì họ mong muốn. Việc đặt lợi ích của người khác lên trên lợi ích bản thân là điều tự nhiên với tính cách của ENFJ, nhưng họ cần phải hiểu rõ nhu cầu của mình để chăm lo cho bản thân nhiều hơn.

Các ENFJ thường khép kín hơn so với những người hướng ngoại khác. Mặc dù có những niềm tin rất mạnh mẽ nhưng họ thường tự kiềm chế việc bộc lộ những niềm tin đó nếu chúng cản trở họ trong việc đem lại điều tốt đẹp nhất cho người khác. Bởi vì sự quan tâm lớn nhất của họ là trở thành một người trung gian giúp thay đổi người khác, nên ENFJ thường thay đổi để tương tác cho phù hợp với mỗi người. Giống như thói quen của tắc kè, họ thay đổi để phù hợp với hoàn cảnh, hơn là cho cá nhân họ.

Nói vậy không có nghĩa là ENFJ không có ý kiến riêng của họ. Các ENFJ có khả năng biểu lộ một cách rõ ràng và súc tích những nguyên tắc của bản thân cũng như ý kiến riêng của mình, miễn là những điều này không quá riêng tư thì ENFJ có thể bộc lộ ra ngoài. ENFJ có thể giao tiếp với người khác một cách tình cảm và cởi mở, nhưng họ thích thông cảm và hỗ trợ người khác hơn. Khi phải đối mặt với việc lựa chọn giữa những giá trị bản thân và sự đáp ứng những nhu cầu của người khác, họ thường chọn làm điều thứ hai.

Các ENFJ có thể cảm thấy hơi lạc lõng ngay cả khi ở trong một đám đông. Cảm giác cô đơn, lạc lõng đó có thể tăng lên nữa vì họ có xu hướng không muốn thể hiện con người thật của mình.

Mọi người yêu mến ENFJ vì họ luôn vui vẻ, thấu hiểu và yêu quý mọi người. Họ là điển hình của những người thẳng tính và trung thực. Thường thì ENFJ thể hiện sự tự tin rất mạnh mẽ và có khả năng làm được rất nhiều việc khác nhau. ENFJ thường là những con người thông minh, có khả năng tiềm tàng, đầy nghị lực và nhanh nhẹn. Họ thường làm tốt những việc mà họ cảm thấy hứng thú.

ENFJ muốn mọi việc phải được sắp xếp ngăn nắp, và sẵn sàng làm việc chăm chỉ để giữ tiến độ công việc cũng như giải quyết các vấn đề mập mờ. Họ thường có xu hướng chăm chút, đặc biệt với ngôi nhà của họ.

Ở nơi làm việc, các ENFJ thường làm tốt ở những vị trí cần tiếp xúc với nhiều người. Bản chất của họ thích hợp cho những việc liên quan đến quan hệ cộng đồng. Khả năng xuất chúng về thấu hiểu người khác và nói những gì cần thiết để khiến mọi người hạnh phúc đã vô tình biến họ trở thành nhà tư vấn. Ngoài ra, ENFJ rất thích được làm trung tâm của mọi sự chú ý, và họ làm rất tốt công việc đòi hỏi việc truyền cảm hứng cũng như dẫn dắt người khác, ví dụ như nghề giáo.

Các ENFJ thường không thích giải quyết những chuyện không liên quan đến con người. Họ không hiểu hoặc không đánh giá cao những chuyện đó, và thường không vui khi phải cố gắng giải quyết những vấn đề logic mà không có bất kì sự liên quan gì với con người. Thế giới quan của ENFJ là xem trọng khả năng của con người, vì vậy ENFJ xem trọng việc lập kế hoạch hơn những kết quả từ những kế hoạch đó. Họ rất háo hức với những kết quả có thể xảy ra trong tương lai, nhưng cũng rất dễ nản lòng hay mất bình tĩnh với hiện tại.

Các ENFJ có khả năng đặc biệt trong việc đối nhân xử thế, và họ hạnh phúc khi có thể sử dụng khả năng ấy để giúp đỡ người khác. Họ lấy việc giúp đỡ người khác làm niềm vui cho bản thân mình. Sự quan tâm của họ về nhân loại và trực giác đặc biệt của họ về con người cho họ khả năng thấu hiểu được cả những cá nhân khép kín nhất.

Các ENFJ đều thực sự cần có các mối quan hệ gắn bó và thân thiết, họ luôn nỗ lực để tạo ra và giữ gìn các mối quan hệ của mình. Các ENFJ đều rất trung thành và đáng tin cậy trong các mối quan hệ.

Một ENFJ chưa phát triển về mặt cảm xúc có thể gặp khó khăn trong việc đưa ra quyết định chính xác và có thể phụ thuộc nhiều vào người khác trong quá trình đưa ra quyết định. Nếu họ chưa phát triển về trực giác, họ có thể không cân nhắc được những khả năng có thể xảy ra, và sẽ đánh giá các vấn đề vội vàng dựa trên những hệ thống các nguyên tắc có sẵn hay những quy luật xã hội mà chưa thực sự hiểu hoàn cảnh hiện tại. Một ENFJ chưa khẳng định được bản thân mình thường rất nhạy cảm trước những lời phê bình, và thường có xu hướng lo lắng thái quá hay cảm thấy tội lỗi. Họ cũng có xu hướng trở nên kiểm soát và thao túng người khác.

Tóm lại, ENFJ là người quyến rũ, nhiệt tình, hòa nhã, sáng tạo và đa dạng với sự hiểu biết sâu sắc trong việc hiểu suy nghĩ và cách hành xử của người khác. ENFJ thường rất được yêu quý bởi vì họ có khả năng đặc biệt trong việc nhìn thấy tiềm năng phát triển của con người, kết hợp với nỗ lực thực sự trong việc giúp đỡ người khác. Cũng như khi quan tâm chăm sóc người khác, ENFJ cần phải trân trọng những nhu cầu của bản thân như cách mà họ đối xử với người khác.

Các ENFJ nổi tiếng

Abraham Lincoln – Tổng thống Mỹ

Elizabeth Dole – Nữ chính trị gia người Mỹ

Johnny Depp (Pirates of the Caribbean) – Diễn viên nổi tiếng người Mỹ

Oprah Winfrey – Người dẫn chương trình truyền hình, một trong những người phụ nữ quyền lực nhất thế giới

ENFJ VÀ SỰ NGHIỆP

Cho dù bạn là một thanh niên đang tìm kiếm chỗ đứng trong xã hội, hay một người trưởng thành đang muốn biết xem mình đang đi đúng hướng hay không, thì điều quan trọng là bạn hiểu chính mình và những đặc điểm tính cách có khả năng tác động đến sự thành công hay thất bại của bạn trong những ngành nghề khác nhau. Và cũng không kém phần quan trọng là bạn hiểu được điều gì là thực sự có ý nghĩa đối với bạn. Khi được trang bị những hiểu biết về các điểm mạnh và điểm yếu của mình cùng với sự nhận thức về điều mà bạn thực sự coi trọng, thì bạn đang ở trong một tâm thế rất tốt để chọn cho mình một nghề nghiệp mà bạn cảm thấy xứng đáng.

Các ENFJ thường có một số nét đặc trưng sau :

- Chân thành và nhiệt tình quan tâm đến mọi người.
- Coi trọng cảm xúc của mọi người.
- Đánh giá cao cấu trúc và tổ chức.
- Coi trọng sự hài hòa, và rất giỏi trong việc tạo ra sự hài hòa đó.
- Đặc biệt giỏi trong việc đối nhân xử thế.
- Không thích các vấn đề mang tính logic hay cần đến phân tích.
- Khả năng tổ chức và sắp xếp tốt.
- Trung thành và trung thực.
- Sáng tạo và giàu trí tưởng tượng.
- Thích sự đa dạng và những thử thách.
- Lấy việc giúp đỡ người khác làm niềm vui cho bản thân mình.
- Cực kì nhạy cảm với những lời phê bình và xích mích.
- Cần sự tán thành/ủng hộ của người khác để cảm thấy hài lòng với bản thân.

Sự linh hoạt trong tính cách lại khiến các ENFJ tốn khá nhiều thời gian trong việc chọn nghề. Một khi họ ở trong môi trường có nhiều sự hỗ trợ và khích lệ, họ sẽ làm rất tốt, đặc biệt là trong những công việc phải giao tiếp với con người và đối mặt với những thử thách đa dạng kích thích sự sáng tạo của họ.

Danh sách nghề nghiệp dưới đây được tạo ra dựa trên những cảm nhận về nghề nghiệp mà chúng tôi nghĩ rằng sẽ thích hợp cho một ENFJ. Mục đích của nó là cho bạn một sự tham khảo chứ không phải là một bản danh sách chi tiết. Không có bất cứ một cam kết nào chứng tỏ rằng những sự nghiệp dưới đây sẽ phù hợp với bạn, bên cạnh đó cũng có thể sự nghiệp thích hợp nhất đối với bạn cũng nằm trong danh sách này.

Những gợi ý nghề nghiệp phù hợp với ENFJ:

- Nhà tư vấn
- Nhà tâm lý học
- Công tác xã hội / Cố vấn
- Nhà giáo
- Tăng lữ (người tu hành)
- Đại diện bán hàng
- Quản lí nhân sự
- Quản lí
- Tổ chức sự kiện
- Chính trị gia / Nhà ngoại giao
- Nhà văn

PHÁT TRIỂN NHÂN CÁCH CỦA ENFJ
10 NGUYÊN TẮC ĐỂ ĐẠT THÀNH CÔNG

1. ***Trau dồi ưu điểm của mình.*** Hãy chắc chắn rằng bạn cho bản thân mình có cơ hội hòa nhập với người khác mà ở đó những đóng góp của bạn được trân trọng.

2. ***Hãy đối mặt với khuyết điểm của mình.*** Hãy chấp nhận những điểm mạnh cũng như điểm yếu của mình. Bằng cách đối mặt với những điểm yếu, bạn có thể vượt qua chúng và chúng sẽ ít có khả năng ảnh hưởng đến bạn hơn.

3. ***Thể hiện cảm xúc của mình.*** Bạn cần biết rằng cảm xúc của bạn cũng quan trọng như cảm xúc của những người khác trong mọi tình huống. Kết quả tốt nhất chỉ được thể hiện nếu bạn biết cách trân trọng những cảm xúc và những giá trị của bản thân, vì thế hãy trân trọng những cảm xúc của mình như cách bạn trân trọng cảm xúc của những người khác.

4. ***Hãy quyết đoán.*** Đừng ngại khi đưa ra một quan điểm hoặc ý kiến. Bạn cần biết cách thể hiện cho người khác thấy tiềm năng và giá trị của một việc để thuyết phục họ điều đó đáng để thực hiện.

5. ***Mỉm cười với những lời chỉ trích**. Tìm hiểu nguyên nhân tại sao những bất đồng và xích mích lại chỉ ra được sự khác nhau giữa người với người, và sử dụng chúng như một cơ hội cho bạn để phát triển bản thân. Đừng tự khiến bản thân cảm thấy mình phải có trách nhiệm đối với sự chỉ trích của người khác, mà hãy lắng nghe và thấu hiểu những cảm xúc và ý niệm mà nó đem lại cho bạn. Có thể sau đó bạn sẽ tìm ra giải pháp không những có thể giải quyết được vấn đề mà còn đem lại một kết quả toàn vẹn.

6. *Hãy cố gắng hiểu người khác*. Hãy nhớ rằng còn mười lăm nhóm tính cách khác, những người có cái nhìn khác với bạn. Thường thì mọi việc sẽ giải quyết dễ dàng hơn nếu bạn hiểu được quan điểm của họ.

7. *Thấu hiểu chính bản thân mình*. Đừng hạn chế những nhu cầu bản thân cho lợi ích của người khác quá nhiều. Bạn phải nhận ra bạn là một người quan trọng. Nếu bạn không đáp ứng chính những nhu cầu của bản thân thì làm sao bạn có thể tiếp tục gây ảnh hưởng và làm người khác hiểu rằng bạn sống đúng với những niềm tin của mình.

8. *Hãy biết chấp nhận.* Rất dễ để bạn nhận ra giá trị của người khác, nhưng họ sẽ có thể bỏ đi nếu bạn làm cho họ căng thẳng. Hãy cho họ thấy rằng bạn cảm thông với những nỗi sợ và giới hạn của họ, rồi dẫn họ một cách nhẹ nhàng theo cách mà bạn cảm nhận: dẫn dắt họ nhẹ nhàng đến với tình thương và sự thấu hiểu.

9. *Hãy tin tưởng vào những điều tốt đẹp nhất*. Đừng tự dằn vặt bản thân bằng việc cảm thấy giá trị bản thân bạn bị đánh mất bởi những người khác – rõ ràng là không đúng. Hãy để những tình huống tự xử lý và hãy tin rằng yêu thương luôn là câu trả lời cuối cùng.

10. *Nếu chưa chắc chắn, hãy hỏi lại*. Đừng tự đánh đồng việc thiếu những thông tin phản hồi là một với việc nhận được những phản hồi tiêu cực. Nếu bạn cần phản hồi từ người khác, hãy hỏi ngay!

ENFJ VÀ CÁC MỐI QUAN HỆ

Các ENFJ luôn nỗ lực và nhiệt tình trong các mối quan hệ của họ. Ở mức độ nào đó, ENFJ định nghĩa bản thân họ bằng sự gần gũi và trung thực trong các mối quan hệ cá nhân của mình, vì vậy họ đầu tư nhiều vào các mối quan hệ như thế đó là công việc của họ. Họ có khả năng ứng xử tốt, có sự nhiệt tình cũng như chu đáo với người khác. Họ chấp nhận và quan tâm ân cần. Họ vượt trội trong khả năng mang đến những điều tốt đẹp cho người khác và giúp đỡ người khác một cách nồng nhiệt. Họ muốn sự xác nhận của đối phương dù gặp không ít khó khăn khi hỏi về điều đó. Khi một tình huống diễn ra, họ trở nên nhạy bén và sắc sảo. Sau khi đưa ra quan điểm của mình, họ trở về với bản chất ấm áp của mình. Họ có thể có xu hướng "yêu thương quá mức" với những người mà họ yêu quý, nhưng nhìn chung thì họ được đánh giá cao nhờ sự chân thành và sự quan tâm tự nhiên.

Điểm mạnh của ENFJ

Những thế mạnh của ENFJ sẽ được biểu lộ ra thông qua những vấn đề liên quan tới đối nhân xử thế:

- Khả năng giao tiếp tốt.
- Rất nhạy đối với những suy nghĩ và động cơ của người khác.
- Truyền cảm hứng, động lực, đem lại những điều tốt đẹp nhất cho người khác.
- Lúc nào cũng thể hiện và khẳng định tình cảm của mình.
- Vui vẻ, hài hước, gây ấn tượng sâu sắc, có nghị lực và lạc quan.
- Khả năng quản lý tài chính tốt.
- Có thể vượt qua những mối quan hệ tình cảm thất bại (dù họ thường đổ lỗi cho chính mình).
- Trung thành và tận tâm – họ muốn có những mối quan hệ bền vững.
- Cố gắng để hai bên cùng thắng.
- Cố gắng đáp ứng những nhu cầu của người khác.

Điểm cần khắc phục của ENFJ

Những điểm yếu của ENFJ cũng sẽ được biểu lộ ra thông qua những vấn đề liên quan tới đối nhân xử thế :

- Có xu hướng yêu thương và bảo vệ thái quá.
- Có xu hướng hay điều khiển hoặc/và chi phối người khác.
- Không thực sự chú tâm vào nhu cầu của bản thân.
- Xu hướng đưa ra lời phê bình với những ý kiến hay thái độ không đúng ý họ.
- Đôi khi không nhận thức được về các chuẩn mực xã hội hay nghi thức giao tiếp xã hội.
- Đặc biệt nhạy cảm với các mâu thuẫn, có xu hướng gạt bỏ và quên hết mọi chuyện như là một cách để tự trốn tránh.
- Có xu hướng tự đổ lỗi cho bản thân khi mọi việc không như ý muốn, và không tự cho bản thân mình sự khen thưởng khi mọi việc như ý.
- Những hệ thống giá trị được xác định rõ ràng của họ đôi khi quá cứng nhắc trong một số trường hợp.
- Họ có thể hòa hợp với những thứ mà mọi người thường chấp nhận hoặc mong đợi vì thế họ không thể tự quyết định một việc là "đúng" hay "sai" nếu trái với khuôn mẫu mà môi trường sống của họ định sẵn.

Tóm Tắt Xu Hướng Tính Cách Theo Tên Gọi Từ Chữ Cái Của Nhóm:

ENFJ: Hướng ngoại – Trực giác – Tình cảm – Nguyên tắc

E – Bạn thuộc nhóm tính cách Hướng ngoại:

Bạn có tính cách hướng ngoại trong cuộc sống và khi hướng nghiệp. Thế mạnh của bạn là luôn chứng tỏ bản lĩnh dấn thân trước mọi người. Thông thường, bạn dám đối đầu với thử thách và ít lùi bước trước khó khăn hiện hữu. Xu hướng khẳng định bản thân là chủ đích của bạn khi đối diện với thực tại. Tính hướng ngoại đó còn giúp bạn có thêm nhiều thuận lợi trong giao tiếp: rộng bang giao, dễ chia sẻ, dễ tiếp cận và hội nhập với những điều mới lạ ở nhiều nơi, không gò bó trong khuôn khổ chật hẹp… Nó cũng giúp bạn dễ thành công khi làm những công việc ở bên ngoài, ở nơi chộn rộn đông đúc, ở những tụ điểm cần phải giao tiếp rộng với số đông.

Nhưng, thế yếu của bạn lại là thiếu chiều sâu trong nhận thức và tâm thức, dễ hời hợt và nông cạn. Nội lực của bạn có bề nổi mà thiếu bề dày của trí tuệ và thiếu cả độ sâu sắc của tâm hồn. Do đó, trong hướng nghiệp và cuộc đời, bạn có thể giỏi về chiến thuật khi giải quyết việc trước mắt, mà chưa thể tinh anh và sắc sảo về tầm nhìn chiến lược nếu phải tính đến chuyện lâu dài. Chẳng những thế, do thiếu chiều sâu nên bạn ít có những tư duy trừu tượng và sáng tạo mang tính đột phá trong công việc. Làm việc theo nhóm thì hăng say, nhưng làm việc một mình thì bạn ưa nản.

Một số ngành nghề phù hợp với tính cách hướng ngoại: Thông tin, truyền thông, văn hóa, du lịch, công tác xã hội, chính trị, ngoại giao, kinh doanh, marketing, nghệ thuật biểu diễn…

Lưu ý:Nếu kết quả chỉ số Hướng nội và Hướng ngoại xấp xỉ bằng nhau thì về cơ bản, bạn có một tính cách trung hòa giữa hướng ngoại và hướng nội. Điều này cũng tốt, có khi rất tốt cho nhiều lĩnh vực trong quan hệ và việc làm.

N – Cách thức tìm hiểu và nhận thức thế giới của bạn thiên về Trực giác:

Theo chủ nghĩa nhân văn, bạn là người có một bản lĩnh thông tuệ và giàu ý thức hướng tới những giá trị cao thượng, vượt trên cái tầm thường. Tính cách hướng thượng đó đem lại cho bạn sự thanh cao trong tâm hồn và nhiều hiệu quả trong công việc. Bạn dễ dàng chấp nhận thua thiệt trước mắt để theo đuổi được cái lợi lâu dài. Với sự tôn trọng ý thức hơn bản năng, bạn thường có khuynh hướng thiên về những giá trị tinh thần hơn hưởng thụ vật chất. Trong cuộc sống và cách nhìn thế giới, bạn coi trọng nhân nghĩa hơn tiền tài, tôn trọng cả quá khứ và tương lai chứ không chỉ chú trọng đến hiện tại. Trong giao tiếp, bạn dễ kết thân với người đôn hậu, giàu lòng vị tha.

Đặc biệt, nhờ khả năng tập trung cao độ, nhờ vốn sống được tích lũy bằng tâm hồn nhân văn, nhất là nhờ năng lực tư duy chiều sâu và trí tưởng tượng phong phú, bạn dễ dàng đạt tới những đỉnh cao sáng tạo trong công việc. Ý thức sáng tạo và khả năng sáng tạo bậc cao sẽ là những điểm tựa vững chắc giúp bạn vượt qua nhiều thử thách, tạo nên nhiều cống hiến có giá trị.

Tuy nhiên, nếu không biết dung hòa giữa trực giác và ý thức, giữa cảm quan và suy nghĩ để lợi dụng thế mạnh của mỗi bên, bạn có thể bị hẫng hụt trong cách giải quyết vấn đề. Trong nhiều trường hợp, nếu không điều chỉnh kịp thời về mặt cảm xúc, bạn có thể sa vào trạng thái vô cảm hoặc cực đoan trong nhận thức và cả trong hành động. Tại đó, bạn hơi coi nhẹ những giá trị thực tế, quá đề cao những siêu giá trị về lý tưởng và tâm hồn. Cũng tại đó, bạn có phần coi thường những cảm xúc đời thường và những ý vị từ hơi thở cuộc sống. Sự sáng tạo của bạn cũng thiếu bén rễ từ đây – một suối nguồn của nhịp sống và của tư duy chiều sâu, nên ảnh hưởng không ít đến thành quả sáng tạo của chính bạn.

Một số ngành nghề, công việc phù hợp với người nhận thức thông qua trực giác: Với khả năng trực giác cao, bạn nên theo các nhóm ngành cần tính sáng tạo, tư duy phản biện ví dụ: nghiên cứu khoa học (tự nhiên, xã hội), công nghệ, các ngành nghề thuộc lĩnh vực nghệ thuật, định hướng chiến lược cho các công ty, tổ chức…

Lưu ý:Nếu kết quả các chỉ số trực giác và giác quan của bạn xấp xỉ bằng nhau thì về cơ bản, bạn có một tính cách trung hòa giữa trực giác và giác quan. Điều này cũng tương đối tốt ở mức độ bạn dễ tạo được sự cân bằng trong nhận thức, tránh chủ quan hoặc cực đoan khi đánh giá hay kiểm định một vấn đề.

F – Tình cảm thường ảnh hưởng đến các quyết định và lựa chọn của bạn:

Bạn sống thiên về tình cảm, giàu lòng vị tha, nhiều cảm xúc hướng thiện. Tâm hồn của bạn khá rộng mở về phía tha nhân và ngoại cảnh, khiến bạn dễ cảm thông với nhiều nghịch cảnh và cả sự trái ngang trong nhân tình thế thái. Trong nhiều trường hợp xử lý liên quan đến người và việc, bạn nghiêng về các giải pháp tình cảm nhiều hơn, giữ gìn mối quan hệ trước sau được tốt hơn. Sự đôn hậu là một điểm son trong tâm hồn bạn. Bạn dễ dàng chấp nhận khó khăn về mình, nhường sẻ thuận lợi cho người, kể cả người mình không ưa. Nhờ vậy, bạn được nhiều người ưa và thường giữ được lòng thanh thản, không mấy liên lụy đến những rắc rối linh tinh. Thế mạnh của bạn là giữ được tâm bình.

Tuy vậy, chính trong thế mạnh đó cũng thể hiện sự hẫng hụt của bạn mỗi khi bạn đi quá đà vì tình thương của bạn đã đặt không đúng chỗ hoặc đầu tư quá liều lượng. Sống tình cảm là rất quý, nhưng quá nghiêng về tình cảm lại là một sai lầm cực đoan và do đó dễ thất bại trong đối nhân xử thế và điều hành công việc. Nếu không giữ được thăng bằng giữa tình cảm và lý trí, bạn sẽ gặp tình trạng được người mà hỏng việc. Mà cái gọi là "được người" đó cũng chỉ tạm thời, chưa hẳn "được" một cách tích cực, vì họ chỉ thấy sự thiên vị mà không quán triệt nguyên tắc, chỉ thấy đạt tình mà không thấu lý.

Một số ngành nghề phù hợp với người sống thiên về tình cảm: Công tác xã hội, dịch vụ công, nghệ thuật, y tế sức khỏe…

Lưu ý: Nếu chỉ số Lý trí và Tình cảm của bạn xấp xỉ bằng nhau thì về cơ bản, bạn có một tính cách cân bằng giữa tình và lý, cương và nhu, kiên quyết và ôn hòa… Đương nhiên, điều này rất tốt trong nhiều trường hợp nhưng không phải tốt với mọi trường hợp. Vấn đề là phải cân nhắc, lựa chọn kỹ khi nào phải đặt lý lên trên, khi nào tình ở trên và khi nào phải dung hòa.

J – Nguyên tắc là phong cách sống và làm việc của bạn:

Tính nguyên tắc bất di bất dịch thường là "hòn đá tảng" trong thái độ sống và phong cách sống của bạn. Bạn lấy nguyên tắc và mọi quy phạm làm tiêu chí hàng đầu để lựa chọn cách ứng xử trước mọi tình huống, mọi típ người và mọi công việc. Cho nên, với nhiều trường hợp, bạn đã rất thành công vì được việc. Trong cuộc sống và sự nghiệp, một tính cách biết tôn trọng nguyên tắc là một tính cách mạnh, thể hiện một bản lĩnh vững vàng trước nhiều thử thách cam go. Nhờ tính cách này, bạn sẵn sàng nói không với cái xấu, hơn thế, bạn có sức đề kháng với sự tấn công của môi trường xấu và nhiều cạm bẫy. Cũng nhờ đó, bạn đã tự vượt lên chính mình, tự chiến thắng mình trong khi nhiều người khác không được vậy.

Tuy thế, nếu quá đà và nhất là nếu không đủ tỉnh táo, bạn dễ trở nên cực đoan, xơ cứng với cách tuân thủ máy móc, ứng xử máy móc, giải quyết máy móc theo những khuôn mẫu máy móc của mọi nguyên tắc vốn dĩ nó mang tính chất lạnh lùng! Nếu nguyên tắc là khuôn vàng thước ngọc thì cũng có những loại thước đo ngoài khuôn vàng đó ít lạnh lùng hơn, có tính "ấm êm và mềm mại" hơn. Nghĩa là, bên cạnh những nguyên tắc xơ cứng (có khi rất chuẩn) của sự đời, vẫn có những cách nghĩ và cách làm uyển chuyển hơn, dịu dàng hơn mà vẫn bảo tồn được cái hay của nhiều phía. Đó là tính nhân văn khi vận dụng nguyên tắc. Trong khoa học về sáng tạo, người ta gọi đó là tùy cơ ứng biến. Trong tâm lý học ứng dụng, gọi đó là sự linh hoạt.

Một số ngành nghề phù hợp với phong cách sống nguyên tắc: Nghiên cứu khoa học, các ngành kỹ thuật, quân sự, an ninh, quản lý/ kinh tế/ tài chính…

Lưu ý: Nếu chỉ số Nguyên tắc và Linh hoạt của bạn xấp xỉ bằng nhau, thì về cơ bản, bạn có một khả năng điều chỉnh để đạt được sự cân bằng giữa tính linh hoạt và tính nguyên tắc. Theo đó, bạn biết tùy cơ ứng biến để khi nào thì phải thượng tôn nguyên tắc, khi nào lại cần đến sự linh hoạt, và khi nào phải vận dụng cả hai. Thông thường trong công việc, phải vận dụng kết hợp cả tính nguyên tắc và tính linh hoạt là tốt hơn cả.

Bí quyết giao tiếp với người ENFJ:

– Đánh giá cao sự cống hiến của người này,

– Tránh đối đầu – hãy khéo léo trong việc xử trí và sống hòa hợp với người này.

– Tôn trọng cảm nhận và sự mong muốn là chính mình của bản thân họ.

ENTJ: The Executives – Nhà Điều Hành

Hướng ngoại – Trực giác- Lý trí – Nguyên tắc

Những người thuộc nhóm ENTJ có lối sống chủ đạo là tư duy hướng ngoại, tức là họ xử lý mọi việc bằng lý trí và óc logic.

Lối sống thứ hai là trực giác nội tâm, nghĩa là họ nhận thức vấn đề bằng trực giác.

* MÔ TẢ CHUNG:

ENTJ là những người có trực tiếp và thích trật tự. Điều này có thể được thể hiện bằng sự quyến rũ và tinh tế của một nhà lãnh đạo nhưng cũng có thể được thể hiện dưới vẻ lì lợm của một gã cầm đầu băng đảng. ENTJ không phải cần nhiều thời gian để có thể vạch ra một kế hoạch.

Một ENTJ nói thế này … "Tôi lên cái kế hoạch đơn giản này, mà thực sự nó cũng không quan trọng lắm, và cảm thấy bị thôi thúc phải thực hiện nó". Không phải tất cả các ENTJ đều có cảm giác "thôi thúc" tuy nhiên họ thường có nhiều kế hoạch rất sáng tạo và có cách để biến các kế hoạch đó thành hiện thực.

ENTJ cũng thường hơi phóng đại khi mô tả về các chương trình hay dự án của mình. Khả năng này thường được thể hiện dưới dạng nghệ thuật bán hàng, khiếu kể chuyện, hay tính hài hước. Khi kết hợp với thiên hướng nói nhiều bẩm sinh của họ, các vị anh hùng ENTJ ít khi cho khách hàng cơ hội từ chối những đề nghị của họ. "Tôi thực sự lấy làm tiếc nhưng anh phải chết" chính là nhãn hiệu của ENTJ (Nói như thế có thể là hơi quá lời, nhưng những người thuộc nhóm F chắc sẽ rất hiểu và thông cảm)

ENTJ là những người quyết đoán. Họ nhìn thấy những việc cần làm và giao nhiệm vụ cho những người xung quanh thực hiện. Không chỉ là những người kiên quyết trong tranh luận, các ENTJ còn là những người đi đầu trong các tinh huống nguy hiểm.

Khi gặp thách thức, ENTJ thường phản ứng bằng tranh luận,nếu không, nếu không anh ta hoặc chị ta sẽ tung ra một cái lạnh lẽo nhưng cũng đầy đe dọa như để nhắc nhở rằng: ENTJ không phải là những người có thể đùa giỡn.

ENTJ là những nhà lãnh đạo bẩm sinh. Thế giới của họ tràn ngập những tiềm năng, nó bày ra trước mắt họ đủ loại thử thách để chinh phục, và họ luôn muốn trở thành người chinh phục những thử thách đó. Họ có xu hướng làm nhà lãnh đạo, bởi vì họ rất nhanh nhẹn trong việc nắm bắt những vấn đề phức tạp, khả năng tiếp thu một lượng lớn những thông tin khách quan, và cuối cùng là sự nhanh nhạy và tính quyết đoán khi đưa ra phán xét. Họ là những người luôn "chịu trách nhiệm".

ENTJ rất coi trọng sự nghiệp, và việc họ thích hợp với thế giới công sở là một lẽ tất yếu. Họ luôn luôn quan sát môi trường xung quanh để tìm ra những vấn đề tiềm năng mà họ có thể biến chúng thành những giải pháp. Họ có khả năng nhìn xa trông rộng, và thường rất thành công trong việc đưa ra những kế hoạch để thay đổi tình thế – đặc biệt là những vấn đề mang tính đoàn thể. ENTJ thường rất thành công trong thế giới kinh doanh, bởi vì họ luôn nỗ lực hết mình trong vai trò lãnh đạo. Họ nỗ lực không ngừng trong công việc, và luôn cảm thấy hào hứng trong việc vạch ra hướng đi cho tổ chức của mình. Vì những lý do đó nên họ là những nhà lãnh đạo bẩm sinh trong tập thể.

Trong thế giới của ENTJ không có nhiều chỗ cho sự sai lầm. Họ không thích nhìn thấy những sai sót bị lập lại, và họ không thể chịu đựng nổi sự thiếu khả năng. Họ có thể trở nên rất gay gắt khi lòng kiên nhẫn của họ bị thử thách trong những trường hợp trên, bởi vì họ vốn dĩ khó cảm thông với cảm xúc của người khác, và hơn thế nữa họ tin rằng họ không việc gì phải thay đổi những phán xét của mình để thích ứng với những cảm xúc của người khác. Những ENTJ, cũng như các kiểu tính cách khác, gặp khó khăn khi nhìn nhận sự việc dưới những quan điểm khác với của mình. Tuy nhiên, không như những kiểu tính cách khác, ENTJ không có đủ kiên nhẫn cho những người không cùng quan điểm với họ.

Những người ENTJ cần phải học cách thừa nhận ý kiến của người khác, cũng như giá trị của việc thấu hiểu cảm giác của người khác. Một khi vẫn chưa nhận thức được những điều này, ENTJ có thể trở nên độc đoán, đáng sợ và hống hách. Đây có thể là một vấn đề lớn đối với ENTJ mỗi khi họ cảm thấy thiếu thốn những thông tin quan trọng và sự hợp tác từ người khác. Trong thế giới riêng tư của họ, điều này có thể khiến ENTJ trở nên độc đoán trong vai trò vợ/chồng hoặc cha/mẹ.

ENTJ có sức mạnh cá nhân lớn và phong thái để giúp họ đạt được mục tiêu mình đề ra. Tuy nhiên sức mạnh cá nhân này lại cũng có thể là tác nhân của sự tự cô lập và tự đề cao bản thân, điều mà ENTJ sẽ phải cố tránh.

ENTJ rất mạnh mẽ và quyết đoán. Họ ra quyết định rất nhanh, và cũng rất giỏi trong việc diễn đạt ý kiến và quyết định của mình với người khác. Những ENTJ chưa phát triển đủ khả năng trực giác của mình thường sẽ có những quyết định vội vàng trong khi chưa hiểu rõ mọi mặt của vấn đề và những hướng giải quyết khả thi. Mặt khác, một ENTJ chưa phát triển về mặt tư duy của mình sẽ gặp khó khăn trong việc dùng lập luận logic để thấu hiểu vấn đề, và thường sẽ đưa ra những quyết định không tốt. Trong trường hợp đó, họ có thể có những ý tưởng sáng tạo và sự sáng suốt về tình huống hiện tại, nhưng lại không đủ khả năng quyết định phải hành động như thế nào, hoặc hành động của họ có thể rất mâu thuẫn. Một ENTJ chưa phát triển hoàn thiện có thể trở nên độc tài và thô lỗ – tự ý đưa ra quyết định hoặc mệnh lệnh mà không có lý do chính đáng, và không hề cân nhắc đến những người có liên quan.

Mặc dù ENTJ không dễ đồng cảm với người khác nhưng họ thường xuyên có những lúc bị cảm xúc chi phối mạnh mẽ. Sự đa cảm này có tác động lớn tới ENTJ, cho dù họ luôn tìm cách che giấu vì họ tin rằng nó chính là một điểm yếu của họ. Do ENTJ không quen làm việc dựa trên yếu tố cảm xúc, họ đôi khi có thể đưa ra những phán xét chủ quan và tin vào những cảm xúc không căn cứ và không thích hợp, và những điều đó có thể khiến họ gặp rắc rối – đôi khi là những vấn đề nghiêm trọng.

ENTJ thích tương tác với con người. Là những người hướng ngoại, họ rất năng động và bị kích thích chủ yếu bởi những tác nhân bên ngoài. Không có gì làm cho ENTJ thích thú và thỏa mãn hơn một cuộc tranh luận sôi nổi và đầy thử thách. Họ đặc biệt tôn trọng những người dám đấu tranh và bảo vệ quan điểm của mình. Tuy nhiên rất ít người dám làm như thế bởi vì ENTJ là những người có sức thuyết phục và phong thái mạnh mẽ, họ cực kỳ tự tin vào bản thân mình cũng như tin mình có một khả năng giao tiếp xuất sắc. Thậm chí những người cực kỳ tự tin vào khả năng của mình cũng nhiều lúc phải nghi ngờ quan điểm của họ khi tranh luận với một ENTJ.

ENTJ muốn ngôi nhà của mình phải khang trang, được trang bị đầy đủ tiện nghi và phải vận hành tốt. Họ rất coi trọng việc con cái mình phải được giáo dục và định hướng rõ ràng, và họ mong muốn có một mối quan hệ thân thiết và khắng khít với người bạn đời của mình. Khi ở nhà, ENTJ cần phải nắm quyền lãnh đạo giống như khi họ ở công sở. ENTJ cặp đôi tốt nhất với một người có nhận thức về bản thân rõ ràng, và là kiểu người thiên về lý trí. Bởi vì ENTJ luôn tập trung vào công việc cho nên việc họ thường xuyên vắng nhà là một điều không thể tránh khỏi.

ENTJ có rất nhiều tài năng và điều này giúp họ có được những quyền lực cá nhân rất lớn. Họ là những nhà tư duy quyết đoán, sáng tạo và có tầm nhìn xa với một khả năng tuyệt vời trong việc biến những lý thuyết và tiềm năng trở thành những kế hoạch hành động cụ thể và rõ ràng. Họ là những người có cá tính nổi trội mạnh mẽ, và có đủ mọi công cụ để đạt được bất cứ mục tiêu nào mà họ đề ra.

Các ENTJ nổi tiếng

Franklin D. Roosevelt – Tổng thống Mỹ

Richard M. Nixon – Tổng thống Mỹ

Harrison Ford (Star War, Indiana Jones) – Diễn viên nổi tiếng

Jim Carrey (Ace Ventura: Pet Detective, The Mask) – Diễn viên hài nổi tiếng

Steve Jobs – Tổng giám đốc Apple

ENTJ VÀ SỰ NGHIỆP

Cho dù bạn là một thanh niên đang tìm kiếm chỗ đứng trong xã hội, hay một người trưởng thành đang muốn biết xem mình đang đi đúng hướng hay không, thì điều quan trọng là bạn hiểu chính mình và những đặc điểm tính cách có khả năng tác động đến sự thành công hay thất bại của bạn trong những ngành nghề khác nhau. Và cũng không kém phần quan trọng là bạn hiểu được điều gì là thực sự có ý nghĩa đối với bạn. Khi được trang bị những hiểu biết về các điểm mạnh và điểm yếu của mình cùng với sự nhận thức về điều mà bạn thực sự coi trọng, thì bạn đang ở trong một tâm thế rất tốt để chọn cho mình một nghề nghiệp mà bạn cảm thấy xứng đáng.

Các ENTJ thường có một số nét đặc trưng sau:

- Luôn muốn biến lý thuyết thành thực tiễn.
- Có kiến thức sâu rộng.
- Định hướng tương lai rõ ràng.
- Nhà lãnh đạo bẩm sinh.
- Không thích sự kém hiệu quả và bất tài.
- Muốn mọi thứ phải luôn có tổ chức, ngăn nắp và kỷ luật.
- Khả năng giao tiếp xuất sắc.
- Không thích những công việc thường nhật hoặc quá chi tiết.
- Tự tin vào bản thân.
- Quyết đoán.

ENTJ đặc biệt thích hợp cho vai trò lãnh đạo và nhà tổ chức. Họ có khả năng nhận biết rắc rối cũng như tìm ra những hướng giải quyết sáng tạo cho sự tồn tại của một tổ chức theo cả hai hướng ngắn hạn và dài hạn. Khát khao được dẫn đầu của họ khiến họ cảm thấy không thoải mái khi phải trở thành những người phục tùng. ENTJ thích lãnh đạo, và cần phải ở vị trí lãnh đạo để tận dụng hết những khả năng đặc biệt của họ.

Danh sách nghề nghiệp dưới đây được tạo ra dựa trên những cảm nhận về nghề nghiệp mà chúng tôi nghĩ rằng sẽ thích hợp cho một ENTJ. Mục đích của nó là cho bạn một sự tham khảo chứ không phải là một bản danh sách chi tiết. Không có bất cứ một cam kết nào chứng tỏ rằng những sự nghiệp dưới đây sẽ phù hợp với bạn, bên cạnh đó cũng có thể sự nghiệp thích hợp nhất đối với bạn cũng nằm trong danh sách này.

Những gợi ý nghề nghiệp phù hợp với ENTJ:

- Giám đốc điều hành
- Xây dựng tổ chức/doanh nghiệp/công ty
- Doanh nhân
- Cố vấn về máy tính
- Luật sư
- Quan tòa
- Quản trị doanh nghiệp
- Giảng viên (Đại học)

PHÁT TRIỂN NHÂN CÁCH CỦA ENTJ
10 NGUYÊN TẮC ĐỂ ĐẠT THÀNH CÔNG

1. *Trau dồi ưu điểm của mình!* Tận dụng mọi cơ hội cho người khác thấy được khả năng đánh giá tình huống và cách bạn hoàn thành công việc một cách tốt đẹp. Hãy tận dụng khả năng lãnh đạo một cách hiệu quả.

2. *Hãy đối mặt với khuyết điểm của mình!* Nên nhớ rằng bạn cũng có những hạn chế của mình. Quan điểm của bạn không phải là tất cả. Mọi việc diễn ra như thế nào có thể không ảnh hưởng tới bạn, nhưng nó có thể tác động tới người khác. Hãy thử cho phép mọi thứ diễn ra tự nhiên và rút ra bài học cho mình.

3. *Dành thời gian để hiểu suy nghĩ của người khác.* Bạn cần bày tỏ quan điểm của mình với người khác và cảm nhận sâu sắc hơn những suy nghĩ của họ về một tình huống. Như vậy thì sẽ có nhiều khả năng bạn sẽ xem xét lại những nhu cầu của họ một cách khách quan, và nếu như chúng cũng đồng quan điểm với bạn thì có thể điều đó sẽ mang lại một sự hòa hợp và chất lượng cho cuộc sống cũng như trong các mối quan hệ.

4. *Dành thời gian để phân tích tình hình tổng thể.* Đừng bỏ qua những đánh giá mang tính trừu tượng, có vẻ khó hiểu hay là những đánh giá thẩm mỹ, tình cảm phức tạp từ những người khác hay từ chính bản thân bạn. Tạm thời quên hết mọi việc, thôi suy nghĩ và lo lắng, hãy để cho tinh thần bạn thư thái để cho các ý tưởng ấy tự đến với bạn. Có thể chúng sẽ hiệu quả, cũng có thể chúng sẽ giúp nảy sinh những hướng giải quyết mới.

5. *Khi bạn mất bình tĩnh, bạn thất bại.* Năng lực tiềm tàng và những hiểu biết sáng suốt của bạn chính là một thế mạnh, nhưng chúng có thể trở nên nguy hiểm nếu sử dụng không đúng và bạn có thể rơi vào những trạng thái cảm xúc mà bạn không

thể xử lý được. Hãy nhớ rằng không phải ai cũng có thể có cách nhìn sự việc như bạn, và một khi nỗ lực giúp đỡ họ của bạn thất bại, điều đó sẽ khiến bạn phải chịu cảm giác bị oán giận và bỏ rơi. Bạn không thể xử sự như thế được. Hãy điều chỉnh suy nghĩ của mình, cho phép người khác quyền riêng tư và lúc đó bạn sẽ trưởng thành hơn.

6. ***Coi trọng nhu cầu tìm kiếm người có cùng cách nghĩ với bạn***. Đừng mong mình trở thành một người đa cảm hoặc quá mức nồng nhiệt. Hãy nhận ra rằng những mối quan hệ vững chắc nhất của bạn với người khác sẽ bắt nguồn từ lý trí, chứ không phải từ tình cảm. Hãy ý thức đến nhu cầu tình cảm của mọi người, hãy thể hiện tình cảm và sự tôn trọng chân thành đối với họ bằng chính con người thật của bạn. Hãy luôn là chính mình!

7. ***Chịu trách nhiệm với chính bản thân mình***. Đừng đổ lỗi những rắc rối của bạn lên đầu người khác. Cố gắng tự tìm kiếm hướng giải quyết. Không ai có khả năng kiểm soát cuộc sống của bạn bằng chính bản thân bạn.

8. ***Hãy khiêm tốn***. Đánh giá bản thân bạn nghiêm khắc như cách bạn đánh giá người khác.

9. ***Tiếp cận những điểm khác biệt của con người một cách tích cực***. Đừng làm cho bản thân và người khác phải cảm thấy khó chịu khi bạn cứ mãi chăm chăm vào những mặt hạn chế của họ. Họ cần sự giúp đỡ của bạn và bạn cần họ thấu hiểu vấn đề. Hãy cố nhận biết xem ai có thể có cách giải quyết vấn đề tốt hơn bạn trong một số lĩnh vực nhất định. Bạn nên biến những cảm xúc của người khác thành sức mạnh chứ không nên xem đó là một trở ngại đối với mình.

10. ***Đừng lo lắng***. Nhận ra những giá trị mà cuộc sống dành riêng cho bạn, bạn bè và gia đình. Tự hào vì mình là một con người tốt và đừng để những tác nhân bên ngoài điều khiển bạn. Tìm cách sống thư thả và tận hưởng từng phút giây hạnh phúc bên mọi người. Không có gì quan trọng bằng hạnh phúc do chính bạn tạo ra.

ENTJ VÀ CÁC MỐI QUAN HỆ

Các ENTJ rất nỗ lực và nhiệt tình trong các mối quan hệ của mình. Vì mục tiêu trong đời của ENTJ là "Học, học nữa, học mãi" nên họ sẽ cố gắng chuyển hóa mọi thứ thành bài học kinh nghiệm cho bản thân. Trong phạm vi các mối quan hệ, họ sẽ liên tục học hỏi và xem lại các nguyên tắc cũng như tính chất các mối quan hệ này. Các ENTJ vô cùng trân trọng các mối quan hệ của mình, đặc biệt là những mối quan hệ đặt ra cho họ các thử thách mới và kích thích tinh thần học hỏi của họ. Những quá trình trau dồi kiến thức như vậy góp phần nâng cao tình cảm đích thực và sự thỏa mãn cho ENTJ. Họ không hề hứng thú với các mối quan hệ không mang lại cho họ cơ hội để phát triển và học hỏi. Trong những khía cạnh khác của cuộc sống, ENTJ thích được là người nhận trách nhiệm trong các mối quan hệ. Trong giao tiếp hàng ngày, họ thường thẳng thắn và rất dễ gây xung đột, thậm chí họ còn chỉ trích thậm tệ và gây khó dễ cho người khác. Người có mối quan hệ mật thiết với ENTJ cần phải thật mạnh mẽ. Đối với những người như vậy, ENTJ có thể mang đến cho họ rất nhiều điều thú vị.

Điểm mạnh của ENTJ

- Rất quan tâm tới những ý tưởng và suy nghĩ của người khác một cách chân thành.
- Nhiệt huyết và mạnh mẽ.
- Rất nghiêm túc với những lời cam kết của mình.
- Tư tưởng công tâm và luôn quan tâm đến việc làm những điều đúng đắn.
- Biết quản lý tiền bạc.
- Cực kỳ thẳng thắn và minh bạch.
- Khả năng diễn thuyết trôi chảy.
- Luôn trau dồi kiến thức và phát triển bản thân trong mọi khía cạnh cuộc sống.
- Có thể cắt đứt một mối quan hệ mà không nuối tiếc.
- Có thể chuyển hóa một tình huống xung đột thành một bài học tích cực.
- Có khả năng chấp nhận những phê bình mang tính xây dựng.
- Luôn đặt ra một chuẩn mực và kỳ vọng cao (vừa là điểm mạnh và cũng là điểm yếu của ENTJ).
- Thường có cảm xúc rất mãnh liệt và có những lúc hay đa cảm.
- Có khả năng đưa ra những hình thức kỷ luật.

Điểm cần khắc phục của ENTJ

- Niềm đam mê những cuộc tranh luận đôi khi khiến họ trở nên thái quá.
- Có xu hướng gây khó dễ và thích đối đầu với người khác.
- Dễ rơi vào những cuộc tranh luận "thắng-thua".
- Gặp khó khăn trong việc lắng nghe người khác.
- Hay chê bai những ý kiến và thái độ của người khác nếu điều đó không đúng với suy nghĩ của họ.
- Luôn đặt ra một chuẩn mực và kỳ vọng cao (vừa là điểm mạnh và cũng là điểm yếu của ENTJ).
- Không dễ đồng điệu với cảm xúc và phản ứng của người khác.
- Gặp khó khăn trong việc bày tỏ tình cảm và sự yêu mến, đôi khi điều này gây bất tiện và không thích hợp.
- Có thể trở nên áp đảo và gây sợ hãi cho người khác.
- Luôn muốn nhận lãnh trách nhiệm hơn là chia sẻ trách nhiệm với người khác.
- Có thể trở nên rất nghiêm khắc và nóng nảy với sự cẩu thả và bất tài.

- Có xu hướng kiểm soát mọi thứ.
- Không nhạy trong việc tán thưởng hoặc nhận ra nhu cầu muốn được tán thưởng của người khác.
- Nếu đang không vui, họ có thể trở nên vô cảm, độc đoán và thô lỗ.
- Dễ đưa ra những quyết định hấp tấp.
- Họ sẽ bùng nổ với một cơn giận dữ khủng khiếp nếu đang bị stress nặng.

Tóm Tắt Xu Hướng Tính Cách Theo Tên Gọi Từ Chữ Cái Của Nhóm:

ENTJ: Hướng ngoại – Trực giác- Lý trí – Nguyên tắc

E – Bạn thuộc nhóm tính cách Hướng ngoại:

Bạn có tính cách hướng ngoại trong cuộc sống và khi hướng nghiệp. Thế mạnh của bạn là luôn chứng tỏ bản lĩnh dấn thân trước mọi người. Thông thường, bạn dám đối đầu với thử thách và ít lùi bước trước khó khăn hiện hữu. Xu hướng khẳng định bản thân là chủ đích của bạn khi đối diện với thực tại. Tính hướng ngoại đó còn giúp bạn có thêm nhiều thuận lợi trong giao tiếp: rộng bang giao, dễ chia sẻ, dễ tiếp cận và hội nhập với những điều mới lạ ở nhiều nơi, không gò bó trong khuôn khổ chật hẹp… Nó cũng giúp bạn dễ thành công khi làm những công việc ở bên ngoài, ở nơi chộn rộn đông đúc, ở những tụ điểm cần phải giao tiếp rộng với số đông.

Nhưng, thế yếu của bạn lại là thiếu chiều sâu trong nhận thức và tâm thức, dễ hời hợt và nông cạn. Nội lực của bạn có bề nổi mà thiếu bề dày của trí tuệ và thiếu cả độ sâu sắc của tâm hồn. Do đó, trong hướng nghiệp và cuộc đời, bạn có thể giỏi về chiến thuật khi giải quyết việc trước mắt, mà chưa thể tinh anh và sắc sảo về tầm nhìn chiến lược nếu phải tính đến chuyện lâu dài. Chẳng những thế, do thiếu chiều sâu nên bạn ít có những tư duy trừu tượng và sáng tạo mang tính đột phá trong công việc. Làm việc theo nhóm thì hăng say, nhưng làm việc một mình thì bạn ưa nản.

Một số ngành nghề phù hợp với tính cách hướng ngoại: Thông tin, truyền thông, văn hóa, du lịch, công tác xã hội, chính trị, ngoại giao, kinh doanh, marketing, nghệ thuật biểu diễn…

Lưu ý: Nếu kết quả chỉ số Hướng nội và Hướng ngoại xấp xỉ bằng nhau thì về cơ bản, bạn có một tính cách trung hòa giữa hướng ngoại và hướng nội. Điều này cũng tốt, có khi rất tốt cho nhiều lĩnh vực trong quan hệ và việc làm.

N – Cách thức tìm hiểu và nhận thức thế giới của bạn thiên về Trực giác:

Theo chủ nghĩa nhân văn, bạn là người có một bản lĩnh thông tuệ và giàu ý thức hướng tới những giá trị cao thượng, vượt trên cái tầm thường. Tính cách hướng thượng đó đem lại cho bạn sự thanh cao trong tâm hồn và nhiều hiệu quả trong công việc. Bạn dễ dàng chấp nhận thua thiệt trước mắt để theo đuổi được cái lợi lâu dài. Với sự tôn trọng ý thức hơn bản năng, bạn thường có khuynh hướng thiên về những giá trị tinh thần hơn hưởng thụ vật chất. Trong cuộc sống và cách nhìn thế giới, bạn coi trọng nhân nghĩa hơn tiền tài, tôn trọng cả quá khứ và tương lai chứ không chỉ chú trọng đến hiện tại. Trong giao tiếp, bạn dễ kết thân với người đôn hậu, giàu lòng vị tha.

Đặc biệt, nhờ khả năng tập trung cao độ, nhờ vốn sống được tích lũy bằng tâm hồn nhân văn, nhất là nhờ năng lực tư duy chiều sâu và trí tưởng tượng phong phú, bạn dễ dàng đạt tới những đỉnh cao sáng tạo trong công việc. Ý thức sáng tạo và khả năng sáng tạo bậc cao sẽ là những điểm tựa vững chắc giúp bạn vượt qua nhiều thử thách, tạo nên nhiều cống hiến có giá trị.

Tuy nhiên, nếu không biết dung hòa giữa trực giác và ý thức, giữa cảm quan và suy nghĩ để lợi dụng thế mạnh của mỗi bên, bạn có thể bị hẫng hụt trong cách giải quyết vấn đề. Trong nhiều trường hợp, nếu không điều chỉnh kịp thời về mặt cảm xúc, bạn có thể sa vào trạng thái vô cảm hoặc cực đoan trong nhận thức và cả trong hành động. Tại đó, bạn hơi coi nhẹ những giá trị thực tế, quá đề cao những siêu giá trị về lý tưởng và tâm hồn. Cũng tại đó, bạn có phần coi thường những cảm xúc đời thường và những ý vị từ hơi thở cuộc sống. Sự sáng tạo của bạn cũng thiếu bén rễ từ đây – một suối nguồn của nhịp sống và của tư duy chiều sâu, nên ảnh hưởng không ít đến thành quả sáng tạo của chính bạn.

Một số ngành nghề, công việc phù hợp với người nhận thức thông qua trực giác: Với khả năng trực giác cao, bạn nên theo các nhóm ngành cần tính sáng tạo, tư duy phản biện ví dụ: nghiên cứu khoa học (tự nhiên, xã hội), công nghệ, các ngành nghề thuộc lĩnh vực nghệ thuật, định hướng chiến lược cho các công ty, tổ chức…

Lưu ý: Nếu kết quả các chỉ số trực giác và giác quan của bạn xấp xỉ bằng nhau thì về cơ bản, bạn có một tính cách trung hòa giữa trực giác và giác quan. Điều này cũng tương đối tốt ở mức độ bạn dễ tạo được sự cân bằng trong nhận thức, tránh chủ quan hoặc cực đoan khi đánh giá hay kiểm định một vấn đề.

T – Lý trí có tác động nhiều đến các quyết định và lựa chọn của bạn:

Bạn sống thiên về lý trí, nặng về nguyên tắc, đoan chính và cương trực, trật tự và nghiêm minh. Bạn không thích sự nới lỏng kỷ cương, càng không muốn ai vi phạm những quy ước. Bạn cũng tôn trọng tình cảm, nhưng có mức độ, càng không thể đặt tình cảm trên lý trí, không thể vì nhân nhượng tình cảm mà vượt qua nguyên tắc. Những người luôn mẫu mực và giữ đúng phép tắc trong quan hệ (cả quan hệ ứng xử và quan hệ làm việc) là bạn đồng hành chí cốt của bạn. Với bạn, người hợp tác mà không lấy lý trí làm trọng để ứng xử và làm việc thì đó là người yếu đuối, việc sẽ không thành và cuối cùng tình cảm cũng mất. Bởi vậy, đứng trước một vấn đề, bao giờ bạn cũng lấy lý trí ra để soi xét, cân nhắc hơn thiệt, sau đó mới chiếu cố đến tình cảm.

Tuy nhiên, sự nghiêm túc và tính cứng rắn của bạn nếu đi quá đà, không có sự mềm mỏng khi cần thiết, thiếu sự uyển chuyển khôn khéo để "lạt mềm buộc chặt" thì chẳng những tình cảm bị tổn thương mà công việc cũng đổ vỡ. Về mặt này, tính cách của bạn thể hiện một bản sắc xơ cứng, thiếu linh hoạt, không linh động giữa cương và nhu, giữa tình và lý, giữa kiên quyết và ôn hòa. Đây là nguyên nhân thất bại của rất nhiều trường hợp xử lý tình huống và giải quyết vấn đề từ việc nhỏ đến việc lớn. Trong hướng nghiệp và hợp tác khi hành nghề, người khôn ngoan là người biết dung hòa và kết hợp khéo léo các yêu cầu vừa nêu.

Một số ngành nghề phù hợp với người sống thiên về lý trí: Các ngành nghề kỹ thuật, khoa học, công nghệ, an ninh, quốc phòng, kinh doanh…

Lưu ý: Nếu chỉ số Lý trí và Tình cảm của bạn xấp xỉ bằng nhau thì về cơ bản, bạn có một tính cách cân bằng giữa tình và lý, cương và nhu, kiên quyết và ôn hòa… Đương nhiên, điều này rất tốt trong nhiều trường hợp nhưng không phải tốt với mọi trường hợp. Vấn đề là phải cân nhắc, lựa chọn kỹ khi nào phải đặt lý lên trên, khi nào tình ở trên và khi nào phải dung hòa.

J – Nguyên tắc là phong cách sống và làm việc của bạn:

Tính nguyên tắc bất di bất dịch thường là "hòn đá tảng" trong thái độ sống và phong cách sống của bạn. Bạn lấy nguyên tắc và mọi quy phạm làm tiêu chí hàng đầu để lựa chọn cách ứng xử trước mọi tình huống, mọi típ người và mọi công việc. Cho nên, với nhiều trường hợp, bạn đã rất thành công vì được việc. Trong cuộc sống và sự nghiệp, một tính cách biết tôn trọng nguyên tắc là một tính cách mạnh, thể hiện một bản lĩnh vững vàng trước nhiều thử thách cam go. Nhờ tính cách này, bạn sẵn sàng nói không với cái xấu, hơn thế, bạn có sức đề kháng với sự tấn công của môi trường xấu và nhiều cạm bẫy. Cũng nhờ đó, bạn đã tự vượt lên chính mình, tự chiến thắng mình trong khi nhiều người khác không được vậy.

Tuy thế, nếu quá đà và nhất là nếu không đủ tỉnh táo, bạn dễ trở nên cực đoan, xơ cứng với cách tuân thủ máy móc, ứng xử máy móc, giải quyết máy móc theo những khuôn mẫu máy móc của mọi nguyên tắc vốn dĩ nó mang tính chất lạnh lùng! Nếu nguyên tắc là khuôn vàng thước ngọc thì cũng có những loại thước đo ngoài khuôn vàng đó ít lạnh lùng hơn, có tính "ấm êm và mềm mại" hơn. Nghĩa là, bên cạnh những nguyên tắc xơ cứng (có khi rất chuẩn) của sự đời, vẫn có những cách nghĩ và cách làm uyển chuyển hơn, dịu dàng hơn mà vẫn bảo tồn được cái hay của nhiều phía. Đó là tính nhân văn khi vận dụng nguyên tắc. Trong khoa học về sáng tạo, người ta gọi đó là tùy cơ ứng biến. Trong tâm lý học ứng dụng, gọi đó là sự linh hoạt.

Một số ngành nghề phù hợp với phong cách sống nguyên tắc: Nghiên cứu khoa học, các ngành kỹ thuật, quân sự, an ninh, quản lý/ kinh tế/ tài chính…

Lưu ý :Nếu chỉ số Nguyên tắc và Linh hoạt của bạn xấp xỉ bằng nhau, thì về cơ bản, bạn có một khả năng điều chỉnh để đạt được sự cân bằng giữa tính linh hoạt và tính nguyên tắc. Theo đó, bạn biết tùy cơ ứng biến để khi nào thì phải thượng tôn nguyên tắc, khi nào lại cần đến sự linh hoạt, và khi nào phải vận dụng cả hai. Thông thường trong công việc, phải vận dụng kết hợp cả tính nguyên tắc và tính linh hoạt là tốt hơn cả.

Bí quyết giao tiếp với người ENTJ:

– Nói thẳng vào vấn đề – có tổ chức và quyết đoán

– Nhấn mạnh sự sáng tạo và tính mới mẻ trong ý tưởng

– Hãy chuẩn bị trước và bảo vệ ý kiến của bạn bằng những lập luận có khoa học

Những điều thú vị về 16 nhóm tính cách:

ESTP là loại phổ biến nhất của các vận động viên chuyên nghiệp
INTJ là những người có điểm trung bình đứng đầu các trường đại học
INFP là loại có nhiều khả năng tự tử nhất
ESTJ là loại có ít khả năng tự tử nhất
ENTJ là loại phổ biến nhất của những nhà lãnh đạo kinh doanh
ENTP là loại phổ biến nhất cho doanh nhân và nhà phát minh
ISTJ là loại ít có khả năng tự kiểm soát bản thân và tự kỉ luật nhất
ISTJ là loại ít có khả năng chết vì đau tim nhất
ESFJ là loại phổ biến nhất của các GV trường tiểu học
Những người thường xuyên bắt nạt học sinh là ENTJ, ESTJ và ESTP
ISTP thường tham gia những môn thể thao mạo hiểm
INTP là loại phổ biến nhất của các nhà toán học
Nhà tù thường chứa các ESTP và ISTP
NT là loại phổ biến của những người có IQ cao
Đa số các võ sĩ chuyên nghiệp là ST
ISFP là loại tử tế nhất
Nhân vật hư cấu trên các phương tiện thông tin thường là ESTP
Nhân vật chính hư cấu trong văn học viễn tưởng thường là ISTP
ENTP là loại phổ biến nhất của những người sáng tạo chương trình TV
ENFP – phổ biến nhất của diễn viên
ENFJ – phổ biến nhất của linh mục
INFJ là loại phổ biến nhất của các tư vấn viên, nhà tâm lí học và trị liệu
Đại đa số các nhà văn viễn tưởng là INxx

MBTI và sự chung thủy :

Các tính khí có xu hướng phản ứng khác nhau đối với sự ngoại tình

Người SJ (Guardians) thường là người bạn đời chung thủy. Thông thường, nếu họ tham gia vào một vụ ngoại tình, họ sẽ sớm ngăn chặn nó để trở về với người bạn đời của họ; hoặc là họ sẽ nhanh chóng từ bỏ người thứ nhất để đến với người thứ 2. Người SJ có thể có vấn đề dài hạn nếu mối quan hệ với người đầu tiên là cần thiết cho địa vị, quyền lực hoặc lợi ích của những đứa con của họ. Tuy nhiên nó là khá hiếm để người SJ có thể gặp phải một loạt các vấn đề này

Người SP (Artisans) là những người rất dễ tham gia vào ngoại tình với nhiều đối tác. Nhưng không phải hầu hết SP đều như vậy. Những người ngoại tình thường làm điều đó để thỏa mãn sự kích động theo đuổi và chiến thắng người khác. SP cũng là những người có xu hướng tình dục cao nhất. Nếu đối tác không thỏa mãn họ, họ có thể đi tìm những người khác. Họ cũng có khả năng sử dụng ngoại tình như một vũ khí, trong trường hợp người bạn đời của họ phạm sai lầm

Người NF (Idealists) có sự khó khăn với vấn đề ngoại tình. Họ có một nhu cầu đạo đức về lẽ phải cao đối với chính họ và có một cái nhìn lãng mạn đối với tình yêu. Ngoại tình là không phù hợp với cả 2 tiêu chí đó của họ. Nếu họ đã có cam kết tình cảm với một người, thì sự không chung thủy có nghĩa là phá vỡ chuẩn mực đạo đức của họ, đồng thời cũng ảnh hưởng đến tình yêu lãng mạn. Vì vậy họ có xu hướng ngăn chặn sự ngoại tình từ rất sớm

Người NT (Rationals) là người có xu hướng chung thủy nhất. Trong số những người NT thì INTJ là chung thủy nhất và ENTP là kém chung thủy nhất. Người NT có khả năng làm chủ nhu cầu tình dục của họ hơn những loại khác. Tình dục vẫn quan trong với họ, nhưng không phải là tất cả. Tuy nhiên đối với riêng ENTP, họ có thể hành xử như một SP vì đôi khi họ có sự kích thích cao độ với sự chinh phục

Những cái nhất của mỗi loại tính cách :
ESTJ : Độc đoán nhất, cứng đầu nhất
ISTJ : Thực tế nhất, có trách nhiệm nhất
ESFJ : Có ý thức xã hội nhất, cư xử tốt nhất
ISFJ : Trung thành nhất
ESTP : Hoạt động thể chất tốt nhất, cảnh giác nhất
ISTP : Sống sót sau thiên tai tốt nhất, sửa chữa tốt nhất
ESFP : Thư giãn nhất, vui vẻ nhất
ISFP : Tử tế nhất, nghệ thuật nhất
ENFJ : Ngoại giao tốt nhất, lôi cuốn nhất
INFJ : Đạo đức nhất, tâm linh nhất
ENFP : Nhiệt tình nhất
INFP : Lý tưởng nhất
ENTJ : Lãnh đạo tốt nhất, kiếm tiền tốt nhất
INTJ : Thông minh tổng thể nhất, chung thủy nhất
ENTP : Sáng tạo nhất
INTP : Hợp lý nhất

Điểm mạnh và yếu của mỗi loại

ESTJ

– Rất chăm chỉ, sắp xếp tốt, có lòng tự tin cao
– Quá đề cao bản thân, kiêu ngạo

ISTJ

– Rất có trách nhiệm, bình tĩnh, kiên trì

– Không sáng tạo, bỏ qua toàn cảnh

ESFJ

– Ngọt ngào và tốt bụng, rộng lượng, phổ biến

– Thiếu khả năng phân tích, quá chủ quan

ISFJ

– Hữu ích, vị tha, có tổ chức

– Không quyết đoán, lo lắng quá nhiều, quá truyền thống

ESTP

– Giải trí, gỏi thể thao, có sức thuyết phục

– Không thể dự đoán tương lai, khó chịu, không trung thực

ISTP

– Giỏi trong việc sửa chữa, giúp mọi thức hoạt động, thực tế

– Không nhiều tình cảm, thiếu tôn trọng người khác, gặp rắc rối trong các vấn đề trừu tượng

ESFP

– Vui vẻ, duyên dáng, hấp dẫn

– Không thể suy nghĩ trừu tượng, không có trách nhiệm, sống chỉ cho hiện tại có thể không hiệu quả

ISFP

– Thông cảm, giỏi nghê thuật và thủ công, thích ứng tốt

– Không giỏi trong logic, nghĩ quá nhiều về cảm xúc và giá trị cá nhân, nhạy cảm

ENFJ

– Ngoại giao tốt, lôi cuốn, bảo vệ cho những gì họ tin tưởng

– Dễ bị xúc phạm, quá nhiệt tình, ít chi tiết

INFJ

– Đạo đức, gúp đỡ mọi người trong những vấn đề cá nhân của họ

– Thiếu linh hoạt với các giá trị của họ, dễ bị lo lắng, kém thể thao

ENFP

– Chính xác, nhiều cảm hứng, thấy được khả năng mới một cách tự nhiên

– Không giỏi trong những công việc thường ngày, công việc nhà, không nhớ/bỏ qua các chi tiết quan trọng, không thoải mái với bất kì nguyên tắc nào áp dụng với họ

INFP

– Sáng tạo, lãng mạn, yêu thương

– Quá nhạy cảm với những điều tốt đẹp của họ, không giỏi trong việc phê bình, hơi thiếu tổ chức

ENTJ

– Giỏi trong kinh doanh, biết làm thế nào để kiếm được tiền, không dễ bị đe dọa *hay xúc phạm*

– Không chú ý những cảm xúc của người khác, thiếu thẩm mỹ

INTJ

– Rất thông minh, có thể hiểu hầu như bất cứ điều gì, quả quyết hơn so với các loại khác

– Không giỏi trong việc thu hút người khác giới, hơi không thân thiện, không quan tâm đến quy tắc/thủ tục bình thường

ENTP

– Sắc sảo, vui nhộn, sáng tạo

– Vô tổ chức, thời gian tập trung ngắn, thích nổi loạn

INTP

– Khôn ngoan, rõ ràng, khả năng tập trung cao

– Lạnh lùng, thiếu tôn trọng quyền thế, ích kỷ

Mời bạn **đón đọc** Tập 2

www.ingramcontent.com/pod-product-compliance
Lightning Source LLC
Chambersburg PA
CBHW081143130726
47996CB00009B/2958